D1680553

ஆளண்டாப் பட்சி

ஆளண்டாப் பட்சி

பெருமாள்முருகன் (பி. 1966)

படைப்புத் துறைகளில் இயங்கிவருபவர். அகராதியியல், பதிப்பியல், மூலபாடவியல் ஆகிய கல்விப்புலத் துறைகளிலும் ஈடுபாடுள்ளவர்.

2023ஆம் ஆண்டுக்கான 'பன்னாட்டுப் புக்கர் விருது' நெடும் பட்டியலில் 'பூக்குழி' நாவலின் ஆங்கில மொழிபெயர்ப்பு 'Pyre' இடம்பெற்றது. இவரது 'ஆளண்டாப் பட்சி' நாவலின் ஆங்கில மொழிபெயர்ப்பான 'Fire Bird' நூலுக்கு 2023ஆம் ஆண்டு ஜேசிபி இலக்கியப் பரிசு வழங்கப்பட்டது.

பெருமாள்முருகனின் பிற நூல்கள்
(காலச்சுவடு வெளியீடு)

நாவல்
- ❖ ஏறுவெயில்
- ❖ நிழல் முற்றம்
- ❖ கூளமாதாரி
- ❖ கங்கணம்
- ❖ மாதொருபாகன்
- ❖ பூக்குழி
- ❖ ஆலவாயன்
- ❖ அர்த்தநாரி
- ❖ பூனாச்சி அல்லது ஒரு வெள்ளாட்டின் கதை
- ❖ கழிமுகம்
- ❖ நெடுநேரம்

சிறுகதை
- ❖ பெருமாள்முருகன் சிறுகதைகள் (1988 – 2015)
- ❖ சேத்துமான் கதைகள்
- ❖ மாயம்
- ❖ வேல்!

கவிதைகள்
- ❖ மயானத்தில் நிற்கும் மரம்
- ❖ கோழையின் பாடல்கள்

கட்டுரைகள்
- ❖ துயரமும் துயர நிமித்தமும்
- ❖ கரித்தாள் தெரியவில்லையா தம்பீ...
- ❖ பதிப்புகள் மறுபதிப்புகள்
- ❖ வான்குருவியின் கூடு (தனிப்பாடல் அனுபவங்கள்)
- ❖ கெட்ட வார்த்தை பேசுவோம்
- ❖ ஆர். ஷண்முகசுந்தரத்தின் படைப்பாளுமை
- ❖ நிழல்முற்றத்து நினைவுகள்
- ❖ நிலமும் நிழலும்
- ❖ தோன்றாத் துணை
- ❖ மனதில் நிற்கும் மாணவர்கள்
- ❖ மயிர்தான் பிரச்சினையா?
- ❖ அப்படியெல்லாம் மனசு புண்படக்கூடாது

பதிப்புகள்
- ❖ சாதியும் நானும் (அனுபவக் கட்டுரைகள்)
- ❖ கு.ப.ரா. சிறுகதைகள் (முழுத் தொகுப்பு)
- ❖ கருவளையும் கையும்: கு.ப.ரா. கவிதைகள்

தொகுத்தவை
- ❖ உடைந்த மனோதரங்கள்
- ❖ பிரம்மாண்டமும் ஒச்சமும்
- ❖ பறவைகளும் வேடந்தாங்கலும் – மா. கிருஷ்ணன்
- ❖ உ.வே.சா. பன்முக ஆளுமையின் பேருருவம் (கட்டுரைகள்)
- ❖ தீட்டுத்துணி – சி.என். அண்ணாத்துரை (தேர்ந்தெடுத்த சிறுகதைகள்)
- ❖ கூடுசாலை – சி.சு. செல்லப்பா (கிளாசிக் சிறுகதைகள்)

பெருமாள்முருகன்

ஆளண்டாப் பட்சி

காலச்சுவடு பதிப்பகம்

அன்பார்ந்த வாசகருக்கு,

வணக்கம்.

காலச்சுவடு நூலை வாங்கியமைக்கு நன்றி.

நூலின் உள்ளடக்கம், உருவாக்கம், அட்டைப்படம் இன்ன பிற அம்சங்கள் பற்றிய உங்கள் கருத்துகளையும் ஆலோசனைகளையும் காலச்சுவடு வரவேற்கிறது. தகவல், எழுத்து, வாக்கியப் பிழைகள் தென்பட்டால் அவசியம் தெரிவித்து உதவுங்கள். நூல் தயாரிப்பில் கடும் குறைபாடு இருப்பின் மாற்றுப் பிரதி உங்களுக்குக் கிடைக்கக் காலச்சுவடு ஏற்பாடு செய்யும்.

மின்னஞ்சல்: **publisher@kalachuvadu.com**

காலச்சுவடு நாகர்கோவில் அலுவலகத்திற்குக் கடிதம் அனுப்பலாம்.

தங்கள்
எஸ்.ஆர். சுந்தரம் (கண்ணன்)
பதிப்பாளர் — நிர்வாக இயக்குநர்

ஆளண்டாப் பட்சி • நாவல் • ஆசிரியர்: பெருமாள்முருகன் • © பெருமாள் முருகன் • முதல் பதிப்பு: டிசம்பர் 2012, திருத்தப்பட்ட இரண்டாம் பதிப்பு: டிசம்பர் 2016, பதினொன்றாம் பதிப்பு: ஆகஸ்ட் 2024 • வெளியீடு: காலச்சுவடு பப்ளிகேஷன்ஸ் (பி) லிட்., 669 கே.பி. சாலை, நாகர்கோவில் 629001

aaLaNTaap paTci • Novel • Author: PerumalMurugan • © Perumal Murugan • Language: Tamil • First Edition: December 2012, Reviced Second Edition: December 2016, Eleventh Edition: August 2024 • Size: Demy 1 x 8 • Paper: 18.6 kg maplitho • Pages: 248

Published by Kalachuvadu Publications Pvt. Ltd., 669 K.P. Road, Nagercoil 629001, India • Phone: 91-4652-278525 • e-mail: publications @kalachuvadu.com • Printed at Mani Offset, Chennai 600077

ISBN: 978-93-81969-55-7

08/2024/S.No. 500, kcp 5280, 18.6 (11) urss

'வேலை, வேலையே வாழ்க்கை'
என வாழ்ந்து
விடுதலை பெற்றிருக்கும்
அம்மாவின் நினைவுக்கு

“செடிகொடி பயிர்பச்சையெல்லாம் பேசும்னு சொன்னாச் சிரிக்கறாங்க சாமீ. இந்தப் பங்குனி மாசத்துல காத்தால எந்திரிச்சதியும் காட்டுக்குள்ள போய்ப் பாருங்க. பனி சொட்டச் சொட்ட ஒடம்பெல்லாம் கழுவிக்கிட்டு அதுங்க நம்பளப் பாத்து அட அழுக்குப்பய மவனேன்னு சொல்லிச் சிரிக்கும் பாத்துக்குங்க. எனக்குன்னா வெக்கமாப் போயிரும். மனசனாட்டம் நெனச்சராதீங்க. ஒரு புல் பூண்டுக்குக்கூட அழிவு கெடையாது. மழ இல்லாதப்ப மண்ணுக்குள்ள போயி ஒளிஞ்சிக்கும். நாலு துளி உழுந்துட்டா அப்பிடியே எட்டிப் பாக்கும் பாருங்க. கொழந்தைங்க ஒளிஞ்சிக்கிட்டுப் பாக்கறாப்பலயே இருக்கும் பாத்துக்கங்க.”

நூலிலிருந்து

முன்னுரை

முடிவில்லாக் கதை

அது ஒரு காலம். கோடைகாலத்தில் வாசல் நிறையக் கட்டில்கள். பேரன் பேத்திகள் புடை சூழப் பாட்டி படுத்திருப்பார். பாட்டிக்கு அருகில் அவர் கைமேல் தலை வைத்துப் படுப்பது யார் என்னும் போட்டி நடக்கும். ‘நேத்து நீதான படுத்திருந்த. இன்னைக்கு நாந்தான்’ என ஆளாளுக்குப் பேசுவதும் சண்டையிட்டுக்கொள்வதும் உண்டு. சண்டை முற்றும்போது சிரித்தபடி பாட்டி சொல்வார், ‘கொடமாலப் பொண்ணு கத சொல்லட்டுமா வேண்டாமா?’ ‘சொல்லாயா சொல்லாயா’ என்று கிடைத்த இடத்தில் படுத்தும் குந்தியும் கதை கேட்க ஆவலாவோம். பாட்டி தொடங்குவார்.

‘ஒரே ஒரு ஊர்ல ஒரு ராஜா இருந்தானாம். அவனுக்கு ஏழு பசங்களாம். ஆறு பேரு பொறந்து பல வருசம் கழிச்சு ராணிக்கு ஏழாவது பையன் பொறந்தானாம். பொறந்ததும் ராணி செத்துப் போயிட்டாளாம். அந்தப் பையனோட அண்ணனுங்களுக்கெல்லாம் கலியாணமாயி இருந்துச்சாம். அவனோட நங்கைங்கதான் அவன வளத்துனாங்களாம். தொட்டல்ல போட்டு ஆட்டித் தூங்க வைக்கறப்பச் சீக்கிரம் தூங்க மாட்டானாம். அப்பத் ‘தூங்குடா கண்ணு தூங்கு... அழகான அழகு தேவ லோகத்து அழகு. மேனியெல்லாம் வெள்ளரிப் பூவாட்டம். கண்ணு ரண்டும் குண்டுமணி. கன்னமெல்லாம் தங்க நெறம். ஒதடு ஒவ்வொன்னும் கோவப்பழம். பாதங்கால்ல வந்து பட்டுப் பொரள்ற கூந்தலு. வெடிகாலப் பனியில் எறக்குற தெளுவாட்டம் இனிச்சுக் கெடக்கும் பேச்சு. அட அப்பா அப்பா... அந்த அழகு சுந்தரி கொடமாலப் பொண்ணு. அழுவாத தூங்குனா உனக்குக் கொடமாலப் பொண்ணக் கட்டி வெக்கறம்... தூங்குடா கண்ணு தூங்கு’ அப்படீன்னு சொல்லித் தூங்க வெப்பாங்களாம். அவனும் அதக் கேட்டுக்கிட்டே அழுவாச்ச நிறுத்தீட்டுத் தூங்கிப் போயிருவானாம். அவன் மனசுல கொடமாலப் பொண்ணு நெனப்பு நல்லாப் பதிஞ்சிருச்சாம்.

‘அப்பறம் பையன் பெரிசாயி கலியாணம் செஞ்சுக்கற வயசு வந்திட்டுதாம். கலியாணத்துக்குப் பொண்ணுப்

பாக்கலாம்னு எல்லாரும் பேசுனாங்களாம். பையன் சொன்னானாம் 'நான் கொடமாலப் பொண்ணத்தான் கட்டிக்குவன்' என்று. இதென்னடா இது வம்பாப் போச்சு, எதோ கொழந்தையில தூங்கட்டும்னு சொன்னா இப்பிடிப் பிடிவாதம் புடிக்கறானேன்னு அவனோட நங்கைங்க ஆறு பேரும் வந்து 'என்னமோ அப்ப உன்னயத் தூங்க வெக்க அப்பிடிச் சொல்லீட்டம். அதெல்லாம் நடக்கற கதையா? கொடமாலப் பொண்ண எங்கயின்னுப் போயித் தேடறது? அது ஏழு கடலு ஏழு மலயத் தாண்டிப் போனா இருக்குதுன்னு சொல்றாங்க. அங்கயெல்லாம் போவ முடியுமா? கொடமாலப் பொண்ணக் கண்டுபுடிக்க முடியுமா? ஆவற காரியமா? நம்ம எனத்துலயே ஒரு ராசாமவளப் பாத்து வெக்கறம். கட்டிக்கடா கண்ணு' அப்படின்னாங்களாம். அதெல்லாம் முடியாது, நான் கட்டுனாக் கொடமாலப் பொண்ணத்தான் கட்டுவன், இல்லீனாச் செத்துப் போயிருவன் அப்படீங்கறானாம். யாராரோ வந்து என்னென்னமோ சொல்லிப் பாத்தும் கேக்கலியாம். செரி, அவன் தலவிதிப்படி ஆவட்டும்னு சொல்லிக் கட்டுச்சோறு கட்டிக் குடுத்துப் பத்தரமாப் போயிக் கொடமாலப் பொண்ணக் கண்டுபுடிச்சுக் கட்டிக்கிட்டு வான்னு அனுப்பிச்சு வெச்சாங்களாம்.

'அவனும் குதிர மேல ஏறிக்கிட்டுப் போடுபோடுன்னு போறானாம். ஏழுநா ராத்திரியும் பகலும் நிக்காத போறானாம். எட்டா நாளு மத்தியானத்துல அவனால தூக்கம் ஒன்னும் சமாளிக்க முடியிலியாம். கரடு ஒன்னுக்கும் பக்கத்துல பெரிய வேப்பமரம் இருந்துச்சாம். அந்த நெவுல்ல போயிப் படுத்துக் கிட்டானாம். நல்லாத் தூங்கிப் போயிட்டானாம். திடீர்னு என்னமோ கெனாவுல கேக்கறாப்பல சத்தமாம். எந்திரிச்சுப் பாக்கறானாம். மரத்து மேல இருந்துதான் சத்தம் வருதாம். பாத்தா பெரிய மலப்பாம்பு ஒன்னும் மரத்து மேல ஏறிக்கிட்டு இருக்குதாம். அதுக்கு மேல உத்துப் பாத்தாத் தெரியுதாம் பெரிய கூடொன்னு. அதுக்குள்ள இருந்துதான் சத்தம் வருதாம். என்னமோ பட்சிக்குஞ்சுங்க அதுல இருக்குது, அதத் திங்கத்தான் பாம்பு ஏறுதுன்னு கண்டுக்கிட்டானாம். உடனே கையில இருந்த வாள எடுத்து வீசுனானாம். பாம்பு பல துண்டமாயிக் கீழ வந்து உழுவுதாம். மேல கூட்டுக்கு ஏறிப் போனானாம். கூடு ஒரணப்பு அளவுக்காம். அதுல ரண்டு குஞ்சுங்க இருந்துச்சாம். அதுவ ஒவ்வொன்னும் ரண்டு மார் அளவுக்கு இருக்குமாம். றக்க மொளைக்காத பூங்குஞ்சுவளாம்.

'நாங்க ஆளண்டாப் பட்சியோட குஞ்சுங்க. எங்கம்மா எர தேடப் போயிருக்கறா. இப்ப வர்ற நேரமாயிருச்சு. உன்னயப் பாத்தா அடிச்சித் தின்னுருவா. எங்க உசுரக் காப்பாத்துன உன்ன நாங்க காப்பாத்தோனும். ஓடியாந்து எங்க றக்கைக்குள்ள

பூந்துக்க அப்படீன்னு சொல்லிச்சாம். அவனும் ஓடிக் குஞ்சுவ ளோட றக்கைக்குள்ள பூந்துக்கிட்டானாம். கொஞ்ச நேரத்துல பெருங்காத்து அடிக்குதாம். 'எங்கம்மா வந்துட்டா எங்கம்மா வந்துட்டான்னு' குஞ்சுவ ரண்டும் சொல்லிச்சாம். சூரியன மறச்சு றக்கய விரிச்சுக்கிட்டு பெரிய ஆகாயக் கப்பலாட்டம் ஆளண்டாப் பட்சி வருதாம். வர வரவே அதும் மூக்குக்குத் தெரிஞ்சிருச்சாம். 'ஆகா மனச வாசம் மனச வாசம். ஆண் வாசம் அடிக்குது பொண் வாசம் அடிக்குது. எங்க மனசன் எங்க மனசன்' அப்படீன்னு கேட்டுக்கிட்டே வருதாம். வந்து பாத்தா மரத்தடியில மலயாட்டம் பாம்புத் துண்டம் கெடக்கு தாம். என்னமோ நடந்திருக்குதுன்னு அதுக்குத் தெரிஞ் சிருச்சாம். குஞ்சுவகிட்டக் கேக்குதாம். குஞ்சுவ சொல்லுச்சாம் 'நாங்க சொல்லுவம். ஆனா நாங்க காட்டற ஆள மட்டும் நீ அடிச்சுத் தின்னுரக் கூடாது.' செரின்னு ஆளண்டாப் பட்சி சத்தியம் பண்ணிக் குடுத்துச்சாம்.

'ஒடனே நடந்ததயெல்லாம் சொல்லி 'இவருதான் எங்களக் காப்பாத்துனவரு' அப்படீன்னு றக்கைக்குள்ள இருந்து ராசமவன எடுத்து வெளிய உட்டுச்சுங்களாம். ஆளண்டாப் பட்சி அவனப் பாத்து 'இதோட மூனு பருவமா நானும் முட்ட வெச்சுக் குஞ்சு பொரிக்கறன். என்னோட குஞ்சுவள இந்த மலப்பாம்பு வந்து தின்னுட்டுத் தின்னுட்டுப் போயிருது. இந்தப் பருவமாச்சும் தப்புமான்னு தவிச்சுக் கெடந்தன். நீ வந்து காப்பாத்திட்ட. எங்குஞ்சுவளக் காப்பாத்துன உனக்கு என்ன வேணுமோ கேளு. நான் செஞ்சு தர்றன்'னு சொல்லுச்சாம். ராசமவன் இப்பிடி இப்பிடின்னு தங்கதயச் சொல்லி 'ஏழு மல ஏழு கடலத் தாண்டிப் போயிக் கொடமாலப் பொண்ணக் கட்டிக் கிட்டு வரத்தான் போய்க்கிட்டு இருக்கறன். எப்பிடிப் போறதுன்னு தான் தெரீல'ன்னு வருத்தமாச் சொன்னானாம். 'அதுக்கென்ன என் றக்க மேல ஏறிக்க. ஏழு மல ஏழு கடலத் தாண்டி நாங் கொண்டோயி உன்னய உடறன்'னு சொல்லிச்சாம் ஆளண்டாப் பட்சி. அன்னைக்கு ராத்திரி அங்கயே தங்கிட்டு அடுத்த நாள் காத்தால ஆளண்டாப் பட்சியோட றக்க மேல ஏறி உக்காந்துக் கிட்டுப் போறானாம் ராசாமவன்.'

இப்படி விரியும் கதை இன்னும் போய்க்கொண்டே இருக்கும். நாங்கள் முழுக்கதையையும் கேட்ட சந்தர்ப்பங்கள் மிகக் குறைவு. கால்வாசி அரைவாசிக் கதையில் தூங்கிப் போய்விடுவோம். முழுவதையும் கேட்டுவிட்டுத்தான் தூங்குவது எனப் பல தந்திரங்கள் செய்வோம். எங்கள் தந்திரங்களைத் தவிடுபொடியாக்கும் வகையில் பாட்டி கதையை நீட்டிக்கொண்டே செல்வார். 'கொடமாலப் பொண்ணு கதை ஒரு முடிவில்லாக் கதை' என்பதான எண்ணமே என்னுள் பதிந்திருக்கிறது.

இந்நாவலும் முடிவில்லாக் கதைதான். மேற்கொண்டு இன்னும் விரித்துச் செல்ல ஏராளம் இருக்கிறது. சுப்புக் கொடுக்கன் என்னும் பாத்திரம் பலபடப் பேச்சுக்களில் வந்துகொண்டே யிருக்கிறது. சுப்புக்கொடுக்கன் வந்தானா, அவனை எப்படி முத்து சமாளித்தான் என்னும் வினாவை ஆர்வத்துடன் கேட்டோருண்டு. எனக்கும்கூடச் சுப்புக்கொடுக்கனை முத்து எதிர்கொள்ளும் அற்புதக் காட்சி ஒன்றை எழுதத் திட்டமிருந்தது. அதற்கு இன்னும் கொஞ்ச காலம் தேவையாயிருந்தது. அதுவரைக்கும் நீட்டிக்கொண்டு போவதா வேண்டாமா என்னும் குழப்பம் இருந்தபோது ஓரிடத்தில் தானாக நாவல் நின்றுவிட்டது. அவ்விடம் இது முடிவில்லாத கதை என்னும் உணர்வைத் தோற்றுவித்தது. ஆகவே அவ்விடத்திலேயே நிறுத்தி வைத்தேன். ஒருவேளை தூங்காத ராத்திரி ஒன்று வாய்க்குமானால் அப்போது இன்னும் கொஞ்சம் முயன்று பார்க்கலாம்.

என் வாழ்வின் பன்னிரண்டாம் வயதில் தொடங்கிய இடப்பெயர்வு இன்னும் தொடர்ந்துகொண்டேயிருக்கிறது. எத்தனை இடங்கள், எத்தனை நிலங்கள், எத்தனை வீடுகள், எத்தனை அறைகள், எத்தனை மனிதர்கள், எத்தனை சூழல்கள், எத்தனை பின்னணிகள், எத்தனை மனோபாவங்கள்... எத்தனை... எத்தனை... என நீளும் இவற்றின் ஒருதுளியை எழுத்தில் பிடித்துப் பார்க்கலாம் என்னும் நப்பாசையில் எழுதிய நாவல் 'ஆளண்டாப் பட்சி.' ஓரிடத்தில் நிலைகொண்டு பிறவற்றை எல்லாம் சுற்றுலாப் பயணி போலக் கண்டு களிக்கும் வாழ்க்கை ஏன் அமைவதில்லை? நிலைகொள்ளப் போராடுவதுதான் வாழ்க்கையா? நிலைகொண்டோம் எனப் பெருமிதம் பொங்கும் கணத்தில் தூக்கியடிக்கிறதே ஒரு ராட்சசக் கை, அது எங்கிருந்து வருகிறது? எங்கும் நிலை கொள்ளாமல் ஏகிவிடுவதே சாசுவதம் என்பதை உணர்வதற்குத் தான் இத்தனை அலைச்சலா?

ஆளண்டாப் பட்சி என்பது எங்கள் வழக்கு. பொதுவழக்கு அண்டரண்டாப் பட்சி என்று கூறும். அந்தக் கற்பனைப் பறவைதான் இந்நாவலின் தலைப்பு. அதற்கேற்ற வகையில் இந்நாவல் முழுவதும் கற்பனையே. இது திருத்தப் பதிப்பு. இதன் களம் எவ்விடத்தையும் குறிப்பதல்ல. இதன் பாத்திரங்களோ எவரையும் குறிப்பனவல்ல. புலப்பெயர்வு என்னும் ஓர் அனுபவ வெளியை இந்நாவலில் உருவாக்க முயன்றிருக்கிறேன். ஆளண்டாப் பட்சியின் கதை போல இக்கதையும் சுவாரசியம் தரும் என நம்புகிறேன். நன்றிகள்.

நாமக்கல்   பெருமாள்முருகன்
24.12.2016

1

வலத்துமாடு கழிப் போட்டுப் படுத்துக்கொண்டது. இப்படி ஆனதேயில்லை. எவ்வளவு நேரம் வண்டியை ஓட்டினாலும் வாயில் நுரை ததும்பத் தலை நிமிர்த்தி இழுத்துப் போகுமே தவிர முரண்டு பிடித்துக் கழிப் போட்டதில்லை. பாரம் கொஞ்சம் கூடினாலும் திணறலைக் காட்டிக்கொள்ளாமல் சமாளித்துப் போகும். இப்போது வெறும்வண்டி. வெயில்கூட அவ்வளவாக இல்லை. என்ன வந்துவிட்டது? எப்போதும் வலத்துமாடுதான் இடத்துமாட்டை வழிநடத்திச் செல்லும். வண்டிப்பாதையில் அவசரமே இல்லாமல் மெல்ல நடந்துகொண்டிருந்த மாடு திடுமென எதையோ கண்டு மிரண்டது போலச் சட்டெனத் திரும்பி விழி பிதுங்க வானத்தைப் பார்த்தது. பின் அப்படியே விழுந்த வாக்கில் படுத்துக்கொண்டது. இடத்துமாடு படுக்க வில்லை என்றாலும் தலையைக் குனிந்து ஈடு கொடுக்க முயன்றது.

குப்பன் சட்டென இறங்கி ஓடிவந்து வண்டி நுகக்காலைக் கீழாக இழுத்து மாட்டின் கழுத்து இறுகாமல் பிடித்துக்கொண்டார். ஒருநிமிச நேரம் விட்டால் கழுத்துக்கயிறு இறுகி மாட்டைச் சாய்த்துவிடும். வண்டி திரும்பி மண் தடத்தின் குறுக்குவசத்தில் நின்றிருந்தது. முத்தண்ணன் குதித்து வந்து வலத்துமாட்டின் கழுத்துக் கண்ணிக்கயிற்றை அவிழ்த்து மாட்டை விடுவித்தான். இடத்து மாடும் பயந்து விழி பிதுங்கியிருந்தது. அதையும் அவிழ்த்துவிட்டு வண்டியைப் பின்னால் தள்ளிப் பாதையின் ஓரமாக நிறுத்தினான். வலத்துமாட்டைத் தட்டிக் கொடுத்தான். திமிலிலிருந்து வால்வரை மெல்லத்

தடவிப் பயத்தைப் போக்க முயன்றான். அவனது தடவலையும் தட்டலையும் உணர்ந்துகொண்ட மாட்டின் நடுக்கம் குறைவது போலிருந்தது. ஒருமொத்தை சாணி வெளியே வந்திருந்தது. கொம்பை வருடியபடி முன்னால் வந்து அதன் முகத்தை மேலுயர்த்தித் தடவினான். அதன் கன்னத்தோடு தன் கன்னத்தை இழைத்து ரகசியம் பேசுவது போல 'என்ன ஆச்சு?' என்று கேட்டான்.

மெல்லக் கயிற்றைச் சுண்டி 'ம்' என்றான். மாடு எழ முயன்றது. முன்னங்கால்களை மடித்து அப்படியே நின்றது. மீண்டும் கயிற்றை மாட்டுக்கு வலிக்காமல் சுண்டினான். தடுமாறி எழுந்தது. கால்கள் மட்டுமல்ல, உடலே நடுங்கியது. மாட்டின் மேல் படிந்திருந்த புழுதியைத் துடைப்பது போல இன்னொரு முறை தட்டிக்கொடுத்தான். தேக்கம் தேறித் தெரிந்தது. வண்டிச் சக்கர ஆரக்காலில் கயிற்றைப் பேருக்குச் சுற்றிவிட்டு நடுப் பாரில் சொருகியிருந்த திருநீற்றுப் பொட்டலத்தைத் தேடினான். காணவில்லை. ஊரிலிருந்து புறப்படும்போது பெருமாயி வைத்தனுப்பிய பொட்டலம் அது. குலதெய்வம் கூளியாயி கோயிலில் இருந்து எப்போதோ கொண்டு வந்திருந்த திருநீற்றை நான்கைந்து சிறுபொட்டலமாகக் கட்டிக் கொண்டு வந்து வண்டியின் முன்தப்பைக்கு அடியில் ஒன்றையும் பின்தப்பைக்கு அடியில் ஒன்றையும் நடுப் பாரில் ஒன்றையும் கீழே விழாதவாறு சொருகி வைத்தாள். மாடுகளின் நெற்றியில் பூசிவிட்டுக் குப்பனுக்கும் முத்தண்ணனுக்கும் நீட்டினாள். கண்களை மூடிக் கூளியை நினைத்துத் திருநீற்றை எடுத்து இட்டுக்கொண்டான் முத்து.

மாடு கழிப் போட்ட இடத்திற்கு வந்து மண்ணில் திருநீற்றுப் பொட்டலத்தைத் தேடினான். திருநீற்றைக் கொட்டிப் போட்ட தடம். இந்த வண்டித்தடம் எத்தனையோ வருசங்க ளாக இப்படியே இருக்கிறது போல. வண்டிச் சக்கரங்கள் நெரித்து நெரித்து மண் அரைபட்டு வெள்ளை வெளேரென்று திருநீறாகிவிட்டது. அதற்குள் கண்ணோட்டிச் சிறுபொட்ட லத்தைக் கண்டுபிடித்தான். ஆனால் பொட்டலம் பிரிந்து திருநீறு முழுக்கவும் மண்ணோடு கலந்துவிட்டது. காகிதம் கிடந்த இடத்தில் மண்ணைக் கையில் அள்ளிக்கொண்டு வந்தான். வெள்ளை வெளேரென்று மாவு மாதிரி மண் கையில் தெரிந்தது. மாட்டின் நெற்றியில் பூசிவிட்டு அதன் உடல் மேலும் முழுக்கத் தூவினான். தானும் இட்டுக்கொண்டான்.

தடத்தின் ஓரக்காலில் மேயும்படி இடத்துமாட்டைக் குப்பன் பிடித்துக்கொண்டிருந்தார். தேக்கம் தேறிய வலத்து

மாட்டைப் பிடித்து வந்து சிறுபூட்டில் கட்டினான். வலுவான மாடு. ஆனால் சிறிய புல்லில் கயிற்றைப் பிணைத்துவிட்டால் கூடப் போதும். சத்தியத்திற்குக் கட்டுப்பட்டதுபோல் நிற்கும். ஒருநாளும் கட்டை இழுத்து அறுத்தது என்னும் பேச்சே இல்லை. மாடுகள் இரண்டும் உடல் நெகுநெகுவென்று தெரிந்தன. ஒருவேளைச் சாப்பாடு தங்களுக்கு இல்லை என்றாலும் மாடுகளுக்குக் குறை வைத்ததில்லை. மேவு கண்ட இடத்தில் வண்டியை நிறுத்தி வயிறு நிறைய மேயவிட்டும் தண்ணீர் காட்டியும் கவனித்த பிறகுதான் வண்டியைக் கட்டுவார்கள். 'வாயில்லாச் சீவன் வவுறு காஞ்சா ஊட்டுக்கு ஆவுமா?' என்பான் முத்து.

ஊரிலிருந்து புறப்பட்டுப் பத்துநாள்களுக்கு மேலாகி விட்டது. எத்தனையோ ஊர்கள், தடங்கள் என்று சுற்றிக் கொண்டே இருந்தார்கள். புளியமரங்கள் நிழல் விரித்துப் போர்த்திய அகலச் சாலைகள் முதல் சக்கர அச்சு மட்டுமே தெரியும் காட்டுக் கொடித்தடங்கள் வரைக்கும் பழக்கமாகி விட்டன. 'சாமீ ஒலவத்துல இத்தன தடம் இருக்குதுங்களா?' என்று குப்பன் ஆச்சரியப்பட்டுக் கேட்டுக்கொண்டே வந்தார். ஆனால் ஓரிடத்திலும் மாடு இப்படி மிரண்டுபோய் இடக்குப் பண்ணவில்லை. புல் இருக்குமிடம் பார்த்து வசமாக மேய விட்டு வயிற்றை நிரப்பினால் போதும். நாள் முழுவதும் வண்டியை இழுத்துக்கொண்டிருக்கும். ஏதாவது பேய் பிசாசைப் பார்த்து மிரண்டிருக்குமா? சின்னச் சூலவேரிக் காத்துக்கூட அடித்த மாதிரி தெரியவில்லை. மாட்டின் கண்ணுக்குப் பேய்கள் தப்ப முடியாது. முத்தண்ணன் இடத்தை ஆராய்ந்தான். சாமந்திப் பூமாலையை வீசி எறிந்தது போல வளைந்து நெளிந்து வண்டித்தடம் எங்கெங்கோ போவது கண்ணுக் கெட்டிய மட்டும் தெரிந்தது. இருபுறமும் மொட்டைக் காடுகள். வரகும் சாமையும் விதைத்திருந்த சுவடுகள். வெயில் சுட் டெரிக்கும் கோடையில் நிலங்கள் தகித்துக் கிடந்தன. பொழுது உச்சியில் இருந்தது.

மாட்டுக்கு வெயில் தாங்கவில்லை. வண்டியின் மேலேறி வசமாக இருந்துகொண்டு ஓட்டும் மனிதனுக்கு என்ன கஷ்டம்? வேகாத வெயிலில் வண்டியை இழுக்கும் மாட்டுக்குக் கஷ்டம் தெரியும். எங்காவது நிழலில் நிறுத்தி இளைப்பாற விட்டிருக்க லாம். வண்டி நிறையப் பார மூட்டைகளை ஏற்றிக்கொண்டு போன நாள்களில் எப்பேர்ப்பட்ட மேட்டையும் காற்றுப் போலக் கடந்து ஏறிய மாடுகள் இவை. ஒன்றும் அற்ற இந்த மண் தடத்தில் வெறும்வண்டியை இழுக்கவா கஷ்டப்படும்?

பலதையும் யோசித்துக்கொண்டே கிழக்குப் பக்கம் நேராகத் திரும்பினான். அவன் முகத்தில் சட்டெனத் தெளிச்சியும் பிரகாசமும் கூடின.

"குப்பண்ணா மாடு நம்மளுக்கு எடத்தக் காட்டியிருக்கு தப்பா. இதுதான், இங்கதான் நாம இருக்கப் போறம். கெழக்க பாரு. நம்ம கரட்டூரு மஞ்சாமி இங்க வந்து குடியிருக்கற கரட்டப் பாரப்பா. எப்பவும் கன்னுக்குப் பட்டுக்கிட்டிருக்கற ஐயன் நம்மள இங்கயும் கைவிடல. அதான் கூளியாயித் தாயி மாட்டு ரூவத்துல வந்து இங்க இருன்னு சொல்றாப்பா. இல்லீனா திந்நீறு கீழ கொட்டியிருக்குமா?"

"திந்நீறுமா கொட்டிப் போச்சு சாமீ?"

"ஆமா குப்பணா. நீ பாக்கலியா? பொட்டலம் அவுந்து உழுந்து இந்த மண்ணோட மண்ணாக் கலந்து போச்சுப்பா. நான் இட்டுருக்கறது, மாட்டுமேல தூவுனது எல்லாம் கூளித் தாயி திந்நீறு கலந்த இந்த மண்ணுத்தான். இங்க கலந்துருன்னு தாயி சொல்லீட்டா அதத் தாண்ட முடியுமா?"

"அப்படீனா செரிதான் சாமீ. இதுதான் நம்ம எடம்."

மேலெல்லாம் சிலிர்க்க முத்தண்ணன் கிழக்குத் திசை நோக்கி அப்படியே மண்ணில் விழுந்தான். முறுக்கமான ஆள் வேகமெடுத்து ஓடினால் பாக்குக் கடிக்கிற நேரத்தில் கரட்டைத் தொட்டுவிடலாம். மரங்களால் மூடப்பட்ட கரடு. பெரிய மண்ணாங்கட்டியை நிறுத்தியது போன்ற தோற்றம். ரொம்பவும் உயரமில்லை. நான்கு பனை உயரம்தான். உச்சியில் விளக்குக்கூட்டைக் கவிழ்த்து வைத்த மாதிரி கோயில் தெரிந்தது. அது எப்படி மஞ்சாமி கோயில்தான் என்று முத்து கண்டான்? குப்பனுக்கு விளங்கவில்லை.

"சாமீ இது மஞ்சாமி கோயிலுத்தானுங்களா?"

"ஆமா குப்பணா. நீ ஊர உட்டு அந்தப் பக்கம் இந்தப் பக்கம் போயிருந்தால்ல வெவரம் தெரியும். காடே கதி ஊடே மிதின்னு கெடந்தா இப்பிடித்தான். மொட்டப் பாறயா இருந்தா அங்க நாமக் கோயில்தான் இருக்கும். இங்க பாரு கரட்ட மூடி மரம் நிக்குது. மஞ்சாமி கோயில்தான். நாலு மர நெவுலு இல்லாத எடத்துல ஐயன் இருக்க மாட்டாரு குப்பா."

பரவசத்தோடு சொன்னான். உடல் முழுக்க வெண்ணிறப் புழுதி படிந்திருந்தது. அதைத் துடைத்துக்கொள்ளக்கூடத்

தோன்றாமல் அப்படியே நின்றான். அவன் முகத்தில் இதுவரை இல்லாத தெளிச்சியும் மலர்ச்சியும் சேர்ந்திருப்பதைக் குப்பன் கண்டார். பத்து நாட்களாக அலைந்ததற்குப் பலன் கிடைத்து விட்டது. தடத்தோரக் காட்டுக்குள் வண்டியை இழுத்து நிறுத்தினார்கள். அங்கே வேம்பு ஒன்று கிளை பரப்பிப் பெரிய அணப்பையே ஆக்கிரமித்துக்கொண்டு நின்றிருந்தது. சட்டி பானைகளை எடுத்து வைத்து வேம்படியில் சோறாக்கத் தொடங்கினார் குப்பன். அடுப்புக் கூட்ட வாகான கற்களை எடுத்து வந்து போட்டான் முத்து. தடத்தை ஒட்டிய வரப்பில் கற்கள் ஏராளமாகக் கிடந்தன. சட்டி நிற்கிற மாதிரி மூன்று கற்கள் சட்டெனக் கிடைத்தன. இனிச் சோற்றைக் குப்பன் பார்த்துக்கொள்வார். வேம்படி நிழலில் சருகுகளின் மேல் அப்படியே சாய்ந்தான் முத்து. விரித்திருந்த துண்டைக் கடந்து சருகுகளின் மெல்லிய குத்தல் முதுகுக்கு இதமாக இருந்தது.

2

ஊரை விட்டுப் புறப்பட முத்தண்ணனுக்கு மனமே யில்லை. பெருமாயி கோபித்துக்கொண்டு பிள்ளைகளோடு அம்மா வீட்டுக்குப் போய்விட்டாள். வேறு ஊரில் குடி வைத்தால்தான் வருவேன் என்று சொல்லிவிட்டாள். வழியில்லாமல் மாமனார் வீட்டு பண்ணயத்தாள் குப்பனையும் உடனழைத்துக்கொண்டு வண்டியைப் பூட்டிப் புறப்பட்டவன்தான். அவனுக்குத் தெரிந்தவர்கள் ஒவ்வொருவரும் ஒவ்வொரு ஊரைச் சொல்லி யிருந்தார்கள். மாமனார் தனக்குத் தெரிந்த மட்டூரைச் சொன்னார். சனிச் சந்தைக்குப் போய்வருவதால் அந்த ஊர் அவருக்குத் தெரிந்திருந்தது. அந்தப் பக்கத்தில் வேளாண்மை பெருத்த ஊர்களைப் பற்றிச் சொல்லி 'அங்க நம்மாளுங்கதான் எச்சு. கூடமாட ஆவுவாங்க மாப்ள. எனத்தோட இருந்தாத்தான் என்னைக்கும் மதிப்பு பாத்துக்கங்க' என்றார் அவர். முத்து தலையாட்டிக் கொண்டானே தவிர அந்தப் பக்கம் போக அவனுக்கு விருப்பமே இல்லை. சொந்தக்காரர்கள் எட்டிப் பார்க்காத தொலைவுக்குப் போக வேண்டும் என்றுதான் பெருமாவும் விரும்பினாள்.

கரட்டூர் வந்த பின்னால் எந்தப் பக்கத்துச் சாலையில் வண்டியை ஓட்டுவது என்று குழப்பமாகி விட்டது. பாரவண்டி ஓட்டத் தினந்தோறும் வந்துகொண் டிருந்த இடம்தான். அப்போதெல்லாம் எந்தச் சாலையில் வண்டியை ஓட்டுவது என்பதில் குழப்பமே இருந்ததில்லை. மூட்டைகளை ஏற்றும் மண்டி எந்த ஊர் என்பதைத் தீர்மானித்துச் சீட்டுக் கொடுத்திருப்பார்கள். திட்டம் கொண்டவனுக்கு ஒரே வழி. திட்டம் இல்லாதவனுக்கு

ஏராளமான திறப்புகள். தனக்கு முன் எத்தனை சாலைகள் தென்பட்டன. வளைந்து நெளிந்து போகும் சாலைகள் எல்லாம் கண் சிமிட்டி அவனை அருகணைக்க அழைப்பன போலவே தோன்றின. கரட்டடிவாரத்தில் சாமி கும்பிட்டார்கள். ‘எந்தத் தடம் என்பதைத் தீர்மானிக்கும் சக்தியை மட்டும் எனக்குக் கொடு’ என்று சாமி கோயிலில் மனதார வேண்டினான். அதன்பின் குழப்பம் வரவில்லை. அடிவாரத்தை ஒட்டியே போகும் சாலையில் வண்டியை ஓட்டுவது என்று தீர்மானித்தான். சாமி காலைச் சுற்றிக் கொண்டு போனால் ஒருவழி காட்டாமலா போய்விடுவார்?

குப்பனுக்கு வயதுதான் அதிகமே தவிர வெளியுலகப் பழக்கம் ஒன்றுமில்லை. கூடமாட ஒத்தாசைக்குக் குப்பன் இல்லை என்றால் படுகஷ்டமாக இருந்திருக்கும். தன்னை விட மூத்தவராக இருந்த குப்பனைக் ‘குப்பண்ணா’ என்று அழைக்கப் பழகிக்கொண்டான். கொஞ்சநாள் மண்டிக்குப் போனதில் இந்த மாதிரி பழக்கம் வந்திருந்தது. யாராக இருந்தாலும் என்ன வயதாக இருந்தாலும் ‘அண்ணா’ போட்டுப் பேசிவிடுவான். அது அந்த மண்டி முதலாளியைப் பார்த்துப் பழகிக்கொண்டது. ஒருவரையும் அவர் ‘வாடா போடா’ என்று சொல்லமாட்டார். மூட்டை தூக்கும் ஆட்களைப் பலரும் இளப்பமாக நினைப்பதுண்டு. ஆனால் அவர்களுக்கும் ‘அண்ணா’தான். ‘அண்ணா போட்டுப் பாரு முத்து, எந்த வேலையும் நொடியில நடந்திரும்’ என்பார் அவர். அங்கே கூப்பிட்ட பழக்கம் குப்பனையும் அப்படியே கூப்பிட வைத்தது. ‘சாமீ, என்னய வாடா குப்பான்னு கூப்பிடுங்க. நீங்க போயி என்னய அண்ணான்னு சொன்னா எனக்கு என்னமோ மாதிரி இருக்குது பாத்துக்கங்க’ என்று குப்பனும் சொல்லிப் பார்த்துவிட்டார். முத்து கேட்பதாக இல்லை. ‘நீ எனக்கு மூத்தவந்தானே குப்பணா’ என்றான். அவன் அப்படிக் கூப்பிடத் தொடங்கிய புதிதில் ஒருமாதிரி இருந்தாலும் அப்புறம் பழகிவிட்டது. அவன் ‘குப்பணா’ என்று வாய்நிறையக் கூப்பிடுவதைக் கேட்க அவருக்கும் சந்தோசமாக இருந்தது. ஊரைத் தாண்டியதும் குப்பனுக்கு எல்லாமே புதிதாக இருந்தன. முத்தண்ணனுக்குப் பாரவண்டி ஓட்டிப் பழக்கம் என்பதால் சுற்றுவட்டார ஊர்களோடு ஓரளவு பழக்கமுண்டு.

அடிவாரச் சாலை கிழக்கே நேராகப் போயிற்று. மண்டூரும் குறட்டூரும் பெரிய ஊர்களாக இருந்தன. குறட்டூர் மிட்டாதாரர் வீடு கறுத்துத் தெரிந்தது. ஆள் அம்புகளும் குதிரை மாட்டு வண்டிகளும் ஏராளமாகப் புழங்கிய இடம்.

‘அரமனை’ என்பார்கள் சனங்கள். கரட்டூர் மாசித் தேர் நோம்பியின் போது மிட்டாதாரர் வீட்டு அல்லையில் இருந்த நீளக் கொட்டகையில் அன்னதானப் பந்தி நடந்தபடியே இருக்கும். அந்தப் பத்துப் பதினைந்து நாட்களும் அணையா அடுப்புத்தான். எத்தனையோ ஊர்ச்சனம் இரவுபகல் எந்நேரமும் வந்து குந்தித் தின்று போகும். பளபளவென்று மின்னும் பனித்துளிகளைப் போல நெல்லஞ்சோற்றுப் பருக்கைகள் இலையில் குவிவதைப் பார்க்கவே ஆசையாக இருக்கும். சின்னப் பையனாக இருந்த போது பெரியண்ண னோடு முத்து ஓரிரு வருசம் வந்திருக்கிறான். சிலசமயம் தடிகள் வைத்துக் கட்டப்பட்ட வரிசைக்குள் நின்றுதான் பந்திக்குப் போக வேண்டியிருக்கும். வேண்டுமட்டும் நெல்லஞ்சோறு தின்னலாம் என்பதற்காகவே கூட்டம் தேடிவரும்.

எளியவர்களுக்கு அரண்மனையின் பின்புறம் ஓர் அணப்பு முழுக்கப் போட்டிருந்த பந்தலில் சோறு போடுவார்கள். அங்கும் கூட்டம்தான். வருவோர் அவர்களாகவே பிரிந்து தங்களுக்குரிய பந்திக்குப் போய்விடுவார்கள். முத்து வந்த வருசம் சின்னச் சச்சரவு நடந்தது. பந்தலுக்குப் போக வேண்டிய ஆள் ஒருவன் கொட்டகைக்கு வந்துவிட்டான். பந்தித்துணி விரிப்பில் நன்றாகச் சம்மணம் போட்டு உட்கார்ந்து வாழைமட்டை இலையில் நீர் தெளித்துக் கழுவிக்கொண் டிருந்தபோது அவனை ஒருவர் அடையாளம் கண்டுவிட்டார். ‘டேய் நீ மீனூரு வத்தன் பேரந்தானடா?’ என்று அவர் கத்தினார். கன்னிச்சவரம் செய்யாத முகம் கொண்ட அவன் அண்ணாந்து பார்த்து விழித்தான். அதற்குள் பந்தியை மேற் பார்வை பார்த்துக்கொண்டிருந்த ஆள் ஓடிவந்து அவனைத் திட்டிப் ‘பந்தலுக்குப் போ’ என்று அனுப்பினார். பந்தலில் போடும் சோற்றைவிடக் கொட்டகையில் போடும் சோற்றுப் பருக்கை சன்னமாக இருப்பதாக யாரோ சொல்லியதால் இதைச் சாப்பிடலாம் என்று ஆசை வந்து அவன் கொட்டகைக்கு வந்துவிட்டான். ‘சத்தம் போடாதீங்கப்பா. இப்பிடி ஒன்னு ரண்டு நடக்கிறதுதான். இதப் பெரிசு பண்ணினா அப்பறம் மிட்டாதாரரு சோத்தயே நிறுத்திப்புடு வாரு. நெல்லஞ் சோத்தயே பாக்காத சனங்க எத்தனையோ இங்க பசியாறுது பாருங்க’ என்று அந்த ஆள் சொன்னதால் சிறு ரவுசோடு முடிந்தது.

மாத்தேர் வடமோடும் நாள்களில் குறட்டூர்ச் சாலை வண்டிகளால் நிறைந்துவிடும். வெளியூர்ச் சனங்கள் தேர் பார்க்கப் புறப்படும்போதே ஒருவேளைச் சோறு குறட்டூர்

மிட்டாதாரர் அரண்மனையில் என்று திட்டமிட்டுக்கொண்டு வருவார்கள். எவ்வளவு வேண்டுமானாலும் கேட்டு வாங்கிச் சாப்பிடலாம். பாக்கு மட்டை இலையில் கொட்டுவார்கள். சோறும் சாறும்தான். இலை காலி ஆக ஆகப் போட்டபடியே இருப்பார்கள். கொண்டு போவதற்கு அனுமதி இல்லை. வேண்டுமட்டும் தின்றுவிட்டுச் சாலையோரப் புளியமரங் களின் அடியில் சனங்கள் நீட்டிப் படுத்திருக்கும் காட்சி கண்ணிலேயே இருக்கிறது. இப்போது அத்தனை பெரிய அரண்மனையில் ஓர் ஆள்கூட இல்லை. வவ்வால்கள் அடைந்து கிடக்கின்றன. பேய் இருக்கிறது என்று யாரும் அந்தப்பக்கம் போவதே இல்லை. மிட்டாதாரர் சொந்தம் எல்லாரும் வடக்கே பெரிய பெரிய பட்டணங்களுக்குப் போய்விட்டார்கள்.

குறட்டூர் தாண்டியதும் சாலை கவை போல இரண்டாகப் பிரிகிறது. வலப்பக்கம் போனால் நங்கூர். இடப்பக்கம் போனால் ரட்டூர். அவ்விடத்தில் வந்து கொஞ்சநேரம் குழப்பமாகி வண்டியை நிறுத்தினான் முத்து. பின் மாட்டுக் கயிற்றைத் தளர்வாக விட்டான். மாடுகள் எந்தப் பக்கம் திரும்புகின்றனவோ அந்தப் பக்கமே போய்விடலாம் என்று நினைப்பு. மாடுகள் எந்தக் குழப்பமும் இல்லாமல் ரட்டூர்ச் சாலைக்குத் திரும்பின. சரி, அப்படியே ஆகட்டும் என்று விட்டான். இந்தச் சாலையில் போனால் ரட்டூர் போய் செல்லிக் குன்று அடிவாரம் சேரலாம். மேற்கே திரும்பினால் சேத்தூர் வழியை அடையலாம். ஓரிருமுறைதான் இந்தச் சாலையில் அதுவும் இரவு நேரத்தில் முத்து வண்டி ஓட்டி யிருக்கிறான். இருந்தாலும் வாய் இருக்கிறதே, கேட்டால் போகிறது. வழியெங்கும் புளியமரங்கள் அடர்ந்து நின்றன. இரண்டு பக்கத்து மரங்களும் கை கோத்து நிற்பதைப் போலத் தோன்றின. ‘என்னங்க சாமீ, எல்லாம் பேய்மரமா நிக்குது’ என்று குப்பன் சொன்னார். முத்து சிரித்தான். ‘மனசன விடப் பேய் பெரிசா குப்பணா’ என்றான்.

“அது செரிதாங்க சாமீ. நான் வலுசப்பையனா இருந்தப்பக் கொஞ்சம் துடியா இருப்பன். அப்ப எங்க வளவுல நாலஞ்சு பேரு சேக்காளியா இருந்தம். எதுனாலும் ஒரு கை பாத்தர லாம்னு தெகிரியம்னாத் தெகிரியம். அப்பிடி ஒரு தெகிரியம். எங்க பாட்டன் சின்னான்னு இருந்தாரு. அவரு ஊடு தங்காத ஆளு. எல்லா ஊருச் சந்தைக்கும் போயிருவாரு. சந்தைக்கு எதுத்தாப்ல இப்பிடி ஒரு பெரிய புளியமரத்தடியில சாக்க விரிச்சு உக்காந்து செருப்புத் தெப்பாரு. ஒரு சந்த உட்டா அடுத்த சந்த. இப்பிடித்தான் அவுரு பொழப்பு. பண்ணயத்துக்கு

மட்டும் போவமாட்டம்னு சொல்லீட்டாரு. என்னைக்குன்னா ஒருநாளைக்கி ஊருப் பக்கம் எட்டிப் பாப்பாரு. வந்தா ஒரு பத்து நாளைக்குப் புள்ள குட்டியப் பாத்துட்டுக் கையில இருக்கற நாலு காசக் குடுத்துட்டுப் போவாரு. அவுரு போவாத கச்சிக் கூட்டமில்ல பாத்துக்கங்க. பெரியாரு பேச்சுன்னாலும் அண்ணாத்தொர பேச்சுன்னாலும் அவருக்கு உசிரு. வந்தாக் கத கதயாச் சொல்லுவாரு...”

குப்பனை முத்துவுடன் அனுப்புவது என்று முடிவானதும் அவன் மச்சினன் சொன்னான், ‘கதயும் பாட்டும் கேட்டு மூயாது மாமோவ். எடுத்தாப் பாட்டு எந்திரிச்சாக் கத. அதுதான் குப்பன். உங்களுக்குக் கவலயே இல்லாத குப்பன் பாத்துக்குவான்.’ இப்போது குப்பனுக்குக் கதை சொல்கிற வேகம் கூடிவிட்டது என்பதை உணர்ந்த முத்து ‘ம்’ போட்டு அவரை உற்சாகப் படுத்த ஆரம்பித்தான். ‘பெரியாரு பேச்சக் கேக்கோனும்னு எனக்கும் ஆசதான். எங்க முடியுது. உங்க தாத்தன் குடுத்து வெச்சவரப்பா’ என்றான்.

“ஆமா சாமீ. கீழக் கோயில் முன்னால நாப்பது கால் மண்டபம் இருக்குதே, அதுலதான் அவுரு கூட்டம் நடக்குமாம். பூசாரியூடெல்லாம் கதவச் சாத்திக்கிட்டுக் கூட்டம் முடியற வெரைக்கும் வெளியவே வர மாட்டாங்களாம். அவுரு பேசி முடிச்சிட்டு ‘எதுனா எங்கிட்டக் கேக்கோ னும்னா தெகிரியமாக் கேளுங்க’ அப்படீம்பாராம். ஒருக்கா எங்க பாட்டன் ‘சாமீ... தாடி வெச்சிருக்கீங்களே, நீங்க சாமியாரா?’ அப்படீன்னு கேட்டாராம். அதுக்குச் ‘சாமியாரும் தாடி வெச்சிருப்பான்; சோம்பேறியும் தாடி வெச்சிருப்பான். நான் சோம்பேறி’ அப்படீன்னாராம். கேட்டுட்டு ‘நீ என்ன ஆளப்பா?’ ன்னாராம். பாட்டன் சொல்ல ‘நானே சாமியில்ல இல்லன்னு சொல்லிக்கிட்டுத் திரியறன். என்னயப் போயி நீ சாமீங்கலாமா? நானும் மனசன், நீயும் மனசந்தான?’ அப்படீன்னு கேட்டாராம். ‘எங்களப் பெலத்தவங்களுக்கு நீங்கதான் சாமீங்க’ன்னு பாட்டன் சொல்ல ‘ஆமா. வெங்காயச் சாமீ’ன்னு தாடிய நீவிக்கிட்டுச் சிரிச்சாராம். அவுரு வந்து சொல்லிச் சொல்லித்தான் நாங்கெல்லாம் சாமியாவது பேயாவதுன்னு இருந்தம். ஆனா அதுக்கும் ஒரு அனத்தம் வந்து சேந்திச்சு சாமீ...”

மெதுவாகப் போய்க்கொண்டிருந்தது வண்டி. மாடுகளைத் தேவையில்லாமல் விரட்ட மாட்டான் முத்து. கையில் சாட்டைக் குச்சி இருந்தாலும் அது வெறுமனே ஓங்கு வதற்குத்தான். சக்கரத்தின் கடக்முடக் சத்தத்தையும் மீறிக்

குப்பன் சொன்ன கதையைக் கேட்டுச் சிரித்துக்கொண்டு வந்த முத்துவுக்கு அவர் ஒரு பெருமூச்சோடு முடித்ததைக் கேட்க என்னவோ போலிருந்தது. துயரம் பொங்கும் பானை ஒன்றைத் திறக்கப் போகிறார் என்று தெரிந்தது. அதன் நெடியைத் தாங்கும் சக்தியை மனதில் உருவாக்கிக்கொள்ளக் கொஞ்சம் அவகாசம் இருந்தால் பரவாயில்லை என்று தோன்றியது. மாட்டுக் கயிற்றைத் தளர்த்தி விட்டுவிட்டுத் திரும்பி அவரைப் பார்த்தான். நரை ஓடி முகத்தைப் பற்றிக் கொண்டிருந்த தாடியை லேசாகச் சொறிந்தவர் கண்கள் எங்கோ வெறித்தபடி இருந்தன. பேச்சை மாற்றிவிடலாம் என்று நினைத்தான்.

“நீ அவரு பேச்சக் கேட்டிருக்கறயா குப்பணா?”

“இல்ல சாமீ... ஊர உட்டு வெளிய போயிப் பல வெருசமாச்சு. கம்மங்காடும் சோளக்காடுந்தான் நான் போற ஊரு. மிஞ்சிப் போனா எங்கூர்ல இருக்கற மண்கரட்டுக்கு ஆடு மாடு ஓட்டிக்கிட்டுப் போவம். அவ்வளவுதான். பண்ணயத்துக்குள்ளயே குறுக்கி மொடக்கிப் படுத்துக்கிட்டஞ் சாமீ...”

“நல்ல எடமா இருந்தா ஆயுசு பூரா மொடங்கிக் கெடக்கலாம் குப்பணா. அப்பிடி ஒரு எடத்தத் தேடித்தான் இந்தப் பாடு பட்டுக்கிட்டிருக்கறன்.”

“எடம் என்ன பண்ணுங்க சாமீ. மனசனாலதான் எடத்துக்கு கெவுருதி வருது. சுத்தி இருக்கற மனசருங்க அன்பும் ஆதரவுமா இருந்தா எந்த எடமும் புடிச்சுப் போயிரும். எல்லாத்தயும் மறந்துட்டு அதுக்குள்ளயே சொகமா மொடங்கிக்கலாம்.”

குப்பன் பேச்சில் பூடகம் மிகுந்திருக்கக் கண்டான் முத்து. எல்லா மனிதர்களுக்குள்ளும் மூடி அடைத்த வேதனைகள் எத்தனையோ இருக்கத்தான் செய்கின்றன. இன்னொரு சந்தர்ப்பத்தில் அதைத் திறக்கச் செய்துவிடலாம் என்று வண்டியை வேகமாக ஓட்ட முயல்பவன் போல ‘த்தா’ என்று நாக்கை மடித்துச் சத்தம் கொடுத்து மாட்டின் பின்புறத்தில் லேசாகச் சாட்டைக் குச்சியால் தொட்டான். மாடுகள் நடையை எட்டிப் போடத் தொடங்கின.

❀

3

எங்கே என்று தீர்மானிக்காத பயணம். பிழைக்க லாம் என்னும் தைரியத்தை எந்த இடம் தருகிறதோ அங்கே நின்றுவிடலாம். வண்டி நிதானமாகவே போகும். ஒவ்வொரு ஊருக்குப் பக்கத்திலும் நின்றுவிடும். சாலையிலிருந்து பிரிந்து செல்லும் வண்டிப் பாதை களிலும் திடுமெனத் திரும்பும். உள்ளே போய் அலைந்து விட்டு மீண்டும் ஏதாவதொரு இடத்தில் சாலைக்கு வந்து இணைந்துகொள்ளும். புல் அடர்ந்து கிடக்கும் சாலையோரங்களில் மாடுகள் மேயும். குப்பன் களி கிளறுவார். கொறக்கூடை ஒன்றுக்குள் புடவைத் துணியை விரித்து அது வழிய ஆரியமாவைப் போட்டு இன்னொரு துணியால் வேடு கட்டிக் கொடுத்திருந்தாள் பெருமா. எந்நேரம் இத்தனை மாவை அரைத்தாளோ தெரிய வில்லை. இன்னும் பத்து நாட்களுக்கு என்றாலும் தாங்கும்.

குப்பன் கிளறும் களி அப்படியே வாயில் வாழைப் பழம் போல வழுக்கிக் கொண்டோடும். நிற்கும் இடத்திற்கு அருகில் உள்ள காடுகரைகளில் ஏதாவது நக்கிரி பறித்துக் கொண்டுவந்து கடைவார். சாலையோர நிழலில் பண்ணை நக்கிரியும் தொய்யலும் எப்படியாவது கிடைத்து விடும். அறுவடை முடிந்து காடுகள் இளைப்பாறும் காலம். மாசிப் பின்பனி தரும் ஈரத்தில் புற்களும் செடிகொடிகளும் பச்சை முகம் காட்டி நின்றன. இன்னும் மழை பெய்ய நாளிருக்கிறது. பங்குனியில் எப்போதாவது அதிசய மழை பொழியும். அப்புறம் சித்திரை வெயில். அது முடிந்து வைகாசி தொடங்கி நான்கு தூற்றல் விழுந்ததும் காடெங்கும் பச்சை நிறைந்துவிடும். அதுவரைக்கும் ஏதாவது கிடைத்தால் உண்டு. எதுவும் கிடைக்காவிட்டால் இருக்கவே

இருக்கிறது, அவரைப் பருப்பு. அவ்வளவு நாள் அலைந்து கொண்டிருக்க முடியாது. இன்னும் ஒருமாதத்திற்குள் எங்காவது நிலைகொண்டுவிட வேண்டும். களிக்கும் அவரைப்பருப்புக்கும் கூடிவரும் பொருத்தம். தின்னும்போது முத்து சொல்வான்,

“குப்பணா... எங்கயும் போயி நான் ஆக்குன சோத்தயும் காச்சுன சாத்தையும் எங்க பண்ணயக்காரரு சப்புக் கொட்டிக் கிட்டுத் தின்னாருன்னு சொல்லி வெச்சராத. அவரு அருமையா ஆக்கிப் போட்டாருன்னுதான் சொல்லோனும்.”

குப்பனும் சிரித்தபடியே ‘ஆகட்டுங்க சாமி’ என்பார். களிக்கு எப்போதும் ஒரே சுவைதான். கட்டி விழாமல் கிளறி விட்டால் போதும். வாய்க்குள் ஒட்டாமல் நடுநாக்கில் வைத்து அப்படியே விழுங்கிவிடலாம். அதனோடு கூட்டுச் சேரும் சாற்றில்தான் இருக்கிறது ருசி. தினமும் அந்த ருசியை மாற்றிவிடுவதில் குப்பனின் கைப்பக்குவத்திற்கு நல்ல திறன். ‘தங்காளுக்கு நீதான் ஆக்கிப் போடுவியா’ என்பான் முத்து. ‘ஆக்கறதுதாங்க. என்னோடது எங்கம்மா கைப்பக்குவங்க. தங்காளுக்கு அது வராது. ருசியாச் சாப்டோனுமின்னா நானே எறங்கீருவன்’ என்று தன் பிரதாபத்தைச் சொல்வார்.

குப்பன் இந்த வேலையைப் பார்த்துக்கொண்டிருக்கும் போது முத்தண்ணன் அந்த ஊர்ப்பக்கம் போய் விசாரணை விடுவான். ‘விலைக்கு வரும் நிலம் ஏதும் இருக்கிறதா’ என்று. முதலில் அப்படிக் கேட்க ஒருமாதிரி இருந்தது. வெள்ளாமை வைத்துப் பிழைப்பவர்களிடம் ‘விற்கிறீர்களா?’ என்று கேட்பது அபசகுனம். சிலர் சண்டைக்கும் வருவார்கள். ‘உள்ளத வித்துத் தின்னுட்டு ஊரூராச் சட்டியக் கையில எடுத்துக்கிட்டு அலையச் சொல்றயா’ என்பார்கள். அப்புறம் நயமாக விசாரிக்கத் தெரிந்துகொண்டான். ஊரில் ஏதாவது கடை இருந்தால் அங்கே பொதுவாகப் பேசிப் பார்ப்பது, வயதான ஆட்கள் கண்ணில் பட்டால் ‘வெலைக்கு வர்றாப்பல காடு இருக்கு துங்களா’ என்று மென்மையாக விசாரிப்பது என முறைகள் பிடிபட்டன. சில ஊர்களுக்குள் நுழையவே தேவை இருக்காது. ஊர் தொடங்கும் முன் வெளுத்தான் வீடு வரவேற்கும். துணிமணிகள் நீளத் தூக்கில் தொங்கும். கொறங்காடுகளை மூடி விரிந்திருக்கும். கழுதைகள் மேயும். அவனுக்குத் தெரியாத ஊர் ரகசியம் ஏது? ஊருக்குள் போகலாமா வேண்டாமா என்பதை அவர்களை விசாரித்தே முடிவு செய்துவிடலாம்.

அவனை அழைத்துப் போய் யாராவது காடு எதையாவது காட்டினால் பார்க்கவும் செய்வான். எல்லா ஊரிலும் முதலில் அவன்மேல் சந்தேகம்தான். பேச்சைப் பார்த்தபின்

கொஞ்சமாய் நம்பிக்கை வரும். ஊரில் நான்கு பேரிடம் கலந்தபின் காட்டைக் காட்ட வருவார்கள். எடுத்ததும் என்ன ஆள் என்று விசாரிப்பார்கள். சொன்னாலும் போதாது. அதற்குள் என்ன பிரிவு, ஊர் எது, குல தெய்வம் எந்தக் கோயில் என்பதெல்லாம் கேட்டு நம்பிக்கை வந்த பிறகே சாதாரணமாகப் பேசுவார்கள். பல காடுகளைப் பார்த்தாயிற்று. ரட்டூர் வரைக்கும் எதுவும் திருப்திப்படவில்லை. நிலம் நன்றாக இருந்தால் அளவு குறைவாக இருக்கும். அளவு அதிகமாக இருந்தால் விலையும் அதிகமாக இருக்கும். எங்கிருந்தோ வருகிறவன் என்றால் விலையைக் கூட்டிவிடுவார்கள். எல்லாம் யானை விலை, குதிரை விலைதான். முத்தண்ணன் பார்ப்பது ஆட்டு விலை, மாட்டு விலை.

குருவூரிலிருந்து உள்ளே போனால் எல்லாம் மேட்டாங் காடுகள். நிலம் ஓரளவு குறைந்த விலைதான் சொன்னார்கள். தண்ணீர் வசதி ரொம்பக் குறைவு. ஏற்படுத்துவதும் கஷ்டம். மாசியிலேயே குடத்தைத் தூக்கிக்கொண்டு கிணறு கண்ட பக்கம் அலையும் பெண்கள் தெரிந்தார்கள். ஒரு கஷ்டத்திலிருந்து தப்பிக்க இன்னொரு கஷ்டத்திற்குள் வந்து விழுவதா? இருந்தாலும் ஒரு முழுநாள் அங்கே தங்கிக் காடுகளைப் பார்த்தான் முத்து. அவனுடைய ஊரிலிருந்து அது கிட்டத்தான் என்றாலும் அங்கே பார்க்கலாம் என்று தோன்றியது. ஆனால் ஒன்றும் ஒத்து வரவில்லை. கல்லூர் என்றொரு ஊர். திக்காலுக்கு ஒன்றாய்க் காட்டுக்குள் கொட்டாய்கள் இருந்தன. எல்லாரும் குடியானவர்கள்தான். அன்றைக்கு ராத்திரி அந்த ஊர்ச் சாவடியில் தங்கினார்கள். சாவடிக்கு முன்னால் வண்டியை நிறுத்தியிருந்தான் முத்து. இரண்டு வாதநாராயண மரங்கள் நின்றிருந்தன. இலைகள் சாவடி வாசல் முழுக்கச் சந்தனமாய்க் கொட்டியிருந்தன. மரங்களில் மாடுகளைக் கட்டியிருந்தான். சாவடியில் படுத்துக் கொள்ள ஏழு மணிச் சங்கு ஊதியதும் ஐந்தாறு பேர் வருவார்கள் என்று தெரிந்தது. அதனால்தான் தைரியமாக அங்கே தங்க முத்து முடிவு செய்தான். குப்பன் களிக்கு உலை வைக்கத் தொடங்கியதும் இது நல்ல சந்தர்ப்பம் என்று நினைத்து அவரிடம் பேச்சுக் கொடுத்தான் முத்து. வேலைதான் துயரத்தை லேசாக்கும். வேலையில் ஈடுபட் டிருக்கும்போது எப்பேர்ப்பட்ட மனிதனும் கனிகிறான்.

“ஆமா குப்பணா . . . நேத்து உங்க தாத்தனப் பத்திப் பேசிக்கிட்டு இருந்தப்ப . . . எதோ அனத்தம் வந்து சேந்துதுன்னு சொன்னயே . . . அது என்ன? அப்பவே கேக்கனும்னு நெனச்சன். பேச்சுவாக்குல மறந்துபோயிட்டன்.”

பொழுது இறங்கி வானில் வெறும் வெளிச்சம் மட்டும் மங்கலாகப் படர்ந்திருந்தது. அடுப்புத் தீயை முழக்கி விட்டு விட்டு குப்பன் முத்துவின் பக்கம் திரும்பினார். அவர் முகத்தில் சிரிப்பு படர்ந்திருந்தது. அதில் மெல்லிய சோகம் தெரிந்தாலும் இப்போது அவ்வளவாகக் கஷ்டப்படாமல் சொல்லிவிடுவார் என்று தோன்றியது.

"அதொன்னுமில்லீங்க சாமீ . . . வல்லு வலுசலா இருந்தப்பப் புத்தி இல்லாத செஞ்ச வேல. இப்ப நெனச்சாலும் ஈரக்கொல பகீர்ங்குது. இந்தச் சாமக்கோடாங்கி இல்லீங்க, அதுல ஒருத்தன் நம்மூருக்கு வந்திருந்தாங்க. அப்ப எனக்குப் பதனஞ்சு பதனாறு வயசு இருக்கும். எஞ்சோட்டுப் பசங்க நாலஞ்சு பேரு சேந்து சுத்திக்கிட்டுக் கெடப்பம். பாட்டன் பேச்சக் கேட்டுக்கிட்டுச் சாமியில்ல பூதமில்லன்னு எதுனாப் பேசிக்கிட்டு இருப்பம். அப்பப் பாத்து இந்தக் கோடாங்கி ஊருக்கு வந்தான். அவன் வந்தான்னா ஊருல ஒரு பத்து நாளக்கித் தங்கல் போட்டுருவான். எங்க வளவுக் கோயிலுத் தான் அவனுக்கு எடம். உங்க வளவுக் கோயிலுக்குள்ள உடமாட்டாங்க. ராத்திரி செரியாப் பன்னண்டு மணிக்குச் சுடுகாட்டுக்குப் போவான். அங்க போயி அவுங்க சாமி ஜொக்கம்மாளுக்குப் பூச போட்டுக் கும்புட்டுட்டுக் கௌம்பி எதாச்சும் ஒரு வளவுக்குள்ள பூதுவான். உடுக்க ஆட்டிக்கிட்டு ஒவ்வொரு ஊட்டுக்கு மின்னால நின்னு குறி சொல்லுவான். 'இந்த ஊட்ல மகாலட்சிமி குடியிருக்கறா . . . மகாலட்சிமி குடியிருக்கறா. தொட்டது தொலங்கும். எடுத்தது வெளங்கும்' அப்படீன்னு ஒவ்வொரு ஊட்டுக்குச் சொல்லுவான். 'த்தூ. . . த்தூ. . . மூதேவி பூந்துட்டா. . . மூதேவி பூந்துட்டா. தீம்பு வந்து சேரப் போவுது, பாங்கா இல்லீன்னாப் பாழாப் போயிரும் பாழாப்போயிரும்' அப்படீன்னு ஒவ்வொரு ஊட்டுக்குச் சொல்லுவான். அவன் வர்றதப் பாத்தா நாயுவ கூட ஓடி ஒளிஞ்சுக்கும். தொரத்துச்சுன்னா கட்டுமந்தரம் போட்டு அதோட வாயக் கட்டீருவான். தீம்பு வரும்னு ராத்திரிக் குறி சொன்ன ஊடுகள்ல அஞ்சாறு ஊட்டுக்காச்சும் அடுத்த ரண்டு மூனு நாளுப் போயிப் பரிகாரம் செய்யறமின்னு கோழி, துணிமணி அதுஇதுன்னு ஏராளம் வாங்கீருவான். அவங்கிட்ட வெளையாடிப் பாக்கலாம்னு எங்களுக்கு ஆச வந்திருச்சி . . ."

உலை கொதிப்பது சலசலவென்று கேட்டது. மூடியிருந்த மேலுலைச்சட்டியை எடுத்ததும் ஆவி பறந்தது. தீயைத் தணித்தார். வட்டலில் கொட்டி வைத்திருந்த மாவை மெல்ல உலைக்குள் கொட்டிக் கிளறத் தொடங்கினார்.

“அடிச்சு ஒதச்சு முடுக்கிப்புட்டீங்களா? அவன் குறி சொல்லக் கௌம்பறப்ப நாம்ப எதிர்ப்பட்டாலே எதையாச்சும் ஏவி உட்ருவான்னு சொல்லுவாங்களே. நான் சின்னப் பையனா இருந்தப்ப ஒருநா எங்கம்மாள எழுப்பிக்கிட்டு மல்லறதுக்கு வெளிய வந்தன். திடீர்னு குடுகுடுப்பச் சத்தம். ஜெய் ஜொக்கம்மான்னு கத்தறான். எங்க வர்றான்னுகூட நான் பாக்கல. ஒரே ஓட்டமா ஓடிச் சமக்காளத்தப் போத்திப் படுத்துக்கிட்டன். எங்கம்மா எவ்வளவோ கூப்பிட்டுப் பாத்துது. நான் வெளிய வரவே இல்ல. அடக்கி வெச்சிருந்த மல்லு எனக்கே தெரியாத வந்து கட்டலே நனஞ்சு போச்சு. பயந்தாங்கொள்ளி, கெடமல்லன்னு என்னய எளக்காரமாக் கூப்பிடுவாங்க குப்பணா.”

பெருஞ்சிரிப்போடு முத்து சொன்னான். திடுப்புகளாக வைத்திருந்த இரண்டு பனம்பட்டைகளைக் கொண்டு களியைக் கிளறினார். அடுப்பில் தணல் மட்டும் மினுங்கியது. சட்டி அசங்காமல் இரண்டு பட்டைகளையும் கிடுக்கி போல வைத்துத் திருப்பித் திருப்பிக் கிளறினார். கொஞ்சம் கவனம் பிசகினாலும் கட்டி விழுந்துவிடும். கிளறி முடிக்கும்வரை அவர் எதுவும் பேசவில்லை. மேலுலைச் சட்டியில் இருந்த சுடுதண்ணீரைக் களிக்கு ஊற்றி அடுப்பை எரியவிட்டார். இன்னும் கொஞ்ச நேரம் களி வெந்தால் பதமாகிவிடும்.

“எங்களுக்கு அப்பல்லாம் ஒரு பயமும் இல்ல. கூட்டமாச் சேந்தாக் குளிருட்டுப் போயிரும்னு செலவாந்தரம் சொல்லறது சும்மா இல்ல சாமீ . . . ராத்திரி பன்னண்டு மணிக்கு ஒருத்தன் சுடுகாட்டுக்குப் போயிப் பூச போடறான்னா அவனுக்கு ஒருதுளி பயமும் இருக்காதுன்னு ஒராளு சொன்னான். அவனுக்கும் பயமிருக்கும், பயமில்லாத மனசன் ஒருத்தனும் கெடையாதுன்னு நாஞ் சொன்னன். செரி அதயும் பாத்தரலா மின்னு திட்டம் போட்டம் பாத்துக்கங்க . . . சுடுகாட்டுக்குப் போயிப் பூச போட்டுட்டு அவன் திரும்பி வர்றப்ப அவனப் பயப்பெருத்தலாமின்னு திட்டம். நாம வந்த தடமெல்லாம் புளியமரம் சடிஞ்சு மட்ட மத்தியானத்துலயே இருட்டாத் தெரிஞ்சுதே. அதே மாதிரிதான் நம்மூருத் தடமும். ஆளுக்கொரு புளியமரத்துல ஏறி நல்லா மறஞ்சு உக்காந்துக்கிட்டம். மரத்து மேல தன்னந்தனியா உக்காந்திருக்க எங்களுக்கே பயம். ஆளுக்கு ஒரு சொப்பு சாராயத்த ஊத்திக்கிட்டுத்தான் மேலேறுனம். கையில ரண்டு ரண்டு மங்கொடம். ஊருல ஓட்ட ஒடசலாக் கெடந்ததயெல்லாம் பொறுக்கி வெச்சுக்கிட்டம். ஆறு பேரு. ஒரு மரம் உட்டு ஒருமரம்னு உக்காந்திருக்கறம். அவன்

சுடுகாட்டுல இருந்து வர்றான். நெலா வெளிச்சம் லேசா இருக்குது. மொத மரத்துக்கிட்ட அவன் வந்ததும் ம்ம்ம்ம்னு முக்கற மாதிரி ஒரு சத்தம் போட்டுக்கிட்டுக் கொடத்த ரண்டயும் கீழ போட்டன். படார்னு தடத்துல உழுந்து செதறி ஓடுச்சு. அவன் கால்லகூட ஒன்னு ரண்டு ஓடு பட்டிருக்கும். ஒரு நிமசம் ஆடிப் போயி ஆளு நின்னுட்டான். அவன் நடுங்கறது மேல இருக்கற எனக்கே தெரியுது. அப்பறம் சுதாரிச்சுக்கிட்டான். 'ம். ஜெய் ஜொக்கம்மா' அப்படீன்னு கொரலெடுத்துக் கத்தறான். நான் அடங்கிக்கிட்டன். மரத்துல இருந்த காக்காய்வ மரத்த உட்டு எந்திருச்சுக் கத்திக்கிட்டே பறக்குதுவ. அவன் நடைய வேகமாப் போட்டான். ஒருமரம் தாண்டுன ஒடனே அடுத் தவன் என்ன மாதிரியே கொடத்தப் போட்டான். ஆறெடத்துல யும் கொடம் உழுந்துது. ஜொக்கம்மா ஜொக்கம்மான்னு சொல்லிக்கிட்டே ஆளுப் போறான். அது ஓட்டமா நடையான்னே தெரியல. ஆனா ஆளு ஊருக்குள்ள போவுல. எங்க கோயிலுப் பக்கந்தான் போனான்னாப் பாத்துக்கங்க . . ."

களியை மீண்டும் இரண்டு திருப்புத் திருப்பி இறக்கி வைத்தார். மேலுலைச் சட்டி அடுப்பில் பொருந்துவதற்கு ஏற்ற மாதிரி கற்களை லேசாக நகர்த்தினார். களிக்கு ஊற்றியது போக மீதமிருந்த நீரில் அன்றைக்குப் பறித்துக் கிள்ளி அலசி வைத்திருந்த குமிட்டி நக்கிரியைப் போட்டார்.

"அன்னைக்குக் குறி சொல்ற வேல இல்லாத போயிருச்சா? கோயில்ல போயிக் குறுக்கி மொடக்கிப் படுத்திருப்பான். எந்த மனசனுக்குத்தான் பயமில்ல குப்பணா . . ."

முத்து பேசிக்கொண்டே தொலித்து வைத்திருந்த வெங்காயத்தையும் மிளகாயையும் கொடுத்தான். குமிட்டிக்கு வெங்காயம் நிறையப் போட்டால் நல்ல ருசியும் மணமும் கூடும். மையாட்டம் கடைந்துவிட்டால் வட்டிலை வழித்து வழித்து நக்குவார்கள். 'வட்டலுத் தேஞ்சு போயரப் போவுது' என்று எங்காவது எளக்காரக் குரல் கேட்டால் அது குமிட்டிச் சாறுதான் என்று கண்டுகொள்ளலாம். அரிதாகவே குமிட்டி கிடைக்கும். கல்லூரில் யாரோ குத்துக்கடலை ஒரு செரவு மட்டும் போட்டிருந்தார்கள். வெளிர்பச்சை நிறக் கடலைச்செடிகளுக்கு நடுவே விரித்த கையாய்க் குமிட்டி அங்கங்கே நிற்பதைக் குப்பன் எப்படியோ கண்டுவிட்டார். மினுக்கம் காட்டிக் கண்ணை ஈர்ப்பதில் குமிட்டி வானத்து மீன்தான். குப்பன் காட்டுக்காரர்களிடம் கேட்டுத் தேடித் தேடிப் பறித்து வந்திருந்தார். அடுப்புப் புகைக்குள் கண்களைச் சுருக்கிக்கொண்டு வேலையை முடித்தார். துளிகூட

எண்ணெய் ஊற்றாமலே நெய் போட்டது போல மணம் வீசி நக்கிரி வெந்துகொண்டிருந்தது.

"இப்பத் தெரீது சாமீ... அப்பத் தெரீலியே. ஆளு கோயிலுப் பக்கம் போனதும் எங்களுக்கெல்லாம் ஒரே சந்தோசம். ஊரயே ஆட்டி வெக்கறவன இன்னக்கி நாம ஆட்டி வெச்சுட்டம டான்னு பேசிக்கிட்டு அன்னைக்கு வாங்கியாந்திருந்த சாராயத்த ஆளுக்கொரு மொடக்கு மறுபடியும் ஊத்திக் கிட்டுப் போயி ஊட்டுல கட்டயப் போட்டுட்டம். ராத்திரி வெகுநேரம் முழிச்சிருந்தமா, அதோட சாராயம் வேற உள்ள போயிருந்துதா, பச்சுப்பச்சுன்னு வெடிஞ்சதுகூடத் தெரியாத அப்படி ஒரு தூக்கம் பாத்துக்கங்க... வளவே கூடி ரவரவன்னு பேசுன சத்தம் காதுல உழுந்து எந்திருச்சுப் போயிப் பாத்தாக் கோயில்ல கோடாங்கி எந்திரிக்காத படுத்துக் கெடக்கறான். அன்னைக்கு மட்டுமில்ல, என்னைக்குமே அவன் குறி சொல்ல முடியாத போயிட்டான். கொடத்தப் போட்டப்ப ஜொக்கம் மான்னு சொல்லிக்கிட்டே வந்தானே தவுர அவன் மனசுல பயந்து அதிலயே போயிட்டான். எங்க வெளையாட்டு இப்பிடி வெனையாப் போவுமின்னு ஆரு நெனச்சா பாத்துக்கங்க... அதுல இருந்து நாலு பேரோட நான் சேர்றதும் இல்ல, வளவுல அதிகம் இருக்கறதும் இல்ல. அவனுக்கு முப்பது வருசந்தான் இருக்கும். கொழந்த குட்டி அவன நம்பி எத்தன இருந்துதோ. அநியாயமா ஒரு உயிர எடுத்துப்புட்டமேன்னு எம்மனசு இன்னம் மருவிக் கெடக்குது. எங்க போயி இந்தப் பாவத்தத் தீப்பன்? அதுலதான் சாமீ நான் மொடங்கிப் போயிட்டன் பாத்துக்கங்க. என்ன இருந்தாலும் அது கொலதான சாமீ... ஆறு பேரு சேந்து செஞ்ச கொல. அதனாலதான் என்னயவே ஒடுக்கிக்கிட்டு ஒரெடமாக் கெடந்தன். சின்னப் பண்ணயக்காரிச்சிக்காவ உங்களோட வரப் பொறப்பட்டன் பாத்துக்கங்க."

"ப்ச். அப்படி ஆயிப் போச்சா? நாம ஒன்ன நெனச்சுச் செய்வம், அது வேறொன்னா முடிஞ்சிரும். என்ன பண்றது? அதுதான் விதின்னு போவ வேண்டியதுதான். என்னய எங்கூட்ல எத்தன செல்லமா வளத்தாங்க. பத்து வெருசமாகற வரைக்கும் எங்காலு மண்ணப் பாத்தது கம்மிதான். ஆரு தோளு மேலயாச்சும் ஏறிக்கிட்டுத்தான் எங்கயும் போவன். கல்லு முள்ளுன்னு காட்டாத என்னயக் கண்ணுல வெச்சு வளத்தாங்க. காலம் முழுக்க இப்பிடித்தான் இருப்பமுன்னு நெனச்சன். என்ன ஆச்சு? எல்லாம் அப்படித்தான் குப்பணா... இத்தன வருசமாகியும் மறக்காத கஷ்டப்படறயே நீ நெசமே

நல்ல மனசந்தாப்பா... அப்பறம் கோடாங்கிய என்ன பண்ணுனீங்க?"

"அது இன்னொரு கஷ்டம் சாமீ... எந்தச் சீமையில இருந்து வந்த மவராசனோ அவன். ஆருக்குத் தெரியும்? அவங்களுக்கு ஊடாறு மாசம், நாடாறு மாசம். அந்தப் பக்கத்துல வேற ஆராச்சும் கோடாங்கியூடு இருக்கறாங் களான்னு தேடிப் பாத்தம். ஒருத்தரும் ஆப்படல. ரண்டு நாளுப் பாத்துட்டு எங்க சுடுகாட்லயே பொதச்சுப்புட்டம். இன்னக்கி வெரைக்கும் அந்தாளு ஊருப் பேரு சொந்தக் காரங்க எதும் தெரீல. வருசம் வருசம் கோடாங்கி யாராச்சும் வந்தா அவுங்ககிட்டக் கேட்டுப் பாக்கறம். ஒன்னும் தெரீல. அவங் குடும்பத்துல எங்கியோ ஆளு உசுரோட இருக்கறதாத் தான் நெனச்சுக்கிட்டு இருப்பாங்க பாத்துக்கங்க..."

நக்கிரியைக் கரண்டியாலேயே கடைந்தார் குப்பன். மத்து எடுத்து வரவில்லை. முடிந்தவரைக்கும் சுமையைக் குறைத்துக்கொள்ள வேண்டும் என்பது முத்துவின் எண்ணம். பெருமா எடுத்து வைத்த பாண்டங்களில் சிலவற்றை மட்டுமே பொறுக்கி எடுத்துக்கொண்டான். பெண்களுக்குத்தான் புழங்க ஏராளமான பாண்டங்கள் தேவைப்படுகின்றன. வீடு நிறைந் திருக்க வேண்டும். களியை வட்டலில் போட்டுக் குமிட்டிச் சாற்றை ஊற்றி அதன் மணத்தை முத்து உறிஞ்சியபோது சாவடிக்கு இரண்டு பேர் வந்தார்கள். 'வாங்கண்ணா களித் திங்கலாம்' என்று அவர்களை அழைத்தான் முத்து. 'இப்பத் தானப்பா ரண்டு வாயி உள்ள போட்டுக்கிட்டு வர்றம். நீங்க தின்னுங்க' என்று அவர்கள் பேச்சுக் கொடுத்தனர். ஓரமாய் உட்கார்ந்து குப்பன் களியைக் கையால் அளைந்து கொண்டிருந்தார். யாருடைய பேச்சும் அவர் காதுகளில் விழவில்லை.

4

மனசுக்குத் திருப்தி இல்லாமலே வண்டி நகர்ந்து கொண்டிருந்தது. இன்னும் கொஞ்சம் பார்க்கலாம் என்று தோன்றியபடியே இருந்தது. எதுவும் அமையாமலே போய்விடுமோ என்றும் பயம் வந்தது. வந்தபடியே திரும்பிப் போய் பெருமாவின் முன் நிற்க முடியாது. ஒற்றைப் பார்வையில் ஆளைப் பிய்த்து உதறிவிடுவாள். அவள் முடிவெடுத்தால் எடுத்ததுதான். 'என்னயும் எம் புள்ளைங்களயும் கங்காணாத சீமைக்குக் கூட்டிக்கிட்டுப் போயிரு. இல்லைன்னா எங்கழுத்துல கவுறு தொங்காது, கவுத்துல எங்கழுத்துத் தொங்கீரும் பாத்துக்க' என்று சொல்லியபின் அவள் ஒருவார்த்தையும் பேசவில்லை. அதுதான் முடிந்த முடிவு என்பதைப் பேச்சை நிறுத்தி யதன் மூலம் உணர்த்திவிட்டாள். ஏதாவது ஒரு அநாதி மேடாக, ஈக்குஞ்சுகூட எட்டிப் பார்க்காத காடாக இருந்தாலும் சரி, பார்த்துப் பேசி ஏற்பாடு செய்து விட்டுத்தான் ஊர்ப்பக்கம் போயாக வேண்டும்.

கல்லூரில் இருந்து விடிகாலையில் புறப்பட்ட பின் எங்கும் நிற்கவில்லை. அந்தப் பக்கம் முழுவதும் ஒரே மாதிரிதான் காடுகள். செம்மண் பூமி என்றாலும் தண்ணீர் ராசியே இருப்பதாகத் தெரியவில்லை. எங்கோ ஒரு கிணறு. அதிலும் குருவி குடிப்பதற்கு ஆகிற மாதிரி கொஞ்சூண்டு கிடக்கும். குடிக்கக்கூடத் தண்ணீர் இல்லாமல் குடத்தைத் தூக்கிக்கொண்டு ஆளாளுக்குக் கிணறு தேடி அலைகிற காட்சிகளை வழியெங்கும் பார்க்க முடிந்தது. கிணற்று ஏற்றக்காலில் நின்று சேந்தும் பெண்கள் கூட்டத்தையும் வாரிவெளியில் குடத்தை வைத்துக்கொண்டு 'சாமீ கொஞ்சம் மனசு வெய்யிங்க

சாமீ' என்று கெஞ்சிக்கொண்டிருக்கும் ஆள்காரப் பெண்களை யும் கண்டார்கள். பேயிடம் இருந்து தப்பித்துப் புலி வாயில் வந்து விழுந்த கதையாகிவிடக் கூடாது என்று நினைத்து வண்டியை நிறுத்தாமல் ஓட்டினான். பொழுது நெத்திக்கட்டைத் தாண்டியபோது ரட்டூருக்குள் நுழைந்துவிட்டார்கள். கோடாங்கி கதையைச் சொல்லி முடித்தபின் இதுவரை வாய்விட்டு இரண்டு வார்த்தை குப்பன் பேசவில்லை. ஏதாவது கேட்டால் ஒற்றைச் சொல்தான் மறுபேச்சாக வரும். அது நடந்து நாற்பது வருசமிருக்குமா? எப்பவோ நடந்த விஷயம் இப்படியா ஒரு மனுசனைப் பாடாய்ப் படுத்தும்? வெயிலேறும் முன் எங்காவது நிறுத்தி மாடுகளுக்குத் தண்ணீர் காட்ட வேண்டும். வயிற்றுக்குள் ஏதாவது போட வேண்டும்.

ரட்டூருக்குள் நுழைந்து கொஞ்ச தூரம் வந்ததும்தான் கவனித்தான். மாட்டுவண்டிப் போக்குவரத்து சாலையில் அதிகமாக இருந்தது. கூட்டுவண்டிகள் கூட்டிற்கு மேல் தீவனத்தைக் கட்டிக்கொண்டு அசைந்து போயின. இரட்டை மாட்டு வண்டிகள் சந்தைச் செலவுக் கூடைகளோடு உட்கார்ந் திருந்த பெண்களை ஏற்றிக்கொண்டு ஒன்றை ஒன்று மிஞ்சி ஓட்டம் போட்டன. சில வண்டிகளில் ஏற்றி நிறுத்திய ஆடுகளும் குட்டிகளும் இடைவிடாது கத்திக்கொண்டிருந்தன. ஆடுகளைக் கையில் பிடித்தபடியும் சந்தைக் கூடையைத் தலையில் வைத்த படியும் நடந்து போகும் கூட்டமும் இருந்தது. எல்லா முகங்களி லும் தென்பட்ட சந்தோசம் கண்டு முத்துவுக்கும் அவன் கவலைகள் மறந்து உற்சாகம் தொற்றிக்கொண்டது. இது ஒரு ஒட்டுவாரொட்டிச் சனியன். குப்பன் பார்வை இவற்றைக் கவனித்ததாகவே தெரியவில்லை. காட்டில் தனித்து இருக்கிற மாதிரியே அவர் முகம் இருந்தது. அவரையும் இந்தச் சந்தைச் சந்தோசத்திற்குள் இழுத்துப் போட்டுவிட வேண்டும் என நினைத்தான்.

"இன்னக்கி இங்க சந்தயாட்டம் இருக்குது குப்பணா. ஆமா என்ன கெழம இன்னைக்கு?" என்றான் முத்து.

"சாமீ... கெழமயெல்லாம் எனக்குத் தெரியாதுங்க. தெனமும் பொழுது கெழக்க கௌம்புது, மேக்க போயிச் சாயுது. ராத்திரி வந்திருது. மறுபடியும் பொழுது கௌம்பும். அவ்வளவுதான் சாமீ எனக்குத் தெரியும். கெழமயத் தெரிஞ்சு நானென்ன செய்யறன் பாத்துக்கங்க. நீங்க இன்னைக்குத்தான் சந்தோசமா இருக்கறாப்பல தெரியுது. அதனால இன்னைக்கிச் சந்தோசமான நாள்னு நெனச்சுக்குவன் பாத்துக்கங்க" என்று குப்பன் சொல்லவும் முத்துவுக்கு அடக்க முடியாமல் சிரிப்பு வந்துவிட்டது.

"இப்படியுமா இருப்ப குப்பணா... நீ ஒரு திருவாத்தாந்தான் போ. என்னமோ சந்தக் கூட்டத்தப் பாத்ததியும் நெஞ்சுக்குக் கொஞ்சம் தெம்பா இருக்குது" என்று சொல்லிவிட்டு மனதுக்குள் கணக்குப் போட்டான். ஊரிலிருந்து புறப்பட்டு மூன்றாவது நாள். ஞாயிற்றுக்கிழமை காலையில் கோழி அடித்திருந்தார்கள். கறிச்சாறு குடித்துவிட்டுத்தான் வண்டியைக் கட்டினான் முத்து. சோத்துச் சட்டியில் சோற்றையும் சாற்றையும் ஊற்றி மத்தியானத்திற்குத் தின்னக் கொடுத்திருந்தாள் பெருமா. கறிச்சாற்றுக்குப் பேய் அண்டும் என்று வேப்பிலையையும் அடுப்புக் கரியையும் முடிந்து கூடையில் வைத்துவிட்டாள். ஞாயிறு, திங்கள் இரண்டு நாள் இரவு வெளித்தங்கல் நேர்ந் திருக்கிறது. இன்றைக்குச் செவ்வாய்க்கிழமை. கரட்டூரைப் போலவே ரட்டூரிலும் செவ்வாய்ச் சந்தைதான். தனக்கு முன் போய்க்கொண்டிருந்த இரட்டை மாட்டு வண்டி ஒன்றைப் பின்தொடர்ந்து ஓட்டினான். அது சந்தைக்கு வெளியே இருந்த பெரிய மைதானத்தில் போய் முடிந்தது. அங்கே ஏராளமான வண்டிமாடுகள் நின்றிருந்தன.

மைதானத்தின் ஓரப்பக்கத்தில் இரண்டிரண்டு தாழிகள் வைத்துப் பெண்கள் தண்ணீர் ஊற்றிக்கொண்டிருந்தார்கள். மாடுகளை அங்கே பிடித்துப் போனான். பெண்கள் ஓடி வந்தார்கள். 'இங்க வாங்க சாமீ' என்று ஒவ்வொருவரும் அவன் கையைப் பிடித்து இழுக்காத குறையாக அழைத்தார்கள். 'பருத்திக்கொட்ட தவுடு எல்லாம் போட்ட தாழி சாமீ. ஒரு மாட்டுக்கு ஒரு ருவாதான்' என்று அவனுக்கு முன் நின்று ஏககாலத்தில் சொன்னார்கள். சந்தையில் மாட்டுத் தாழி ஏவாரம் செய்பவர்கள் பெரும்பாலும் பண்ணார் பெண்கள். இரண்டு மூக்குத்திகளைப் போட்டுக்கொண்டு முழங்கால் வரை புடவை கட்டிக்கொண்டிருந்த அந்தப் பெண்களும் அப்படித்தான் தெரிந்தார்கள். நடுத்தர வயதிலிருந்த ஒரு பெண்ணைப் பார்த்து 'தவுடு பருத்திக்கொட்டயெல்லாம் நெறையப் போடோனும் என்ன?' என்றான். 'அதெல்லாம் மாட்டுக்குத் தக்கன போடுவங்க சாமீ... வாயில்லாச் சீவனுக்கு வஞ்சன பண்ணுவங்களா?' என்றாள் அவள். அவள் தாழிதான் என்றானதும் மற்ற பெண்கள் அவனை விட்டு வேறு ஆட்களைத் தேடி ஓடினார்கள்.

நல்ல பெரிய மண்தாழிகள். பருத்திக்கொட்டைப் பால் அரைப்படிக்குத்தான் ஊற்றினாள். தவிடும் அரை முறம் அளவுதான் இருக்கும். 'இன்னங் கொஞ்சம் போடம்மா' என்று அவன் எவ்வளவு கேட்டும் அவள் மசியவில்லை. 'கட்டாது சாமீ... பருத்திக்கொட்ட ஒரு மனுவு விக்கற

வெல உங்களுக்குத் தெரியாதா? தவுடு மட்டும் சும்மாவா வருது சொல்லுங்க' என்றாள். கடைசியில் இன்னும் ஒரு ரூபாய் சேர்த்துத் தருவதாகச் சொல்லி அரைப்படி பருத்திக் கொட்டையும் தவிடு அரை முறமும் சேர்த்துப் போடச் செய்தான். மாடுகள் அதற்குள் தாழியை நோக்கி இழுக்க ஆரம்பித்துவிட்டன. இதையெல்லாம் பார்த்துக்கொண்டிருந்த குப்பன் ஓடிவந்தார். 'வண்டிக்கிட்டயே இரு குப்பணா. முடிச்சோக்கிப் பசங்க இங்கதான் எச்சு. கொஞ்சம் ஏமாந்த முன்னா கொட்டயவே முடிச்சோட அறுத்துக்கிட்டுப் போயிருவானுவ' என்று அவரை வண்டிக்கே அனுப்பினான். 'கோமணத்த இறுக்கிக் கட்டிக்கங்க சாமீ' என்று அந்தப் பெண் சிரித்தாள். அவளிடம் பேச்சை வளர்த்தக் கூடாது என்னும் எச்சரிக்கையில் மெல்லச் சிரித்தபடி மாடுகளைப் பார்த்தான்.

மாடுகள் இரண்டும் தண்ணீருக்குள் உழும்பித் தவிட்டை அரித்துத் தின்று பின் குடித்தன. பாதி குடித்து முடித்ததும் அந்தப் பெண் அருகில் வைத்திருந்த குடத்துத் தண்ணீரைத் தூக்கி ஊற்ற வந்தாள். முத்து வேண்டாம் எனத் தடுத்து விட்டான். இந்த ஏமாற்று வேலைகள் அவனுக்கு நன்றாகத் தெரியும். குடித்துக்கொண்டிருக்கும்போதே பாதியில் இன்னொரு குடம் தண்ணீரை ஊற்றிவிட்டால் ருசி மாறிப் போகும். மாடு குடிப்பதை நிறுத்திவிடும். தண்ணீரும் மிச்சம். உள்ளே இருக்கும் பருத்திக்கொட்டையும் தவிடும் மிச்சம். ஒருதாழித் தண்ணீரையும் மாடுகள் குடித்தபின் தண்ணீரை ஊற்றச் சொன்னான். வெறும் தண்ணீரில் வாய் வைத்த மாடுகள் ஒருவாய் உறிஞ்சிவிட்டுத் திரும்பிக்கொண்டன. அவளிடம் மூன்று ரூபாயைக் கொடுத்துவிட்டு மாடுகளை வண்டிக்கருகே பிடித்து வந்தான். நுகத்தடியின் இருபுறமும் இரண்டையும் கட்டிவிட்டு மைதானத்தைச் சுற்றிக் கண்ணோட்டினான்.

சந்தைக்கும் மைதானத்துக்கும் இடையே இருந்த சுவரை ஒட்டி ஐந்தாறு தட்டுக்கடைகள் தெரிந்தன. 'கத்த நாலணா நாலணா' என்று ஆட்கள் கூவிக்கொண்டிருந்தார்கள். அங்கே போனான். சந்தையில் தட்டு விற்பவர்கள் மரமேறிகளாகவே இருப்பார்கள். தோட்டம் காடுகளில் போய்ச் செரவுக் கணக்கில் மொத்தமாகப் பேசி அறுத்துச் சந்தைக்குக் கொண்டு வருவார்கள். பனையேறாத பருவத்தில் இது அவர்களின் இன்னொரு வேலை. பச்சைத்தட்டை மாடுகள் பார்த்துப் பல நாளிருக்கும். இன்றைக்கு வயிறாரத் தின்னட்டும் என்று நினைத்தான். தட்டுகள் எல்லாம் முத்தலும் இல்லாமல் பிஞ்சும் இல்லாமல்

நடுத்தரமாக இருந்தன. விற்பனைக்கு இதுதான் ஏற்றது என்று பக்குவமாக அறுத்து வருவதில் மரமேறிகள் கெட்டி. எல்லாக் கத்தைகளும் சொல்லி வைத்த மாதிரி ஒரே அளவில் இருந்தன. இரண்டு ரூபாய்க்கு எட்டுக் கத்தைகள் வாங்கினான். ஒரு கத்தை மாட்டுக்கு இரண்டு வாய்தான் வரும். ஒவ்வொன்றுக்கும் இரண்டு கத்தை எனப் பிரித்துப் போட்டான். மிச்சம் நான்கு கத்தைகளைக் குப்பன் வண்டியில் எடுத்து வைத்தார்.

“இன்னைக்குத்தான் சாமீ... இப்பிடி ஒரு சந்தையப் பாக்கறன். தண்ணியக்கூட விக்கறாங்க பாருங்களே.”

“குப்பணா ... மாட்டுத் தண்ணி மட்டுமில்ல, மனசனுக்கும் குடிக்கத் தண்ணி ஒரு கௌாசு ஒரு பைசான்னு இங்க விப்பாங்க. தேவ இருக்கற எடத்துல எதையும் விக்கத்தான் செய்வாங்க. கட போட்டிருக்கறவங்க, செலவு வாங்க வர்ரவங்க எல்லாம் தாகம் எடுத்தா என்ன செய்வாங்க? உள்ள போயிப் பாரு கொடமும் கௌாசும் வெச்சுக்கிட்டுப் பத்துப் பாஞ்சு பொம்பளைங்க ஏவாரம் பண்ணுவாங்க. செரி, மாட்டு வவுத்துக்கு ஏற்பாடு பண்ணீட்டம். மனசன் வவுத்துக்கு எதுனாப் பாப்பமா?”

வயிற்றைத் தடவிக்கொண்டே முத்து கேட்கவும் குப்பனுக்குச் சிரிப்பு வந்துவிட்டது. ‘அதான் தண்ணி ஊத்தி வெச்ச களி இருக்குதுங்களே சாமீ’ என்றார். ‘அது இருக்கட்டும், மத்தியான வெயிலுக்குக் கரச்சுக் குடிச்சா எதமா இருக்கும். இப்பச் சந்தையில புட்டுக்கட இருக்கும். ஆளுக்கு நாலு புட்டுத் திங்கலாம் குப்பணா ... இங்க புட்டுக்கு வெக்கற கூட்டுச்சாறு அப்பிடி ஒரு ருசியா இருக்கும். ஊத்த ஊத்தக் குடிச்சிக்கிட்டே இருக்கலாம்னு தோனும்’ என்று சொன்ன முத்து கண்ணுக்கு எட்டுகிற மாதிரி கடை இருக்கிறதா என்று பார்த்தான். துணிப் படுதாவைக் கீற்றுப் போல நிறுத்தி மைதானத்திற்குள்ளேயே ஒரு கடை தெரிந்தது. வட்டிலை எடுத்துக்கொண்டு முத்து போனான். புட்டு ஒன்று நாலணா. இரண்டு கைகளையும் விரித்து வைத்த அளவு பெரிய புட்டு. நான்கை வட்டலில் வாங்கிக்கொண்டு எட்டுப் புட்டுகளுக்குப் பணம் கொடுத்துவிட்டு வந்தான். வண்டிக்கருகில் முத்து நின்றுகொண்டு குப்பனை அனுப்பினான். அவர் தின்னும் தடச்சட்டியில் புட்டை வாங்கிக்கொண்டு வந்தார். முத்து சொன்னது போலவே கூட்டுச்சாறு வழித்து வழித்து நக்குகிற மாதிரி நல்ல ருசி.

‘போன தேர் நோம்பிக்குப் புட்டுத் தின்னதுதான் சாமீ ... நெல்லஞ்சோத்துக்கே வழியக் காணாம். புட்டுக்கு எங்க போறது?

எதோ இன்னக்கிச் சாமி புண்ணியத்துல திங்கறன்' என்று சொல்லிக்கொண்டே தின்றார். இருவரும் மாறி மாறி கூட்டுச் சாற்றுக்குப் போய் வந்தார்கள். இன்னும் தின்ன ஆசையாக இருந்தாலும் வயிறு இடம் கொடுக்கவில்லை. இரண்டு நாளுக்குப் பின் வயிறாரவும் நாக்குக்கு ஒனத்தியாகவும் உண்ட திருப்தி வந்தது. சந்தை நுழைவாயிலிலேயே இருந்த பொரிக்கடையில் பொரிகடலை இரண்டு பக்காவும் கச்சாயம் நான்கைந்தும் வாங்கிக்கொண்டான். வாய் பொக்குனு இருக்கும்போது ஒருவாய் அள்ளிப் போட்டுக்கொள்ளலாம்.

அங்கே இருந்த வண்டிக்காரர்களிடம் முத்து பேச்சுக் கொடுத்தான். ஆட்டு ஏவாரிகளும் சில பேர் சுற்றிக்கொண்டிருந்தார்கள். ஆட்டு ஏவாரம் பொழுது ஏறுவதற்குள் முடிந்து போகும். அதனால் வேலை முடிந்து தரகுப் பணத்தை எண்ணிய படி அவர்களும் புட்டுக்கடைகளின் பக்கம் ஒதுங்கினார்கள். முகத்தைப் பார்த்துச் சிலரைத் தேர்ந்தெடுத்து அவர்களிடம் பேசினான். முத்து எதிர்பார்க்கிறபடியான நிலம் வேண்டுமென்றால் செல்லிக்குன்றுப் பக்கம் போகலாம் என்று சிலரும் சேத்தூர்ப் பக்கம் போகலாம் என்று சிலரும் சொன்னார்கள். குழப்பத்தோடு வண்டியைக் கட்டினான் முத்து.

❁

5

வயதானவரான ஆட்டு ஏவாரி ஒருவர் புட்டுக் கடைச் சாற்றைச் சப்புக்கொட்டி உறிஞ்சியபடி சொன்னார்.

"செல்லிக்குன்னுப் பக்கம் நெலம் சலுசாக் கெடைக்குது. கொஞ்சம் பாடுபட்டா நெலத்தத் திருத்திக் குச்சிக்கெழங்கு போடலாம். ஒருவருச வெள்ளாம. குச்சிய நட்டுட்டா அப்பறம் ஒரு வேலையும் கெடையாது. ராஜா மாதிரி தெனமும் ஒருக்காக் காட்டச் சுத்தி வந்தாப் போதும். அதுக்குத்தான் இப்ப நல்ல கெராக்கி. மலயூருப் பக்கமிருந்து ஏவாரிங்க வந்து அப்படியே காட்டோட பேசி வாங்கிக்கிட்டுப் போறாங்க. அதனால நெறையப் பேரு இங்கிருந்து மேல போறாங்க. ஆனா நெலத்துக்குப் பட்டாகிட்டா ஒன்னும் இருக்காது. நெலத்த வாங்குனதுக்கு அப்பறம் கொஞ்சம் காசு செலவு பண்ணி நாமதான் பட்டா வாங்கிக்கோனும்."

இன்னொரு ஏவாரி "சேத்தூருப் பக்கம் போனாலும் நெலம் சலுசுதான். எங்க பாத்தாலும் காடாக் கெடக்குது. ஒடம்பு வளஞ்சு பாடுபடத்தான் அங்க ஆளில்ல. காட்டத் திருத்தோணும். நீங்க குடியானவரு. பாறையக்கூட வெளைய வெச்சிருவீங்களே. அந்தப் பக்கம் போங்க. நாலஞ்சு வெருசம் கஷ்டப்பட்டாலும் தெம்பாயிரலாம். பாடுபட்டாக் குச்சிக்கெழங்கும் போடலாம். பருத்தி, குத்துக்கடலயும் போட்டெடுக்கலாம். அதென்ன, நெல்லே நடலாம். தண்ணி கரும்பாட்டம் இருக்கும். ஆடு புடிக்க அந்தப்பக்கம் போயிப் பலநாளுச் சுத்தியிருக்கறன். அருமையான மண்ணு" என்று நம்பிக்கையாகச் சொன்னார்.

எந்தப் பக்கம் போவதென்றாலும் இன்னும் வெகுதூரம் பயணப்பட வேண்டும் என்று தெரிந்தது. முத்தண்ணனுக்குக் குன்று மேலேறி விவசாயம் செய்வதில் ஆர்வமில்லை. ஒரே ஒருமுறை செல்லிக்குன்றுப் பக்கம் போயிருக்கிறான். நல்லூருக்குப் பருத்திப் பாரம் ஏற்றிக்கொண்டு போனபோது ஒருநாள் அங்கே தங்கல் போடுகிற மாதிரியாயிற்று. பருத்தியை இறக்கிவிட்டுத் திரும்ப அரிசிப் பாரம் ஏற்ற ஒருநாள் காத்திருக்க வேண்டும் என்று சொல்லிவிட்டார்கள். கூட வந்த வண்டிக்காரன் கன்னையன் செல்லிக்குன்றுப் பக்கம் மாடுகள் சம்பலாகக் கிடைக்கிறது என்று சொல்லிப் பார்த்துவரக் கூப்பிட்டான். அப்போது போனான் முத்து. நல்லூரிலிருந்து துருவூர் போகும் சாலையில் பொட்டூர் குன்றே வரை வண்டியை ஓட்டிப் போய் அடிவாரத்தில் தோட்டம் ஒன்றில் நிறுத்திவிட்டு மலையேறினார்கள். அது பனிக்காலம். மட்ட மத்தியானத்திலேயே குளிர் பொறுக்க முடியவில்லை. வேட்டியும் மேல்துண்டும் தவிர ஒன்றுமில்லாத வெற்றுடம்பு. இராத்திரியில் இருந்தால் நடுங்கிச் செத்துவிட நேரும். அங்கிருந்தவர்களே உடலை முழுக்க மூடிக்கொண்டு இருந்ததைப் பார்த்த பிறகுதான் இப்படி வந்தது தப்பு என்று தோன்றியது. வந்ததற்காக நான்கைந்து ஊர்களில் பார்த்தும் மாடு ஒன்றும் பிடிக்கவில்லை. எல்லாம் சித்துமாடுகள். உடல் சிறுத்து அதற்கேற்ற மாதிரி கொம்புகளும் மெலிந்து தெரிந்தன. மூக்குறிஞ்சிக் கொண்டு முகச் சோர்வுடன் நின்றன. மலைச் சரிவு மொடக்கு அணைப்புகளில் உழவோட்டத்தான் அவை ஆகும். பேரணைப்புகளில் உழவோட்டினால் ஒரு விலா அறுப்பதற்குள் முடங்கிப் படுத்துவிடும். போனதற்குப் பலனாக ஆளுக்கொரு பலாப்பழத்தைச் சுமந்துகொண்டு பொழுது இறங்குவதற்குள் கீழே வந்துவிட்டார்கள்.

வெள்ளாமைக்காடு என்றால் பரவலாகத் தெரிய வேண்டும். ஒருபக்கம் நின்று பார்வை ஓட்டினால் கண்ணுக்குள் எல்லாம் வந்து விழ வேண்டும். மாடு கன்றை மேய்ச்சலுக்குக் கட்டினால் பார்வையிலேயே இருக்க வேண்டும். நாய்க்கும் நரிக்கும் ஆடுமாடுகளைப் பலியாக்க முடியாது. குன்றுப்பக்கப் பிழைப்பு எப்படி என்பது போயிருந்து பார்த்துத்தான் தெரிந்துகொள்ள வேண்டும். குன்றுப்பக்கம் மேடும் பள்ளமும். சரிவுகளில் வெள்ளாமை வைப்பது ஒரு பிழைப்பா? காட்டுக்குள் காலாற நடந்துவரலாம் என்றுகூடப் போக முடியாது. பிள்ளைகளை எல்லாம் பனிக்குளிருக்குப் பழக்கப்படுத்துவது கடினம். யாருக்காவது ஏதாவது ஒன்று ஆகிவிட்டால் பெருமாவுக்குப் பதில் சொல்ல முடியாது. எல்லாம் அவன் மனதில் ஓடின.

குப்பனிடம்கூட ஒன்றும் சொல்லவில்லை. ஆனால் சேத்தூர் போகும் சாலையில் வண்டி திரும்பிவிட்டது.

"என்னங்க சாமீ . . . சந்தையில அப்பிடிப் பயப்படறீங்க. மனசன் அத்தன மோசமா? நான் காட்டுக்குள்ளயே கெடந்தது எவ்வளவு நல்லது பாத்துக்கங்க."

"அப்பிடி இல்ல குப்பணா . . . கையில ரண்டு காசு இருந்தாச் சந்தையிலயும் தேர்க்கூட்டத்திலயும் ஓசிச்சித்தான் போவோனும். நம்மகிட்ட நல்லாப் பேசிக்கிட்டு இருக்கற மாதிரி தெரியும். மை போடுவானோ என்னமோ. நம்மளப் பாக்கறாப்பல இருக்கும். அவ்வளவுதான். கண்ணக் கட்டிப் புட்டு உள்ளதப் புடுங்கீருவானுங்க."

"நான் என்னத்தக் கணடங்க. தங்காதான் சந்தசாரிக்குப் போறது, துணிமணி வாங்கறது எல்லாம். எனக்கு என்ன வேண்டியிருக்குது? ரண்டு கோமணத்துணி இருந்தாப் போதும். பட்டிப் பொங்கலுக்கு ஒன்னு தேர் நோம்பிக்கு ஒன்னுன்னு வருசத்திக்கி ரண்டு வேட்டி துண்டு பண்ணயக்காரரூடு எடுத்துத் தருவாங்க. அதயே கட்டறது கெடையாது. உங்களோட பொறப்பட்டதுக்கப்பறந்தான் இப்ப மூனு நாளா வேட்டியோட இருக்கறன் பாத்துக்கங்க."

வேட்டியோடு இருப்பது சம்பந்தமில்லாத ஏதோ ஒன்று தன் தோல்மீது படர்ந்துவிட்டது போலக் குப்பனுக்குத் தோன்றிக் கொண்டிருப்பதை முத்து கவனித்திருந்தான். வேட்டியை மடித்துக் கட்டியபடி கொஞ்சநேரம் இருப்பார். அப்புறம் அவிழ்த்துவிடுவார். இடுப்புக் கட்டை அடிக்கடி அவிழ்த்துக் கட்டிப் பார்ப்பார். வேனல் காலம் என்பதால் எங்கு படுத்தாலும் வேட்டியை அவிழ்த்து வைத்துவிட்டு வெறும் கோவணத்தோடு வண்டியின் மேல் வானம் பார்த்துப் படுத்துத் தூங்குவார். அவன் என்ன சொல்லியும் தோளில் துண்டு போட மறுத்து விட்டார். 'உங்களுக்கு முன்னால நானும் துண்டு போட்டுக் கிட்டு நின்னன்னா உங்க மதிப்பு என்னாவறது' என்று சொல்லி விட்டார். முத்து பாரவண்டி வேலைக்குப் போனபின்தான் வேட்டிக்குப் பழகினான். அதற்கு முன் அவனும் கோவணம்தான். ஏழெட்டு வயதுவரைக்கும் அதுகூட இல்லாமல் திரிந்தான். 'இன்னம் மணியாட்டிக்கிட்டுத் திரியறான் பாரு' என்று சொல்லி அம்மா கோவணம் கட்டிப் பழக்கிவிட்டாள். தினமும் கோவணத்தை மாற்றிவிடுவாள். அப்போது விரல்களைக் குவித்து அவன் மாணியைத் தொட்டு அந்தக் கைக்கு முத்தம் கொடுப்பாள். 'எந்த மவராசிக்குக் குடுத்து வெச்சிருக்குதோ' என்று சிரிப்பாள். முத்துவுக்கு ஒன்றும் புரியாது.

மீசை அரும்பு கட்டத் தொடங்கிய வயதில் நச்சூரிலிருந்து வந்திருந்த அத்தை புருசன் ‘இங்க வாடா மாப்ள’ என்று அன்பாகக் கூப்பிட்டார். அவனும் ஆசையாகப் போனான். ‘என்னடா கோமணம் கட்டற’ என்று பேசிக்கொண்டே சட்டென உருவிவிட்டார். வாசலில் பத்துப் பேருக்கு மேல் இருந்தார்கள். முத்து அழுதுகொண்டே ஓடி அம்மாவுக்குப் பின்னால் ஒளிந்துகொண்டான். ‘மாமனுக்கு உம்மாணியப் பாக்கோணும்னு ஆச கண்ணு. பாத்துட்டுத்தான் பொண்ணுக் குடுப்பாரு’ என்று சொல்லி அம்மா சமாளித்தாள். அந்த அவமானம் முத்துவுக்குத் தாங்க முடியவில்லை. அந்த அத்தை வீட்டுப் பக்கம் வெகுகாலம் காலெடுத்து வைக்கவே இல்லை. அதற்கப்புறம் பெரியண்ணன் கோவணம் கட்டும் முறையைச் சொல்லிக் கொடுத்தார். பின்பக்க வாலை அரணாக் கயிற்றுக்கு மேலே கொண்டுபோய் நுழைத்து உள்பக்கமாக இழுத்து விட்டுக்கொண்டால் போதும். யார் உருவினாலும் கோவணம் இறுகுமே தவிர அவிழ்ந்துவிடாது. இன்றைக்கு வரைக்கும் அப்படித்தான் கோவணத்தைக் கட்டுவான் முத்து. வேட்டி பழகுவதும் கஷ்டமாகவே இருந்தது. இப்போது அதுவும் அவனுக்குத் தொந்தரவாக இல்லை.

“அது செரி குப்பணா. நாலு பக்கம் போனாத்தான என்ன வரவு, என்ன செலவுன்னு எல்லாந் தெரியும். இன்னைக் குச் சந்தையில எவ்வளவு செலவாச்சு தெரீமா? மாட்டுத் தாழிக்கு மூனு ரூவா. தட்டுக்கு ரண்டு ருவா. புட்டுத் தின்னது ரண்டு ருவா. பொரிகடலயும் கச்சாயமும் ஒன்னார் ருவா. மொத்தம் பாரு எட்டார் ருவா ஆயிருச்சி. எனக்கே மனசு ஆறுல. இன்னமே இப்பிடிச் செலவு பண்ணக் கூடாது குப்பணா . . . அப்பறம் காட்டுக்காசத் தின்னே தீத்துருவம்.”

குப்பன் ஒன்றும் சொல்லவில்லை. ஆனால் சிரிப்பைக் கட்டுப்படுத்த முடியவில்லை. மிகவும் சிரமப்பட்டுச் சத்தம் வெளித் தெரியாமல் கட்டுப்படுத்திச் சிரித்தார். தலையை அண்ணாந்து முகத்தை மறைத்துக்கொள்ளவும் முயன்றார். வண்டியை ஓட்டிக்கொண்டே ஓரப் பார்வை பார்த்த முத்து அவர் சிரிப்பைக் கண்டுவிட்டான். அந்தச் சிரிப்புக்கு என்ன அர்த்தம்?

“என்ன குப்பணா. . . இப்படிக் கஞ்சனா இருக்கறாருன்னு சிரிக்கறயா? நீ மட்டுமில்ல, எல்லாரும் குடியானவன்னாக் கஞ்சன்னுதான நெனைக்கறாங்க. எதுனாலும் சொல்லு.”

“நீங்க கஞ்சமில்ல சாமீ . . . கருத்தாத்தான் இருக்கறீங்க. இல்லீன்னா நாலு பேருக்கு மத்தியில நீங்க பொழைக்க முடியுமா? எங்களாட்டமா நீங்க? அதுக் கில்லைங்க . . . எங்கூருச் சாமி ஒருத்தரு நெனப்புக்கு வந்துட்டாரு. அதான் சிரிப்பு வந்துச்சு.”

“அதென்ன குப்பணா . . . சொல்லு தெரிஞ்சுக்கறன்.”

“நீங்க ஒன்னும் வித்தியாசமா நெனச்சுக்கக் கூடாது. நடந்ததத்தான் சொல்றன்.”

“எங்கூட மூனு நாளா இருக்கறயே. உனக்குத் தெரிலீயா எங்கொணம்? நீ எது சொன்னாலும் ஒன்னும் நெனச்சுக்க மாட்டன். இந்த ஊரையே உட்டுத் தூரப் போயிரணும்னு தான இந்தப் பாடு படறன். சொல்லு, உம்பேச்சுத்தான் எனக்குக் கொஞ்சம் தெம்பா இருக்குது.”

வண்டியின் வேகத்தைக் குறைத்துக் குப்பன் சொல்லும் கதையைக் கேட்கத் தயாரானான் முத்து. சாலை சமமாகப் போய்க்கொண்டிருந்ததால் மாடுகள் சாவகாசமாக நடை போட்டன. சக்கரம் அச்சிலிருந்து நகர்ந்து கடையாணியை முட்டித் திரும்பும் சத்தம் மட்டும் லேசாக வந்துகொண்டிருந் தது. குப்பன் கூச்சத்தோடு தொடங்கினாலும் போகப் போகப் பேச்சு வேகமெடுத்துவிட்டது.

“எங்கூர்ல மொசையன்னு ஒருத்தரத் தெரியுமா சாமீ உங்களுக்கு? எங்க பண்ணயக்காரரூட்டுக்கு மேக்காலக் காடு. ரண்டு கொட்டாயி இருக்கும் பாருங்க. ஒன்னு தட்டூடு. ஒன்னு ஓலக்கொட்டாயி. அந்தக் காட்டுக்காரருதான். சின்ன வயசுல மொச வேட்டைக்குப் போனப்ப மொதப் புடிச்ச மொசல எடுத்துக்கிட்டு எல்லார்த்தயும் உட்டுட்டு ஊட்டுக்கு ஓடியாந்திட்டாராமா. பையன் எதோ பயந்துக்கிட்டு ஓடிப் போயிட்டான்னு எல்லாரும் நெனச்சிருக்கறாங்க. மொசல அவுங்க அம்மாகிட்டக் குடுத்துச் சுத்தம் பண்ணி வறுவல் போட்டுத் தின்னுட்டுத் தூக்கமே போட்டுட்டாரு. வேட்டைக் குப் போனவங்க வந்து பாத்தா வெறுஞ்சட்டிதான் இருந்துது பாத்துக்கங்க. அதனால அவருக்கு அந்தப் பேரு. சின்ன வயசுல இருந்து அவரு கொணம் மாறுல பாத்துக்கங்க.

“எங்க வளவுல இருந்து ரங்கந்தான் அவுங்க பண்ணயம் கட்டுனான். வருசம் வருசம் அவருகிட்ட மாராயம் வாங்கறதுக் குள்ள போதும் போதும்னு ஆயிரும். பண்ணயம் கட்டற ஊட்ட உட்டுட்டு எங்க போவான்? ஒரு வெருசங்கூடப் பேசுனபடிக்கு ஒருமொடாத் தவசம் குடுத்ததில்ல. மாராயம்

குடுக்கலீன்னா எப்பிடிப் பொழைப்பான்? அவனும் ஒரு நாளைக்கி ரண்டு நேரமாச்சும் சோறு திங்கோனுமில்ல. அப்பத்தான காட்டுல வந்து பாடுபட முடியும். இப்ப நீங்களுந் தான் இருக்கறீங்க. எதுன்னாலும் எனக்குக் குடுக்காத திங்கற தில்ல. வித்தியாசமா பாக்கறீங்க? சொல்லப் போனா எம் வவுத்துக்குப் போவத்தான் உங்களுக்குன்னு சொல்லலாம். ஆனா அவுரு அப்பபடியில்ல. கஞ்சருனா அப்படி ஒரு கஞ்சரு பாத்துக்கங்க."

முத்துவின் முகத்தைக் கொண்டு மனதைப் படிக்கக் குப்பன் முயன்றார். அதைப் பொறுத்து மேலே சொல்லப் போவதை நீட்டவும் குறைக்கவும் அவருக்குத் தெரியும். கதை கேட்கும் ஆர்வம் முத்துவின் முகத்தில் ஓடியதைக் கண்டார்.

"சில பேரு அப்பிடித்தான் குப்பணா. என்னமோ செத்துப் போவும்போது எல்லாத்தயும் தூக்கிக்கிட்டுப் போவப் போறாப்பல நெனச்சுக்கறாங்க. ராத்திரிப் பகலுன்னு பாக்காத எதுக்கும் கூப்பிட்டா ஓடி வர்றவனுக்குக் குடுக்காத எப்பிடி?"

"அதான் பாருங்க சாமீ . . . அதுமில்லாத அந்த வெருசம் காட்டுவேல எதுக்கும் வர வேண்டாமுன்னு சொல்லீட் டாருங்க. அவரு, அவரு பொண்டாட்டி, பையனுங்க, பிள்ளைங்க எல்லாரும் சேந்து வேல செஞ்சுக்கறம் அப்பிடின் னுட்டாருங்க. அதிக வேல இருந்தாக் கூப்படறது, இல்லீனா வேண்டான்னு சொல்லீர்றது. ரங்கன் என்னதான் செய்வான்? வேற ஒரு பண்ணயத்துக்கும் போவ முடியாது. கட்டிக்கிட்டு இருக்கறவன் உடுவானா? அந்த வெருசம் செருப்புக்கூடத் தெச்சுத் தர வேண்டாமுன்னுட்டாரு. அவரு செருப்பக் கையில தூக்கிக்கிட்டு நடக்கறவரு பாத்துக்கங்க. ஒரு வெருசம் கட்டிக் குடுத்தா செருப்பு நாலஞ்சு வெருசத்துக்கு வரும். தவசமே தர மாட்டீன்னுட்டாரு. ரங்கனும் எவ்வளவோ போராடிப் பாத்துட்டுப் பேசாத வந்துட்டான். நாலு ஊட்ல எரந்து குடிச்சாலும் செரி, இந்தப் பொழப்பு ஆவாதுன்னு அவரு ஊட்டுப் பக்கம் மாராயம் கேட்டுப் போறத உட்டுட்டான்."

"அப்படின்னா சோத்துக்கு என்ன பண்ணுனான்?"

"அதயேன் கேக்கறீங்க சாமீ . . . ரண்டு ஆட்டுக்குட்டியும் ஒரு எருமக்கன்னும் வெச்சுக்கிட்டு அங்கயும் இங்கயும் மேச்சுக்கிட்டுக் கெடந்தான். ஆரு காட்டுக்காச்சும் கூலி வேலைக்குக் கூப்பிட்டாப் போவான். அவன் பசவ ரண்டு பேரும் ஆடு மேய்க்கறதுக்குப் பண்ணயத்துல இருந்தாங்க. அப்பிடித்தான் ஓடுச்சு அவன் பொழப்பு. ரண்டு மூனு வருசம்

போயிருச்சு. அந்த வெருசம் மொசையரூட்டுப் பிள்ளக்கிக் கலியாணம் கூடியிருச்சு. கலியாணத்துல செருப்புத் தொட வெக்கற சாங்கியம் இருக்குதுங்களே. பொண்ணூட்டுக்காரப் பண்ணயத்தாளுத்தான் பொண்ணுக்கும் மாப்பளைக்கும் செருப்புத் தெச்சுக் கொண்டாந்து போடோனும். அப்பத்தான் ரங்கன் நெனப்பு அவருக்கு வந்துது பாத்துக்கங்க. ரங்கனத் தேடிக்கிட்டு எங்க வளவுக்கே வந்துட்டாருன்னாப் பாத்துக்கங்க. பிள்ள கலியாணத்துக்குச் செருப்புத் தெச்சிரு, நல்லா அருமையா இருக்கோனும் பாத்துக்க, அதுக்கு உண்டான கூலி என்னமோ அதக் குடுத்தர்றன் அப்படீன்னு சொல்லி வெளக்குமாத்துக் குச்சில பொண்ணு மாப்பள ரண்டு பேருத்துக் காலுக்கும் அளவெடுத்துக்கிட்டு வந்து அதயும் குடுத்துட்டாரு. அவனும் மறுத்து ஒன்னும் சொல்லாத செரீங்க சாமின்னு ஒத்துக்கிட்டான்."

"ஆங். இதத்தான் எதிர்பாத்துக்கிட்டு இருந்திருப்பான். அப்பறம் செருப்புத் தெச்சானா இல்லயா? கலியாணத் தன்னக்கிப் போனானா இல்லையா?"

ஆவல் தாங்காமல் முத்து கேட்டான். குறுஞ்சிரிப்போடு குப்பன் தொடர்ந்தார்.

"போவாத இருக்க முடியுங்களா? அப்பறம் ஊர்ல குடியிருக்க முடியாதே. நல்ல அருமையான செருப்ப மாப்ளைக்கும் பொண்ணுக்கும் தெச்சு எடுத்துக்கிட்டுப் போனான். சாமிக்கு முன்னால நின்னு செருப்புத் தொடற சாங்கியத்தப்ப ரண்டு பேருத்துக் காலுக்கிட்டச் செருப்பப் போட்டுத் தொட வெச்சான். அது முடிஞ்சதும் துண்ட ஏந்தி நிக்கோனும். சாமி பணம் போடுவாரு. ஆனா ரங்கன் துண்டேந்த மாட்டம்னு சொல்லீட்டான். கலியாணத்துக்குப் பெருங்கூட்டம். ரண்டூருச் சனமும் வந்திருக்குது. சொந்தபந்தம்னு எக்கச்சக்கமான ஆளுங்க. ஒரு ஆளுக்காரன் துண்டேந்த மாட்டீங்கறானேன்னு எல்லாருத்துக்கும் ஒரே அரிசியம். அவன் சொல்லீட்டான், 'சாமீ நான் எங்க சாமி பிள்ள கலியாணத்துக்கு ஆசுவமாச் செருப்புப் போடறன். ஒருபைசாவோ தவசமோ ஒன்னும் வேண்டாம்' அப்படீன்னுட்டான். இவன் ஒரு குடியானவனுக்கு ஆசுவந் தாரதான்னு எல்லாரும் வெசாரிச்சாங்க. அப்பத்தான் தெரியுது, அவரு மாராயம் தர்றதில்லைன்னு.

"பண்ணயத்தாளுக்கு மாராயம் தல்லீன்னா அவன் எப்பிடிச் சாங்கியத்துக்கு வருவான்? சத்தியத்துக்குக் கட்டுப்பட்டு ரங்கன் வந்திருக்கறான். அவஞ் சொல்லறாப்பல செருப்பு

ஆசுவமாவே இருக்கட்டுமுன்னு பெரிய மனுசங்க சொன்னாங்க. அவருக்கு மூஞ்சி செத்துப் போச்சு. இப்பிடிச் சபையில மானக்கேடாப் போச்சேன்னு தலயக் குனிஞ்சிக்கிட்டாரு. இந்த எளியவன் இப்பிடிப் பண்ணுவான்னு அவரு நெனக்கவே இல்ல. அப்பறம் பேசுனதுல மூனு வெருசத்து மாராயமும் சேத்துத் தந்தாச் செருப்புக்கூலி வாங்கிக்கிறமுன்னு சொல்லீட்டான் ரங்கன். நாலு பேரு கூடியிருக்கற சபையில அவரு என்ன சொல்லுவாரு? அப்பறம் பேசாத மூனு வருசத்திக்கி உண்டான மாராயத்த அப்பவே கொண்டாந்து சபையில பணமா வெச்சிட்டாரு. அப்பறந்தான் செருப்புக் கூலி வாங்குனான். அதுலருந்து நீ வேலக்கி வந்தாலும் வல்லீன்னாலும் மாராயத்த வாங்கிக்கிட்டுப் போயிரப்பான்னு சொல்லீட்டாரு.”

முத்துவுக்குச் சிரிப்பை அடக்க முடியவில்லை. ‘அட அப்பா . . . அப்பிடிப்பட்ட ஆளு நானில்ல பாத்துக்க. என்னமோ தெரியாத உங்கிட்டக் கணக்குச் சொல்லப் போயி இப்ப மொசையனோட என்னயச் சேத்திருவியாட்டம் இருக்குது’ என்றான். ‘அதெல்லாம் இல்லீங்க சாமீ . . . என்னமோ எனக்கு நெனப்பு வந்துது. நீங்களும் கேட்டீங்கன்னு சொல்லீட்டன், அவ்வளவுதான்’ என்று குப்பன் அடக்கமாய்ச் சொன்னார். மொசையனை நினைக்கும்போதெல்லாம் முத்துவுக்குச் சிரிப்புத்தான். ‘ரங்கன் எப்பிடிச் சொன்னான், செருப்புக்கூலி ஆசுவம் அப்பிடீன்னானா?’ என்று கேட்டுக் கேட்டுச் சிரித்தான்.

இருவரும் இப்படி எதையாவது பேசிக்கொண்டுதான் தூரத்தைக் கடப்பார்கள். ஊரைத் தாண்டாதவர் என்றபோதும் குப்பன் சொல்வதற்கு நிறைய விஷயங்களை வைத்திருந்தார். வெளியூர்களுக்குப் போய் வந்தவர்களுக்குத்தான் பலதும் தெரியும் என்பது உண்மையல்ல. குப்பைப் புழுவாக இருந்தாலும் அது குடைந்து குடைந்து ஆழம் வரைக்கும் போய்ப் பார்த்துவிடுகிறதே. அது மாதிரிதான் குப்பனும். அவருடைய பேச்சைக் கேட்பதில் கொஞ்சம் தன் நிலையை அவ்வப்போது மறந்து உற்சாகமானான் முத்து. சோற்றுக் கவலை எளிதாகத் தீர்ந்துவிடும். இராத்திரி கிண்டிய களியை மிச்சம் வைத்துத் தண்ணீர் ஊற்றி வைத்திருப்பார் குப்பன். வண்டியடி வலைக் குள் வைத்திருக்கும் களி சிலசமயம் வண்டியோட்ட அசைவில் தானாகவே கரைந்துவிடுவதும் உண்டு. எங்காவது தயிர், மோர் கிடைத்தால் கரைத்துக் குடித்துவிட்டுப் பயணத்தைத் தொடர்வார்கள். வெறும் களியைக் கரைத்தால்கூடப் போதும். காலையில் குளுக்குளுவென்று வயிற்றுக்குள் இறங்கும்.

மத்தியானமும் அதுதான். எங்காவது புட்டுக்கடை இருந்தால் எப்போதாவது புட்டுத் தின்பார்கள். அதுவே முத்தண்ணனுக்கு மனம் வராது. மொசையன் கதையை அவ்வப்போது நினைத்துக்கொள்வான். குப்பன் சொல்வது போல 'மொசையன் கஞ்சன், நாம கருத்து' என்று சமாதானம் கொள்வான். காடு வாங்குகிற காசை எடுத்துக் கடையில் கொடுத்துத் தின்று தீர்ப்பதா என்று நினைப்பான். அந்தக் காசைக் காப்பாற்றி வைக்க அவன் படுகிற கஷ்டம் மாளாது.

பொழுதிறங்கும் நேரமாகிவிட்டால் ஏதாவது ஊர்ப்பக்கம் வண்டியை நிறுத்திவிடுவான். மசமசவென்று இருட்டுக் கட்ட ஆரம்பித்த பின் ஒருநாளும் வண்டி ஓடியதில்லை. வழியில் யாராவது 'வண்டி எங்க போவுது' என்று கேட்டால் 'வக்கிப்பில்லுப் பாரம் ஏத்திக்கிட்டு வரப் போவுதுங்க' என்று சொல்லிவிடுவான். அரிதாகச் சிலசமயம் வண்டியோட்டச் சொல்லிக் குப்பனிடம் கொடுப்பான். அப்பவும் நிம்மதியாக இருக்க முடியாது. 'மாட்டத் தொரத்தாத குப்பணா', 'கவுத்த இழுக்காத', 'எறக்கத்துல கவுத்த உடறியே' என்று ஏதாவது சொல்லிக்கொண்டே வருவான். ஊரில் பண்ணயக்காரர் வீட்டு வண்டி குப்பன் பொறுப்பில்தான் இருந்தது. ஏரி மண் அள்ளி வரவும் குப்பை கொண்டு போய்க் கொட்டவும் தவசங்களை ஏற்றி வரவும் என்று எப்போதும் வண்டி ஓட்டுவது குப்பன்தான். எப்போதாவது ஒரு பஸ், லாரி என்று ஏதாவது கடந்துபோகும் இந்த மாதிரி சாலையில் குப்பன் ஓட்டிய தில்லை. அது மாதிரி சமயத்தில் குப்பன் ஓட்டிக்கொண் டிருந்தால் பதறிப் போய் முத்து முன்னால் வந்து கயிற்றை வாங்கிக்கொள்வான். ஒற்றைத் தார்ச்சாலையில் பஸ் போக வழிவிட்டு வண்டியைக் கீழிறக்கி ஓரமாக ஒதுக்கி நிறுத்தி விடுவான். முத்து சொல்லும் போது அவனுக்குத் தெரியாமல் குறுஞ்சிரிப்பு அவருக்கு வருமே தவிர அவனை மறுத்து எதுவும் சொல்வதில்லை. அவனுக்கு மாட்டு மீதும் வண்டி மீதும் அவ்வளவு அக்கறை. தன் கைப்பாடாக இருந்தால்தான் திருப்தி.

எந்த ஊருக்குப் போனாலும் ஊர்ச் சாவடி, கோயில் என்று பொதுவிடத்தைக் கண்டுபிடித்து அங்கே வண்டியை நிறுத்திக் குப்பனைக் காவலுக்குப் படுத்துக்கொள்ளச் சொல்வான். எந்த ஊரிலும் சாவடிக்கு வந்து படுக்கிற ஊர்க்காரர்கள் ஐந்தாறு பேராவது இருப்பார்கள். துணையைப் பற்றிக் கவலையில்லை. ஊருக்குள் காடு விசாரிக்கிற மாதிரி போய் ஏதாவது வீட்டில் இடம்பிடித்து முத்து தங்கிவிடுவான். மாட்டுக் கட்டுத்தரையோ இடிந்த திண்ணையோ எதுவானா

லும் சரி. சீக்காடிக் கடியில் கிடந்தாலும் பரவாயில்லை. ஊரும் வீடும் என்றால் அது தனிப் பாதுகாப்புத்தான். அவனை விடப் பணத்துக்குப் பாதுகாப்பு முக்கியம். அதை நம்பி அவனல்லாமல் நான்கு சீவன்கள் இருக்கின்றன. எல்லாவற்றை யும் வாரிச் சுருட்டிச் சேர்த்துக் கொண்டுவந்த பணம். சிறுகச் சிறுகச் சேர்த்து வைத்திருந்த சிறுவாட்டுப் பணம் நூறையும் கூடப் பெருமா எடுத்துக் கொடுத்துவிட்டாள்.

கண் கலக்கத்தைக் காட்டிக்கொள்ளாமல் காதுக் கொப்பையும் கழுத்துச் சரட்டையும் கழற்றித் துணியில் முடிந்து நீட்டினாள். தாலிக்கொடி மட்டும் கழுத்தில் கிடந்தது. கலியாணத்தின் போது இருபது பவுன் போட்டுக்கொண்டு வந்திருந்தாள் பெருமா. வீட்டு மருமகள்கள் நான்கு பேருக் குள்ளும் அதிகப் பவுனோடு வந்தவள் பெருமாதான். அதனால் எல்லாரும் அவளைப் பொறாமையோடு பார்ப்பார்கள். மஞ்சள் கயிறு ஒன்றை முடிந்துகொண்டு தாலியையும் கழற்றித் தரத் தயாராக இருந்தாள். முத்தண்ணன் நகை எதையும் வாங்க மறுத்துவிட்டான்.

'காடுகரையின்னு ஆயி நல்லா இருந்தம்னா இந்தக் கருமத்தச் செஞ்சுக்க முடியாதா? இதப் போட்டு ஆட்டிக்கிட்டுத் தெனமும் தேருக்கும் திரநாவுக்குமா போறன்? கண்ணாலம் காச்சின்னு இன்னயே இந்த ஊருக்கு எப்ப வரப் போறமோ. மொடாச் சந்துல கெடக்கறது உருப்படியாவட்டும்' என்றாள்.

அது முத்தண்ணனுக்குப் பிடிக்கவில்லை. இதே வாய் நாளைக்கு வேறு மாதிரி பேசும். 'கழுத்தும் காதும் மூளீயாக் கெடந்தாலுஞ் செரியின்னு கழட்டிக் குடுத்தன். அது இல்லீன்னா இந்தக் காடேது ஊடேது' என்பாள். எங்கே போய்க் கிடந்தாலும் நோம்பிநொடிக்கு ஊர்ப்பக்கம் போகாமல் நிற்க முடியாது. 'முத்தண்ணன் பொண்டாட்டிகிட்ட குண்டு மணி தங்கங்கூட இல்ல. நறுவுசா வித்துத் தொலச்சுப்புட் டாங்க' என்று முந்தானைக்குள் வாய் குவித்துப் பேசுவார்கள். ஒரம்பரைகளின் சல்லை தாங்க முடியாது.

பிள்ளை வல்லம்மா சீக்கிரம் பெரியவளாகிவிடுவாள். தெரட்டி சுத்த வேண்டும். அதிகமாகப் போனால் ஐந்து வருசத்திற்குள் கலியாணம் பண்ண வேண்டும். காடுகரை பார்த்து வெள்ளாமை செய்து எப்போது அவள் கழுத்துக்குச் சேர்ப்பது? இருப்பதைக் காப்பாற்றி வைத்தால் மேலே கடன் உடன் வாங்கி அவளை ஓரிடத்தில் சேர்த்துவிடலாம். அடுத்த பிள்ளை ரோசம்மா பெரியவளாகிக் கலியாணம் மூய்க்க அதற்கப்புறம் மூன்று நான்கு வருசம் ஆகலாம். அதுவரைக்கும்

ஒன்றும் சம்பாதிக்காமல் இப்படியேவா இருப்போம்? பையனுக்கென்ன, புத்தி இருந்தால் பிழைத்துக்கொள்கிறான். அதனால் நகையை மறுத்துவிட்டான். காசுக்குத் தக்க பண்டம் வாங்கிக்கொள்ளலாம். எல்லாம் சேர்த்துச் சுளையாக இரண்டாயிரத்து ஐந்நூறு இருக்கிறது. மடிப்பையில் போட்டு மடியில் கட்டிக்கொண்டுதான் ராத்திரிக்குப் படுத்திருப்பான். அப்போதும் மடி முட்டிக்கொண்டு தெரியாத மாதிரி பார்த்துக் கொள்வான்.

பகலில் மடிப்பைப் பணம் துண்டுக்குப் போய்விடும். வண்டியின் மேல் பரப்பியிருக்கும் வைக்கோலுக்குள் துண்டை மறைத்துவிடுவான். கொஞ்ச தூரத்திற்கு ஒருமுறை திரும்பிப் பார்த்துக்கொள்வான். ஓட்டத்தில் தூக்கிப் போட்டு எங்காவது நழுவிவிட்டால் என்ன செய்வது? அவன் வண்டியோட்டும் போது 'சாமி நான் எங்கண்ணுலயே இருக்கற மாதிரி பணத்தப் பாத்துக்கறன். கவலயில்லாத வண்டியப் பாத்து ஓட்டுங்க' என்பார் குப்பன். சரி என்பானே தவிரக் கொஞ்சநேரத்தில் அவனையறியாமல் கண் திரும்பிவிடும். 'நீ வெறும் மடிக்காரன். எல்லாத்தயும் அவுத்துட்டு ஓதறலாம். எங்கிட்டக் கனமிருக்குதே' என்று முத்து சிரிப்பான்.

6

பாரவண்டி ஓட்டப் போனபோது இந்தப் பயம் மிகுதியாகிவிட்டது. எங்கு பார்த்தாலும் திருடர்கள் திரிவது மாதிரி நினைப்பு. ஒருவரையும் நல்ல எண்ணத் தோடு பார்க்க முடியவில்லை. மனிதர்களிடம் சகஜமாகப் பேச்சுக் கொடுக்க இயலவில்லை. ரட்டூர் சந்தையில் தாழிக்குத் தண்ணீர் ஊற்றிய பெண்ணிடம் பேச ஆசை யாகத்தான் இருந்தது. அவள் மாராப்பைச் சரியாகப் போடாமல் இருந்தாள். குனிந்து குடத்தைத் தூக்கியபோது அவனால் பார்க்காமல் இருக்க முடியவில்லை. அவளிடம் நான்கு வார்த்தை இன்பமாகப் பேசியிருக்கலாம். ஆனால் சந்தைக்குள் திரியும் முடிச்சோக்கிகளோடு அவளுக்கும் ஏதும் சம்பந்தம் இருக்கலாம் என்னும் பயத்தில் பேச்சைத் தவிர்த்துவிட்டான். பேசப்போய் காடு வாங்கப் போகும் விஷயம் பற்றி வாயிருக்காமல் சொல்லி வைத்தால் யாரையாவது பின்னாலேயே அனுப்பிவிடுவாள் அவள். காட்டுக்குள் திரிந்துகொண்டிருந்த காலம்வரை அவனுக்கு இப்படிப் பயம் ஏற்பட்டதில்லை. இப்போது மனிதர்களைப் பார்த்தாலே பயமாக இருக்கிறது.

மகன்களுக்குக் காட்டைப் பிரித்துவிட்டு அப்பன் எல்லாரையும் ஒதுக்கிவிட்டதும் காட்டு வருமானம் போதாமல் என்ன செய்வதென்று கொஞ்சநாள் குழம்பிக் கிடந்தான். இருந்த இருப்பைப் பார்த்தால் பிள்ளை குட்டிகளுக்கு வேளைக்குச் சோறு போட முடியுமா என்னும் சந்தேகம் அவனுக்கு வந்துவிட்டது. ஒரு வேலை யும் இல்லாமல் வேம்படியிலும் கொட்டாய்க்குள்ளும் பகலில் முடங்கிக் கிடப்பதும் இராத்திரியில் மொட்டைப் பாறைக்குப் போய் வானம் பார்த்து வெறித்துக் கிடப்பது மாகக் கழிந்த நாட்கள் அவை. என்ன செய்வது என்று

ஒரு பிடியும் கிடைக்கவில்லை. அப்போது கரட்டூர் மண்டி ஒன்றில் மூட்டை தூக்கப் போய்க்கொண்டிருந்த வத்தன் இரவொன்றில் மொட்டைப் பாறைக்கு வந்தான். நல்ல நிலா வெளிச்சம் அன்றைக்கு. வத்தனிடம் இருந்து சாராய நாற்றம் வீசியது.

ஒரு பீடியைப் பற்ற வைத்துக்கொண்டு புகையை ஊதியவன் 'என்னடா முத்து. இந்நேரத்துக்கு இங்க வந்து கெடக்கற? தங்கச்சி அண்ட உடுலயா?' என்றான். 'எல்லாம் சொல்லுவீடா. நீ புளி ஏப்பக்காரன். சொல்லலாம். நான் பசி ஏப்பக்காரன். என்ன சொல்லறது?' என்றான் கோபமாய். 'கோவிச்சுக்காத மாப்ள. என்ன விசயமுன்னு சொன்னாத்தான தெரியும்?' என்று அவன் கேட்கவும் அழும் குரலில் எல்லாம் கொட்டிவிட்டான் முத்து. 'இதுக்கா போயி இப்பிடி உக்காந் திருக்கற? கையும் காலும் மட்டும் இருக்கற எத்தனையோ பேரு பொழைக்கல? அது இல்ல, இது இல்லன்னு மொத நெனைக்காத. இருக்கறத நெனைடா. உங்கிட்ட இருக்கற வண்டிய வெச்சுப் பொழைக்கலாம்டா. மாடு ரண்டையும் உன்னாட்டம் பாவன பாத்து வெச்சிருக்கறவன் ஆருமில்ல. அப்பறம் என்ன, அதுங்க உனக்குச் சோறு போட்டுரும். பாரவண்டிக்கு ஆளில்லாத மண்டிக்காரங்க தவிச்சுக் கெடக்கறாங்க. காத்தாலக்கிக் கெளம்பு' என்றான். அதன் பிறகுதான் பாரவண்டி ஓட்டப் போனான் முத்து. சுற்று வட்டார ஊர்களுக்கு வண்டியோட்டினான். வாரத்தில் எப்படியும் நான்கு நாட்களுக்கு வண்டியோட்டம் இருக்கும். எல்லாச் செலவும் போகப் பத்து ரூபாய் நாளுக்கு மிஞ்சும். அது நல்ல வரும்படிதான்.

வண்டிகள் மத்தியானத்துக்கு மேல் பாரம் ஏற்றத் தொடங்கிப் பெரும்பாலும் பொழுதிறங்கி நேரத்தில் கிளம்பும். ஒருபோதும் தனிவண்டி போகாது. பத்து வண்டி, இருபது வண்டி சேர்ந்துதான் போகும். எல்லா வண்டிகளிலும் லாந்தர் கள் தொங்கும். முதல் வண்டிக்காரனும் கடைசி வண்டிக்கார னும் ரொம்ப வருசம் பார வண்டி ஓட்டி அனுபவம் பெற்றவர் களாக இருப்பார்கள். சாலைக்குக் குறுக்கே போகும் சின்னக் கீரிகூட முதல் வண்டிக்காரன் கண்ணிலிருந்து தப்ப முடியாது. அவன் கொஞ்சம் அயர்கிற மாதிரி தெரிந்தால் இரண்டாம் வண்டிக்காரனை முன்னால் வரச் சொல்லிவிடுவான். கடைசி வண்டிக்காரனுக்குப் பின்னால்தான் கண் இருக்க வேண்டும். சரக்கென்று சிறு சத்தம் வித்தியாசமாகக் கேட்டால்கூடக் குரல் கொடுத்துவிடுவான். வண்டிகளின் கடக்முடக் சத்தம், வண்டிக்காரர்களின் பாட்டு, பேச்சு எல்லாவற்றையும்

மீறிக் கடைசி வண்டிக்காரனின் காது கூர்மை கொண்டிருக்க வேண்டும்.

திருடன் எப்படி வருவான் என்று தெரியாது. பெரும்பாலும் ஊர் அரவம் இல்லாத அநாதி மேடுகளில் எச்சரிக்கையாக இருக்க வேண்டும். பாரத்தை இழுத்துக்கொண்டு மேடேற மாடுகள் கஷ்டப்படும். அப்போது மாடுகளை உசுப்பி ஓட்டி மேடேற்றுவதில்தான் வண்டிக்காரர்கள் கவனமாக இருப்பார்கள். மாடுகள் சோகையாக இருந்து தடுமாறினால் பின்னால் வரும் வண்டிக்கும் அனத்தம். அப்படிப்பட்ட சமயம் திருடர்களுக்கானது. அவர்கள் கூட்டமாக வந்தால் சமாளிக்கலாம். எல்லா வண்டிக்காரர்களிடமும் குத்தீட்டியும் அரிவாளும் கத்தியும் எப்போதும் இருக்கும். பத்திருபது திருடர்களைச் சமாளித்துவிடலாம். வண்டிக்காரன் எவனும் சோடை, சொங்கி கிடையாது. முறுக்கம் இல்லாத ஆட்களை எப்பேர்ப்பட்ட வண்டி வைத்திருந்தாலும் மண்டிக்காரர்களே வேண்டாம் என்று சொல்லிவிடுவார்கள். ஒற்றைத் திருடன் பெரும் ஆபத்து. அவன் எந்த இடத்தில் நுழைவான், எப்படிப் போவான், என்ன செய்வான் என எந்த ஒன்றையும் கண்டுகொள்ள முடியாது. இரண்டு மூன்று பேர் சேர்ந்து வந்தாலும் ஆபத்துத்தான். வண்டிக்காரர்களின் கவனத்தை ஒருவன் திசை திருப்பியதும் இன்னொருவன் சுலபமாக வேலையை முடித்துக் கொள்வான்.

ஊர் அரவம் இருக்கும் இடத்தில்கூட ஒற்றைத் திருடன் வண்டிக்குள் நுழைந்துவிடுவான். பெரும்பாலும் அவன் குறி கடைசி வண்டியாக இருக்கும். அச்சத்தோடு சாலை கிடக்கும். சிறுபூனை போல அரவமின்றி அவன் நுழைவான். கடைசி வண்டியின் அடிமூட்டைதான் அவனுடைய குறியாக இருக்கும். ஓசையின்றிக் கத்தியால் கிழிப்பான். தன்னிடம் இருக்கும் சாக்கில் தானியத்தைப் பிடித்துக்கொள்வான். சுமக்க முடிகிற அளவு அல்லது வண்டிக்காரன் கண்டுகொள்ளும்வரை அவன் பிடிப்பான். திருடர்களின் கத்திகள் மட்டும் ஓசையின்றி அறுப்பவை. பாரம் அரிசியாக இருந்துவிட்டால் பெரும்பணம் போய்விடும். மண்டிக்காரர்களும் திருடர்களை ஏமாற்ற என்னென்னவோ செய்து பார்ப்பார்கள். கடைசி வண்டியின் பின்னால் தவுடு அல்லது கடலைக்காய்ப் பொட்டு மூட்டைகளை அடுக்கிவிடுவார்கள். திருடன் மூட்டையை அறுத்ததும் தவிடு புகை போல அவன் முகத்தில் பொங்கிக் கொட்டும். இந்த வித்தைகளைத் தெரிந்து வைத்திருக்கும் திருடர்கள் முதலில் குத்தூசியைப் பயன்படுத்திக் குத்தி எடுத்து அது என்ன மூட்டை என்று தெரிந்துகொண்ட பிறகே அறுப்பார்கள்.

அரிசி மூட்டை ஏற்றும் நாட்களில் வண்டிகளுக்குப் பின்னால் இரண்டு மூன்று காவல்காரர்களை மண்டிக்காரரே ஏற்பாடு செய்வதும் உண்டு. ஆயுதங்களோடு அவர்கள் நடந்தே வருவார்கள். பாவமாக இருக்கும். மாடுகளுக்குத்தான் இப்படி விதிக்கப்பட்டிருக்கிறது என்றால் மனிதர்களுக்குமா என்று தோன்றும். மாடுகள் மெதுவாக நடக்கும்போது அவர்களும் நடக்கலாம். மாடுகள் வேகமாக நடக்கும் சாலையில் அவர்கள் ஓடிவர நேரும். அப்படி ஆள் இருக்கும்போது பிரச்சினை யில்லை. மற்ற சமயத்தில் ஒற்றைத் திருடன் நடுவில் வரும் வண்டிகளில்கூடத் திருடிவிடுவான். வண்டிக்கு அடியில் நடந்தால் பின்னால் வரும் வண்டிக்காரனுக்குச் சரியாகத் தெரியாது. குத்தூசி போட்டு மூட்டையை இழுத்தால் பொத பொதவென்று கொட்டும். அரிசி இரையும் சத்தம் கேட்டு வண்டியை நிறுத்துவதற்குள் நான்கு படி அரிசியைப் பிடித்துக் கொண்டு ஓடிவிடுவான்.

மூன்று மாதம் வண்டி ஓட்டினான் முத்து. வாரத்தில் நான்கு நாட்கள் ஊரில் இருக்க முடியாது. காட்டுக்குள் சுற்றித் திரிந்தவனுக்கு மண்டியும் மண்டி ஆட்களும் சாலை களும் நகரங்களும் எனப் பல விஷயங்கள் தெரிந்தன. அடேங்கப்பா வெளியில் எவ்வளவோ இருக்கிறது என்னும் வியப்பு மாறவேயில்லை. காட்டுவேலைகளைப் பெருமாவே பார்த்துக்கொள்வாள். என்ன பெரியகாடு, எல்லாரும் சேர்ந்து கோவணத்துணியை வீசி விட்டாற் போலக் கொஞ்சத்தை முத்துவுக்கு ஒதுக்கினார்கள். அதிலே பாடுபட ஒற்றைப் பொம்பளையே அதிகம். ஊரை விட்டு விரட்டிவிட வேண்டும் என்பதற்கு முன்னேற்பாடாகத்தான் எல்லாம் நடந்திருக்கிறது போல.

ஆள் முகம் தெரியாத ஏதோ ஊரில் அநாதியாக இப்படிக் கிடக்க விதித்திருக்கிறது. மனம் குழம்பி வேம்படி நிழலில் கண்மூடிக் கிடந்த முத்துவின் நாசியில் புகையேறியது. எதற்கு இப்படிப் புகைக்கிறார் குப்பன்? தும்மலை அடக்க முடியாமல் எழுந்து உட்கார்ந்தான் முத்து. சங்கடத்தோடு பார்த்த குப்பன், 'சாமி எழுப்பீட்டங்களா? அடுப்பு செரியா எரியலீன்னு பூடு ஒன்ன உள்ள வெச்சன். அதுதான் இப்பிடிப் பொவையக் கௌப்பீட்டுது' என்றார் வருத்தமாக.

"இல்ல குப்பண்ணா, மட்ட மத்தியானத்துல தூக்கம் வருதா? ஏதோ கண்டதயும் ஓசிச்சுக்கிட்டுக் கெடந்தன்" என்றான் முத்து.

அடுப்பு கொள்ளாமல் புகை. அது போலத்தான் மனதிலும். குப்பனின் வாய் ஊதுகுழலாய்க் குவிந்து ஊதியது.

குப்பென்று தீப்பற்றி எரியும்வரை இப்படியே புகைந்து கிடக்க வேண்டியதுதான். களியைத் தின்றுவிட்டு வெயில் தாழ இங்கே ஊர்ப்பக்கம் போனால் விசாரித்து வரலாம். வெகுதூரம்வரை வீடற்ற மண். காட்டுக்குள் எந்த வீடும் இல்லை. காடும் வசிப்பும் வேறுவேறாய்ப் பிரித்து வைத்திருக்கும் மக்கள். கண் காணாத ஊரிலிருந்து வந்திறங்குபவனை இருகரம் நீட்டி வரவேற்காவிட்டாலும் இடைஞ்சல் செய்யாமல் இருந்தால் போதும். எப்படியும் இங்கே காடு கிடைக்கும் என்று தோன்றியது. பார்த்தவரையில் மண் நன்றாகவே இருக்கிறது. சில இடங்களில் களிமண். பெரும்பாலானவை செம்மண். இந்தப் பக்கத்துச் செம்மண்ணின் நிறம் கொஞ்சம் வித்தியாசம். கரட்டூர்ப் பக்கம் மண் புதுரத்தத்தின் நிறத்தில் இருக்கும். இங்கே உறைந்த ரத்தத்தின் நிறம். வெள்ளாமை தாராளமாகச் செய்யலாம். ஏற்கனவே இங்கே ஒன்றும் வெள்ளாமை நடப்பதாகத் தெரியவில்லை. தினைத்தாளின் கட்டைகளும் சாமைத்தாளின் அடிக்கட்டைகளும் முழம் நீளம் நிற்கின்றன. இப்படியா அறுப்பார்கள்? எருவுக்கு ஆகட்டும் என்று தாளை விட்டு அறுத்திருப்பார்களா?

எத்தனையோ வகை வெள்ளாமைக்கு ஏற்ற மண். மக்களும் நல்லவர்களாக இருந்தால் போதும். எப்படியானாலும் சொந்த உறவுகள் அளவுக்கு மனப்பிரச்சினை தருபவர்களாக இருக்க மாட்டார்கள். புறப் பிரச்சினை ஆயிரம் வந்தாலும் சமாளித்துக் கொள்ளலாம். அடுப்பு நன்றாக எரிந்தது. குப்பன் அவரைப் பருப்புப் போட்டார். முத்தண்ணன் மறுபடியும் கண்மூடி நிழலில் சாய்ந்தான். பிறப்பிலிருந்து இணைந்து வரும் உறவுகள் சாதாரணப் பிரச்சினை ஒன்றில் விடுவிக்கவே முடியாதபடி முறுக்கிக்கொண்டு விடுகின்றன. எந்தச் சம்பந்தமும் இல்லாத உறவுகள் சட்டென வந்து பிணைந்துகொள்கின்றன. குப்பன் இப்படி வந்து இணைவார் என்று ஒருபோதும் எண்ணிப் பார்த்ததேயில்லை. நாள் கணக்கில் உடனிருந்தாலும் எத்தனையோ ஜென்மமாகக் கூட இருப்பவர் போலத் தோன்றுகிறது. பிறப்பிலிருந்து உடனிருந்தவர்கள் எங்கேயோ புள்ளிகளாய் மறைந்துகொண்டிருக்கிறார்கள்.

குடும்பத்திற்குக் கடைசிப்பையன் முத்தண்ணன். குழந்தைப் பருவத்தில் அண்ணன்களுக்கும் அக்காக்களுக்கும் அவன்மேல் தீராப் பிரியம். அவனைக் கீழே நடக்கவே விட்டதில்லை. ஆள் மாற்றித் தூக்கி வைத்துகொண்டேயிருப்பார்கள். மூன்று அண்ணன்கள். இரண்டு அக்காக்கள். அக்காக்கள் கல்யாணமாகிப் போனபின்னும் அண்ணன்கள் பிரியத்தில் குளிப்பாட்டினார்கள். வார்த்தைக்கு வார்த்தை 'எங்க முத்தண்ணன்

எங்க முத்தண்ணன்' என்பார்கள். ஒவ்வொருவருக்காகக் கல்யாணமாகிக் குடும்பம் நிறைந்தபோது கொஞ்சம் கொஞ்ச மாய்ப் பிரச்சினை வந்தது. ஆனாலும் எல்லாம் ஒன்றாய்த் தான் இருந்தார்கள். திடுமெனக் கொத்தி விரட்டும் கோழியைப் போல இந்தப் பிரிவினைப் பேச்சு வந்து எல்லாரையும் ஒருவருக் கொருவர் சம்பந்தம் இல்லாதவர்கள் ஆக்கிவிட்டது. குப்பண்ணன் இதுவரைக்கும் எந்த உறவும் இல்லை. மாமனார் வீட்டுக் காட்டில் காத்துக் கிடக்கும் பண்ணயத்தாள் என்று மட்டும் தான் முத்துவுக்குத் தெரியும். ஆனால் இப்போது கூடவே வந்து பிணைந்துகொண்டார். பிணைப்பு தரும் சந்தோசம் அற்பம். அறுபடல் தரும் துயரம் ரணம்.

❁

7

ஆறு மாசத்திற்கு முன் அப்பன் சொல்லிவிட்டார்.

"இன்னமே குடும்பத்த ஒன்னா வெக்க முடியாது. அவனவனுங்க பிள்ள குட்டின்னு ஆயாச்சு. தங்குஞ்சு களுக்கு எர தேடிக் கொடுக்கத்தான் நெனப்பானுங்க. குயிலுக் குஞ்சு றக்க மொளைக்கற தருணத்துல காக்காய்க்கு அடையாளம் தெரிஞ்சு வெரட்டீருதில்ல. அட காத்தமே, எர ஊட்டுனமேன்னு நெனைக்குதா. நம்ம எனமில்லைன்னு தெரிஞ்சிட்டா எல்லாம் அப்பிடித்தான்."

திடீரென்று அவர் அப்படிச் சொல்ல என்ன காரணம் என்று யாருக்கும் புரியவில்லை. பெண்களுக் குள் எப்போதும் ஏதாவது பிரச்சினை இருந்ததுதான். அது காரணமாக இருந்திருந்தால் எப்போதோ பிரிந் திருக்க வேண்டும். இது பெரியண்ணனும் அவர் பெண் டாட்டியும் சேர்ந்து எடுத்த முடிவு என்று எல்லாரும் பேசினார்கள். அப்போதும் முத்தண்ணனுக்கு விஷயம் புரியவில்லை. ஐம்பது வயதுக்குப் பக்கமாக அவருக்கு ஆகப் போகிறது. இந்த வயதில் பிரிந்துபோகக் காரணம் என்னவாக இருக்கும்? குடும்பம் ஒருநாளைக்குப் பிரிந்துவிடும் என்று முத்து நினைத்துப் பார்த்ததே யில்லை. அதனால் அவன் எப்போதும்போல் எதுவும் பேசாமல் நடப்பதைக் கவனித்துக்கொண்டு இருந்தான்.

காடு பதினொரு ஏக்கர் இருந்தது. பங்கு பிரிக்கிற போது வாசல் முழுக்க ஆட்கள் இருந்தார்கள். ஊர்ப் பெரிய மனிதர்கள் சில பேர். பங்காளிக் குடும்பத்தி லிருந்து கொஞ்சம் பேர். அவரவர் மாமனார் வீட்டு ஆட்கள் கொஞ்சம். முத்து தன் மாமனார் வீட்டுக்கு

இந்த விஷயத்தைச் சொல்லவில்லை. பெருமாவும்கூட அதை வலியுறுத்தவில்லை. குசுகுசுப் பேச்சுகளும் திட்டமிடல்களும் பிரிவினையை அப்பன் சொன்னதிலிருந்தே தொடங்கிவிட்டன. அதிலும் முத்தண்ணன் ஈடுபட இயலவில்லை. வீட்டுக்குக் கடைசிப்பையனாகப் பிறந்ததற்காக முதன்முதலாக அப்போதுதான் வருத்தப்பட்டான். பங்கு பிரிக்கிற முறையில் அவனுக்கு எந்தப் பங்குமில்லை. பெரியவர்கள் பங்கு வைப்பார்கள். சகோதரர்களில் மூத்தவர்களுக்கு அதை ஏற்றுகொள்கிற, நிராகரிக்கிற உரிமை உண்டு. கடைசியான் வாய்மூடி மௌனியாகக் கொடுப்பதை ஏற்றுத்தானாக வேண்டும். உரிமை பாராட்டி எதையும் கேட்டுவிட முடியாது.

வீட்டு வாசலில் போடப்பட்டிருந்த கட்டில்களிலும் திண்ணையிலும் உட்கார்ந்து எல்லாரும் அவரவருக்குப் பேசிக் கொண்டிருந்தார்கள். ஊர்த் தலைவரும் இன்னும் சிலரும் அப்பனோடும் பெரியண்ணனோடும் கட்டுத்தரைப் பக்கம் போய்க் கமுக்கமாக ஏதோ பேசிவிட்டு வந்து உட்கார்ந்ததும் எல்லாப் பேச்சும் நின்று அவர்களையே பார்த்தார்கள். பெண்கள் வீட்டுத் தாவாரத்தில் உட்கார்ந்து வெளியே நடப்பதைக் கவனித்துக்கொண்டிருந்தனர். அவர்களுக்கும் அடுப்பு வேலை ஒன்றும் இல்லை. வந்தவர்கள் பங்குப் பிரிவினை முடிவு பெறாமல் பச்சைத் தண்ணீரைக்கூட வாயில் ஊற்ற மாட்டார்கள். காளியண்ணனும் பொங்கியண்ணனும் திண்ணையின் ஒருபக்கமாக ஒதுங்கி நின்றார்கள். முத்துவும் அவர்களோடு சேர்ந்து நின்றுகொண்டான். ஊர்த் தலைவர் பொதுவாகச் சொன்னார்.

“ராமண்ணன் குடும்பம் இத்தன வருசமா சண்ட சச்சரவு இல்லாத ஒத்துமையா இருந்தாங்க. அண்ணன் தம்பின்னா இவுங்களாட்டம் இருக்கோனும்னு ஊரே பேசுது. எல்லாருத்துக்கும் தெரியும். எப்பேர்ப்பட்டவங்களா இருந்தாலும் எப்பவும் சேந்து இருந்தர முடியாது. சந்தோசமா பங்கு பிரிச்சுக்கறமின்னு அவுங்களே ஒத்துக்கிட்டு நம்மளக் கூப்பிட்டிருக்கறாங்க. ஆருக்கும் பாதகமில்லாத எல்லாத்தையும் அனுசரிச்சுப் பங்கு வெக்கறோம். பெரியண்ணனுக்கு நாப்பத்தஞ்சு தாண்டீருச்சி. கடைசியானுக்கு இப்பத்தான் இரவத்தெட்டு. நடுவலவங்களும் முப்பதுக்கு மேல இருக்கறாங்க. இதயெல்லாம் மனசுல வெச்சிக்கிட்டு ஒரு முடிவச் சொல்றம். கேளுங்க. அப்பறம் நம்ம வழமொற உங்க எல்லாருத்துக்கும் தெரியும். மேபக்கம் அண்ணனுக்கும் கீபக்கம் தம்பிக்கும் உடறதும் அண்ணன் பங்கு வெக்கத் தம்பிங்க சந்தோசமா எடுத்துக்கறதும் காலகாலமா இருக்கற வழமொற. அதயும் அனுசரிச்சுத்தான் இதச் சொல்றன்.”

இத்தனை பீடிகையோடு அவர் சொன்ன திட்டம் இது:

கிணற்றை ஒட்டி மேபக்கம் இருந்து நான்கு ஏக்கர்	– மூத்தவன் பெரியண்ணன் வசம்.
அதையடுத்து நடுப்பகுதியில் இரண்டிரண்டு ஏக்கர்	– நடுவலவர்கள் காளியண்ணனுக்கும் பொங்கியண்ணனுக்கும்.
கீழ்ப்பகுதியில் இரண்டு ஏக்கர்	– கடைசியான் முத்தண்ணனுக்கு.
மீதம் ஒரு ஏக்கர்	– அப்பன் ராமண்ணன் வசம்.

அப்பனுக்கும் அம்மாவுக்கும் உரியதை இருக்கும்வரை அவர்கள் உழுது பயிரிட்டுக்கொள்ளலாம். அதன்பின் அரைஅரை ஏக்கர் வீதம் நடுவலவர்கள் இருவரும் பிரித்து எடுத்துக்கொள்ளலாம்.

ஊர்த் தலைவர் மீண்டும் மீண்டும் வலியுறுத்திச் சொன்ன காரணம் :

மூத்தவன் பெரியண்ணனுக்கு நாற்பத்தைந்து வயதாகிறது. அவருடைய மகன், மகள்கள் கல்யாணத்திற்கு நிற்கிறார்கள். சிறுவயது முதல் அவர் இந்தக் குடும்பத்திற்கு உழைத்திருக்கிறார். இனிமேல் சங்கிப் போகிற காலம்தான். உழைத்துப் புதிதாகச் சொத்துச் சேர்க்க முடியாது. ஆகவே அவர் இந்தக் குடும்பத்திற்காக உழைத்த உழைப்புக்கு மதிப்புக் கொடுத்து நான்கு ஏக்கர் நிலம்.

நடுவலவர்களுக்கு முப்பத்தைந்தும் முப்பத்து மூன்றும் வயதாவதால் கடைசியானைவிட அரை ஏக்கர் அதிகம். கடைசியானுக்கு இருபத்தெட்டு வயதுதான் ஆகிறது. உழைத்துச் சேர்க்க இன்னும் வயதிருக்கிறது. ஆகவே இரண்டு ஏக்கர் நிலம் மட்டும்.

பெரியண்ணன் சந்தோசத்தோடு ஏற்றுக்கொண்டார். அவர் சொன்ன ஆலோசனைதானே. ஏற்றுக்கொள்வதில் என்ன பிரச்சினை? நடுவலவர்கள் இருவரும் கூடிப் பேசினார்கள். பெண்டாட்டிகளிடமும் வீட்டுக்குள் போய்க் கலந்து வந்தார்கள். காளிதான் சொன்னான்.

"எங்களுதும் பிள்ள குட்டின்னு பெரிய குடும்பந்தான். இன்னம் ஒன்னு ரெண்டு வெருசத்துல கலியாணம் காச்சின்னு செய்யோனும். அதனால அப்பன் அம்மா காலத்துக்கு அப்பறம்

குடுக்கற அரையேக்கர் நெலத்த இப்பவே சேத்திக் குடுத்தரோ னும்னு சபையில கேக்கறம்.”

கூட்டத்தில் சலசலப்பு.

“மாப்ளைங்க எல்லாரும் சேந்து அப்பனையும் அம்மாளை யுந்தான் நட்டாத்துல உட்ருவீங்களாட்டம் இருக்குது. செரி, அப்பிடித்தான் அனுப்புங்க. நாங்க வெச்சுப் பாத்துக்கறம். உங்கூட்டுப் பிள்ளயவே வெச்சுக் குடும்பம் நடத்தியாச்சு. இன்னமே மாமனா மாமியாளக் கட்ட போயிச் சேர்ற வரைக்கும் பாக்க முடியாதயா போயிருது” என்றார் மூத்த அக்கா புருசன் ராக்கியண்ணன்.

அந்த அக்காவை சின்னூரில் கொடுத்திருந்தது. அவருக்கும் ஏதாவது கிடைக்கும் என்று எதிர்பார்த்து வந்திருந் தார். ஆனால் முதல் பேச்சில் பிள்ளைகளுக்குக் கொடுப்பது பற்றி இன்னும் எதுவும் சொல்லவில்லை. அந்த ஆதங்கம் அவர் பேச்சில் வெளிப்பட்டதோடு தன் இருப்பையும் உணர்த் தினார் அவர். அவர் பேச்சுக்குக் கூட்டம் சிரித்தது.

“ஆமாண்ணா. நீங்க ஒருத்தரக் கூட்டிக்கிட்டுப் போயிருங்க. நாங்க ஒருத்தரக் கூட்டிக்கிட்டுப் போயர்றோம். இல்லீனா ஆளுக்கொரு மாசம்னு ரண்டு பேரையும் வெச்சுக்கலாம். நம்ம சொத்த எத்தனையோ சனம் திங்குது. மாமனா மாமியாளுக்கா கொற வெப்பம்?” என்றார் சின்னக்கா புருசன் கந்தையன். சின்னக்காவை பக்கத்திலேயே கச்சூரில் கொடுத்திருந்தது. அவர் பங்குக்குப் பேசினார்.

“என்ன இருந்தாலும் தாய் தகப்பன மாமன் மச்சனன் ஊட்டுக்கு அனுப்பறதுக்கு நாங்க ஒன்னும் கெதி கெட்டுப் போவுல மாப்ள” என்றார் பங்காளி முறைக்காரர் செல்லண்ணன்.

“நாலு பசவள மணியாட்டம் பெத்து வெச்சிட்டு வேறூட்ல போயி இருக்கறதுக்கு அவுங்கதான் ஒத்துக்குவாங்களா? மாப்ளைங்க உங்களுக்கு எதுனா வேணும்னாக் கேட்டு வாங்கிக் கிட்டுப் போங்க. அத உட்டுடு எதுக்கு இந்தப் பேச்சு? அவுங் கவுங்க தாய் தகப்பன வெச்சு ஒழுங்காப் பாருங்க. அது போதும்” என்று இன்னொரு பங்காளி முறைக்காரர் சின்னண்ணன் காரமாகச் சொல்லவும் ராக்கியண்ணனுக்குக் கோபம் வந்துவிட்டது.

“எங்க தாய் தகப்பனப் பாக்காத உங்கூட்டுக்கா அனுப் பீட்டம்? என்ன பேச்சுப் பேசறீங்க?” என்று துண்டை உதறிக் கொண்டு எழுந்தார்.

“எங்க தாய் தகப்பனப் பத்தி நீங்க பேசலாம். நாங்க பேசக்கூடாதா? இதெல்லாம் என்ன மாப்ள நாயம்? எதோ பொண்ணுக் குடுத்திட்டமேன்னு பொறுத்துப் பேசறன் பாத்துக்கங்க” என்று சின்னண்ணன் சொல்லவும் தகராறு வரும்போல் ஆகிவிட்டது.

அதற்குள் பேச்சு முடிந்து ஊர்த் தலைவரும் மற்றவர்களும் வந்துவிட்டார்கள்.

“நம்மாளுங்களுக்கு நாலு வார்த்த நல்லதனமாப் பேசிச் சிரிக்கத் தெரியாதே. எதுக்கெடுத்தாலும் சண்டதான். பாத்தியப் பட்டவியளே சண்டகிண்ட போட்டுக்காத பங்கு வெச்சுக்கிட்டு இருக்கறாங்க. உங்களுக்கு என்னப்பா? எதோ கூப்பிட்ட மொறைக்கு வந்தமா. நாலு நல்ல வார்த்த சொன்னமா. காப்பித்தண்ணி கீது குடிச்சமானு போவோனும் பாத்துக்கங்க” என்று ஊர்த் தலைவர் சத்தமிட்டுச் சமாதானப்படுத்திவிட்டுப் பங்கு பற்றிப் பேசினார்.

“காளியும் பொங்கியும் கேக்கறது நாயந்தான். முடியா துன்னு சொன்னா அவுங்க ஒன்னும் செஞ்சரப் போறதில்ல. ஆனாலும் வாய் உட்டுக் கேட்டுட்டாங்க. அதயும் நாம அனுசரிக்கோனுமில்ல. அதனால அவுங்க கேட்டபடி ஆளுக்கு ரண்டர ஏக்கர் இப்பவே பிரிச்சு உட்ரலாம். அதுக்காவ தாய் தகப்பனச் சும்மா உட முடியாது. அவுங்க காலும் கையும் நல்லா இருக்குது. இன்னம் பத்து வெருசத்துக்குன்னா லும் ஒழச்சுச் சாப்பிடத் தெம்பிருக்குது. அவுங்களுக்குன்னு ஒதுக்குன ஒரேக்கரா அப்படியே இருக்கட்டும். கடைசியான் இன்னம் முறுக்கங் கொறையாத வலுசப்பையந்தான். அவன் வயசுக்கு எத்தனையோ சம்பாரிக்கலாம். அதனால அவன் பங்கு இப்போதைக்கு ஒரேக்கரா. தாய் தகப்பன் காலத்துக்கு அப்பறம் அந்த ஒரேக்கராவும் கடைசியானுக்குத்தான். என்னப்பா எல்லாருத்துக்கும் செரியா? சொல்லீருங்க.”

முத்தண்ணனை ஒரு வார்த்தை யாரும் கேட்கவில்லை. அவனுக்கும் எதுவும் கேட்கத் தோன்றவில்லை. இத்தனை நாள் வளர்த்த அப்பனுக்கும் அம்மாளுக்கும் அண்ணன்களுக் கும் அவனுக்குக் கொடுக்க வேண்டியதைப் பற்றித் தெரியாதா? பங்கு வைக்கிற உரிமையோ கூடுதல் குறைச்சலாகக் கேட்கிற உரிமையோ அவனுக்குக் கிடையாது. அவரவர் பங்கை எப்படி எடுத்துகொள்வது என்று வரும்போதும் காலகாலமாகப் பின்பற்றப்பட்டு வரும் நடைமுறையையே சொன்னார்கள். மூத்தவன் மேட்டுப்பகுதியில் எடுத்துக்கொளவது, இரண்டா

மவன் நிலம் அடுத்து, மூன்றாமவனுக்கு அடுத்த பகுதி, கடைசியானுக்குக் கீழ்ப்பகுதி. கீழ்ப்பகுதியில் ஒருபக்கம் அப்பனுக்கு. எப்படியும் அப்பன் நிலம் கடைசியானுக்குச் சேர வேண்டியது என்பதால் அவனுடையதோடு ஒட்டிய வாறே அப்பனுக்கும்.

சங்கிலி பிடித்து அளவு போட்டுப் பிரிக்க வேண்டியதுதான் பாக்கி. வீட்டுப் பிரச்சினையும் அப்படியேதான் ஆனது. குடியிருந்த வீடு எட்டங்கணம். இரண்டு பெரிய அறைகளும் ஒரு தாவாரமும் கொண்டது. இரண்டு பக்கம் சாய்திண்ணை கொண்ட பட்டாசாளையும் இருந்தது. வீட்டின் அல்லையில் சின்ன சின்ன அறைகள் இரண்டு. எதிரில் பெரிய ஓலைக் கொட்டகை. இத்தனை நாள் நான்கு குடும்பங்களும் பெரியூடும் சேர்ந்திருந்த இடம்தான். ஆனால் இப்போது பார்க்கையில் இரண்டு குடும்பம் இருக்கலாம் என்று எல்லாருக்கும் தோன்றியது. மூத்தவனுக்கும் அடுத்தவனுக்கும் அது. அதிலேயே ஒருபக்கமிருந்த தாவாரம் அப்பனுக்கும் அம்மாவுக்கும். நடுவலவன் பொங்கியண்ணனுக்கும் கடைசியான் முத்தண்ண னுக்கும் வீடு இல்லை.

பொதுப்பணம் இரண்டாயிரம் இருந்தது. அதில் வீட்டுக் கென ஐந்நூறு ஐந்நூறு இருவருக்கும் கொடுத்துவிட வேண்டியது. மீதம் ஆயிரத்தில் இருநூறு இருநூறு அக்காக்கள் இருவருக்கும். இனி சீர் செனத்தி எதுவும் கிடையாது. தாய் தந்தை பார்த்து அவர்கள் இருப்பில் ஏதாவது கொடுக்கத் தடையில்லை. சகோதரர்களிடம் எதுவும் எதிர்ப்பார்க்கக்கூடாது. மீதமுள்ள அறுநூற்றில் பாகம் பிரிக்கும் செலவுக்கு நூறு. தாய் தந்தை ஜீவனத்திற்கு ஐந்நூறு. தாய் தந்தை முடியாத காலத்தில் சகோதரர்கள் ஆளுக்கொரு மாதம் வைத்துப் பார்த்துக்கொள்ள வேண்டும்.

எல்லாம் முடிந்து பார்த்தபோது பள்ளத்து நிலம் ஒரு ஏக்கரும் வீட்டுக்காகக் கொடுக்கப்பட்ட பணம் ஐந்நூறும் முத்தண்ணன் பக்கம். பொதுப்பணத்தில் இரண்டாயிரம் ரூபாயைக் காட்டவேயில்லை, அவரே வைத்துக்கொண்டார் என்று காளியண்ணனும் பொங்கியண்ணனும் முணுமுணுத் தார்கள். முத்தண்ணனால் அதுகூட முடியவில்லை. கணக்கு வழக்கு பற்றி அவனுக்கு எதுவும் தெரியாது. எல்லாம் பெரியண்ணன் பொறுப்பு. அவர் பார்த்துச் சொல்வதுதான்.

ஆடு மாடுகளைப் பிரிக்கும்போது வண்டியும் எருதுகள் இரண்டும் முத்தண்ணனுக்கு வந்தன. பெருமாவைக் கல்யாணம்

செய்தபோது அவள் தாய் வீட்டுச் சீதனமாக இரண்டு காளைக் கன்றுகளைக் கொண்டுவந்தாள். அதனால் எருதுகள் முத்தண்ணனுக்குப் பிரிந்தன. நான்கு செம்மறிகள், பால் மாடு ஒன்றும் அவனுக்கு வந்தன. தாய் வீட்டுச் சீதனமாக வந்த பாத்திரங்கள், செக்கு, அம்மி எல்லாம் அவரவர்களுக்கு. பொதுப் பாத்திரங்கள் தாய் தந்தைக்கு. பத்தடுக்கு மொடாக்கள் இருந்தன. ஆளுக்கு இரண்டடுக்கு. தாய்தந்தைக்கு ஓரடுக்கு. வீடு கட்டிக்கொண்டு குடியேற மூன்று மாதம் அவகாசம்.

பங்கு வைத்து முடிந்த அடுத்த நாளே பெருமா, பிள்ளை களைக் கூட்டிக்கொண்டு அவள் அம்மா வீட்டுக்குப் போய் விட்டாள். இங்கே ஏதாவது பிரச்சினை என்றால் அம்மா வீட்டுக்குப் போவதன் மூலம் தன் கோபத்தைக் காட்டுவது வழக்கம். தன்னுடைய பாத்திரம் பண்டங்களை மூட்டை கட்டி ஒருபக்க மூலையில் போட்டுவிட்டுத்தான் போனாள். குடியிருக்க இடம் ஏற்பாடு செய்த பின்தான் வருவேன் என்று சொல்லிவிட்டாள். பாகம் பிரித்தபின் ஒன்றாக இருந்தால் ஏதாவது பிரச்சினை வந்துகொண்டேயிருக்கும்.

8

முத்து அண்ணன்களோடு பேசுவதை முழுவது மாக நிறுத்திவிட்டான். எல்லாரும் ‘கடைசியான் கடைசியான்’ என்று கொண்டாடியது இதற்குத்தானா? தோள் மேலும் தலை மேலும் வைத்து வளர்த்த பிள்ளை. அங்கிருந்து தூக்கித் தொப்பென்று எறிந்துவிட்டார்கள். காயம் பட்டதா உயிரிருக்கிறதா இல்லையா என்று பார்க்கக்கூட யாரும் இல்லை. குடியிருக்க வீடு ஏற்பாடு செய்தால் வருகிறேன் என்று பெருமாவும் போனபின் அவனுக்கு என்ன செய்வதென்றே தெரியவில்லை. தன்னந் தனியாக ஆளற்ற பாறைவெளியில் புரடைக் கள்ளை வயிறு முட்டக் குடித்துவிட்டுக் கிடந்தான். இத்தனை நாள் சிந்தாத கண்ணீரை ஒருசேரக் கொட்டினான்.

‘உங்கண்ணனுங்க ஒருத்தரும் நல்லவங்க இல்ல. ஒருநாளக்கி உனக்கே புரியும்’ என்று பெருமா சொன்ன போது அதை அலட்சியப்படுத்தினான். அவளுக்கு இருக்கிற அறிவு நமக்கு இல்லையே என்று தோன்றியது. இரண்டு நாளுக்குப் பின் மனம் தேறித் தனக்கு ஒதுக்கப் பட்ட பள்ளத்து நிலத்தில் கொட்டாய் போடும் வேலையைத் தொடங்கினான். கொட்டாய் வேலை நடக்கும்போதே மாட்டுக் கட்டுத்தரைக்கும் இடம் பார்த்தான். இதுதான் இனி என்றாகிவிட்டபின் எப்படியாவது பிழைத்துத்தானே ஆகவேண்டும். காட்டை எப்படிச் சீர்செய்து வளமாக்குவது என்று யோசித்துக் கொண்டிருந்தான். கிணற்றுத் தண்ணீர் முறை ஐந்து நாளுக்கு ஒருமுறை வரும். கிணறு பெரியண்ணன் நிலத்துக்குப் பக்கத்தில் இருந்தது. அங்கிருந்து ஏற்றம் இறைத்து இங்கே கொண்டு வரும்போது முக்கால்வாசித்

தண்ணீரை வாய்க்காலே குடித்துவிடும். என்றாலும் தனக்கென்று வேலை செய்யும்போது உண்டாகும் சந்தோசத்தை அப்போது அனுபவித்தான்.

பதினைந்து நாட்களில் பெருமாவைக் கூட்டிவர மாமனார் வீட்டுக்குப் போனான். தலையை நிமிர்ந்து பார்க்கவே தைரியம் இல்லை. இருபது பவுன் போட்டுப் பெண் கொடுத்த வீடு. அவர்களுக்குத் தன் பெண்ணின் வாழ்க்கை பற்றி எத்தனையோ எதிர்பார்ப்பு இருந்திருக்கும். எதையும் செய்ய முடியவில்லை. தன் சொந்தங்களைப் பற்றி ஒரு வார்த்தையும் பேச அவனுக்கு வாய் வரவில்லை. அங்கே ஒரே ஒப்பாரி. ஆனால் பெருமா ஒரு வார்த்தையும் யாரிடமும் அதுவரை பேசவில்லையாம். எல்லாம் பிள்ளைகளிடம் கேட்டுத் தெரிந்துகொண்டதுதான்.

"கடைசியானக் கடகெட்டவனாப் போவுட்டுமின்னு இப்பிடி உட்டுட்டாங்களா? வாயில்லாப் பூச்சியா இருந்தா இப்பிடித்தான். எனக்கு இன்னம் நாலு வருசத்துல பிள்ள தலைக்கு மேல வந்திருவா, கல்யாணம் காச்சி பண்ணோனும், காடு சேத்தி வேணும்னு கேட்டிருக்க வேண்டாமா? அவுங்க பங்கு வெச்சாங்களாம். இவரு பங்கு எடுத்தாராம். ஓடம் பங்காளிங்க எப்பிடி நல்லது செய்வானுங்க. எப்படா பழி எடுக்கலாம்னு காத்துக்கிட்டுத்தான் இருப்பானுங்க. பெத்த தாய் தகப்பனுமா இப்பிடிக் கை உடுவாங்க. பெரியூடு பெரியூடுன்னு மூனு கண்ணுக்கு வெண்ணையும் ஒரு கண்ணுக்குச் சுண்ணாம்பும் வெச்சிட்டாளே பாவி முண்ட. நல்லா இருப்பாளா அவ? கடைசி காலத்துல புழுத்துத்தான் செத்துப் போவா பாரு. இந்த மாதிரின்னு தெரிஞ்சிருந்தா எம் பொண்ண அந்தப் பக்கம் குடுத்திருப்பனா? என்னமோ கடைசியான் செல்லம் செல்லம்னு எல்லாரும் ஆடறாங்களே, நல்லா வச்சிருப்பாங்கன்னு குடுத்தம். இப்பிடியா பண்ணுவாங்க. இந்தக் கங்காட்சிய நான் எங்கயும் காங்கல சாமி . . ." என்று மாமியார் நிறுத்தாமல் பேசிக்கொண்டிருந்தாள். மாமனாரும் விடவில்லை.

"நாங்கெல்லாம் இன்னம் உசுரோடதான இருக்கறம் மாப்ள? அவுங்க அவுங்க சொந்தம் பந்தமின்னு நாலு ஆளக் கூட்டிக்கிட்டுப் போயி நிறுத்துனாங்கல்ல. உங்களுக்கு எங்க புத்தி போச்சு? செரி, எங்களுக்குச் சொல்லுல. அண்ணனுங்க நல்லது செய்வாங்கன்னு நெனச்சீங்க. செய்யலீன்னு தெரிஞ் சொடன எஞ் சொந்த பந்தத்தக் கேட்டுட்டு நாலு நாள்ல சொல்றமின்னு வர வேண்டிதுதான. அதுக்குமா புத்தி இல்லாத போயிருச்சு? இப்பிடிப் பொழச்சா ஊடு நல்லா மேடேறீரும் போங்க."

எல்லாரும் தங்கள் பாரங்களை முத்துவின் மேல் இறக்கி வைத்தார்கள். அவன் எங்கே கொண்டுபோய் இறக்குவான்? வாய் திறந்து ஒரு வார்த்தை பேசவில்லை. 'புரசனும் பொண்டாட்டியும் இப்படி மினுக்கமா இருந்துட்டா ஆச்சா?' என்று மாமியார் ஜாடை பேசியதையும் கேட்டபடி திண்ணையில் படுத்திருந்தான். காலையில் மணக்க மணக்கக் கம்மஞ் சோற்றைக் கரைத்துக் கொடுத்தார்கள். எருமைத் தயிர்ப்பசை கைகளில் பிடித்துக்கொண்டது. வெங்காயத்தைக் கடித்துக் கொண்டு தேவாமிர்தத்தைக் குடிக்கிற சந்தோசத்தோடு குடிப்பான் எப்போதும். ஆனால் அன்றைக்கு அதன் ருசியே தெரியவில்லை. நாக்குச் செத்துவிட்டது. பெருமாவையும் பிள்ளைகளையும் கூட்டிக்கொண்டு புறப்பட்டான். 'வர்றம்' என்னும் ஒரு வார்த்தையை விட்டத்தைப் பார்த்துக்கொண்டு சொன்னான்.

"நாலு பிள்ளையப் பெத்தாலும் நாலையும் சீரா வளத்து நல்ல எடத்துல கட்டிக் குடுத்திட்டமின்னு மவுந்திருந்தன். ஒருத்தி பொழப்பு இப்பிடி ஆயிப்போச்சேன்னு நெனைக்க நெனைக்க ராவுக்கெல்லாம் கண்ணு மூட முடியல. அந்தச் சாமீங்கதான் பாவாத்தாதான் இன்னமே உங்களுக்கு நல்ல வழி காமிக்கோனும். கடசீல பித்தாளக்காரனாட்டம் ஏமாத்தீட்டாங்களே. அவந்தான் எங்கயோ இருந்து வந்தவன். இவுங்க ஒடம்பொறந்தவங்களாச்சே" என்று மாமியார் பேசியது வெகுதூரம்வரை கேட்டுக்கொண்டிருந்தது.

அந்தச் சமயத்தில் 'பித்தாளக்காரன்' பேச்சு மும்மரமாக நடந்துகொண்டிருந்தது. சுற்றுப்பட்டி ஊர்களில் எல்லாம் அதே பேச்சுத்தான். சந்தைசாரிகளிலும் திருவிழாக்களிலும் சனத்துக்குப் பேச அது ஒன்றுதான் விஷயமாக இருந்தது. சுற்றுப்பட்டி மக்கள் எல்லாரும் ஒரே மாதிரி கதை சொல்லிக் கொண்டிருந்தார்கள். பெருங்கூட்டம் கிளம்பி எல்லாப் பக்கமும் போய்க் கிட்டத்தட்ட ஒரே மாதத்தில் வேலையை முடித்து விட்ட மாதிரி தெரிந்தது. வெள்ளாட்டுக்குட்டி வாங்க வருபவர்கள் போல இரண்டு பேர் முதலில் வந்தார்கள். அவர்கள் தும்பைப் பூவாட்டம் வேட்டியும் சட்டையும் போட்டிருந்தார்கள். கையிலோ முதுகிலோ எதுவுமே இல்லை. ஊர்ச்சாவடிக்கு வந்தவர்கள் அங்கே சுருண்டு கிடந்த கிழடு கிண்டுகளிடம் பேச்சுக் கொடுத்தார்கள். ஒட்டை விழுந்த, ஒடுங்கிப்போன பித்தளைப் பாத்திரங்களைக் கொடுத்தால் அவற்றை அப்படியே புதிதாக்கிக் கொண்டுவந்து தருவதாகவும் பாத்திரத்திற்கு ஏற்பச் செய்கூலி மட்டும் கொடுத்தால்

போதும் என்றும் அவர்கள் சொன்னார்கள். அதை முதலில் யாரும் நம்பவில்லை.

சாவடியிலேயே படுத்திருந்த அவர்கள் அடுத்த நாள் காடுகரைகளுக்குப் போய் அங்கெல்லாம் குடியிருந்த ஒவ்வொரு வீட்டுக்காரரிடமும் விஷயத்தை எடுத்துச் சொல்லிப் பார்த் தார்கள். கனமான சொம்பு ஒன்றுக்கு நாலணாக் கொடுத்தால் போதும், புதிதாக்கிவிடலாம் என்பதை யாராலும் நம்ப முடியவில்லை. அதைப் பாத்திரக் கடையில் கொண்டு போய்ப் போட்டால் நாலணாத்தான் கிடைக்கும். புதிதாக்கவே நாலணாத்தான் என்றால் எப்படி நம்பிக்கை வரும்? இரண்டு நாள் அவர்கள் காடுமேடெல்லாம் சுற்றி னார்கள். எல்லா வீடுகளிலும் ஓட்டை உடைசல் கிடந்தாலும் எடுத்துத் தர யாருக்கும் மனம் வரவில்லை. வந்தவர்களும் சளைக்கவில்லை. சனங்களுக்கு நல்லது செய்தே தீருவோம் என்பது அவர்களின் விடாப்பிடியான கொள்கை.

கல்லுக்காட்டில் கோழிக்குத் தீனி போடவென்று அகலமான பித்தளை வட்டில் ஒன்றைப் போட்டிருந்தார்கள். தூக்கிக் கண் வைத்துப் பார்த்தால் தெரியுமளவு ஓரிடத்தில் ஓட்டை விழுந்திருந்தது அது. அதைச் சட்டென்று கையில் தூக்கிக் கீழே கிடந்த துணியால் துடைத்த ஒருவன் 'இந்த வட்டலக குடுங்க, ஒருவாரத்துல இதே மாதிரி புது வட்ட லாக்கிக் கொண்டாந்து தர்றன் பாருங்க' என்றான். இன் னொருவன் 'இப்பப் புதுசா மிசினு வந்திருக்குது. இத நசுக்கி அப்பிடியே உள்ள உட்டாப் புத்தம் புதுசாக்கிப் பள பளன்னு வெளிய கொண்டாந்து தள்ளீரும்' என்றான். கோழி வட்டில்தானே, போனால் போகிறது, வந்தால் புதுசாக வருகிறது என்று எடுத்துப் போகச் சொன்னார்கள். செம்போத்தாங் காட்டில் அதே போல ஓட்டைச் சொம்பு ஒன்று வாசலில் உருண்டு கிடந்தது. மாட்டுத் தாழிக்குத் தண்ணீர் மொண்டு ஊற்ற அவ்வப்போது ஆகும். வாசலிலும் கட்டுத்தரையிலும் உருண்டு கிடக்கும். அதை எடுத்துக்கொண்டார்கள்.

இப்படி அங்கும் இங்குமாகத் திரட்டிய ஓட்டைப் பாத்திரங் கள் சின்னச் சாக்கு சேர்ந்துவிட்டது. ஒருவாரத்தில் புதுசோடு வருகிறோம் என்று புறப்பட்டார்கள். எதுவும் கொடுக்கா தவர்கள் கொடுத்தவர்களைப் பார்த்துச் சிரித்தார்கள். 'போனது வரவா போவுது' என்று சிரிப்புக்கு அர்த்தம். கொடுத்தவர்கள் அலட்டிக்கொள்ளவில்லை. 'ஓட்ட ஒடசலு ஒன்னுக்குமாவாத கெடந்தது. வந்தா லாபம். போனா நஷ்டம் ஒன்னுமில்ல' என்று சொன்னார்கள். எல்லாரையும் ஆச்சர்யப்படுத்தியபடி

ஒருவாரத்தில் அதே இருவரும் வந்து சாவடியில் நின்றார்கள். இருவரது தோளிலும் பெரிய சாக்குப் பைகள். அவற்றை இறக்கி வைத்துவிட்டு யார் யார் வீட்டிலிருந்து ஓட்டை உடைசலை எடுத்துப் போனார்களோ அவர்களை எல்லாம் சாவடிக்கு வர வைத்தார்கள். 'பக்கத்து ஊருச் சாமானம் நெறைய இருக்குது. தூக்கிக்கிட்டுக் காடுகாடா அலய முடியாது' என்று அவர்கள் சொன்னது நியாயமாகவே பட்டது. கொடுத்தவர்கள் ஆவலாக வந்து புதுப் பாத்திரங்களை வாங்கினர். வட்டில் கனத்ததோடு பளீரிட்டது. சொம்பு தங்கம் போலிருந்தது.

பக்கத்து ஊர்ப் பாத்திரங்களையும் அவிழ்த்துக் காட்டினார்கள். எண்ணெய்க் கிண்ணம், பொங்கச் சருவம், சருவச் சட்டி, விளக்கு என்று விதவிதமானவை. புதிதாக்கித் தர அவர்கள் கேட்ட கூலியோ அற்பம். இருபது காசு, நாலணாத் தான். 'ஈயம் பூசறவனே இந்தக் காசுக்குப் பூச மாட்டீங்கறான். இவன் புதுசாவே ஆக்கிர்றானே' என்றார்கள். 'வெளிநாட்டுல இருந்து இப்பப் புது மிசினு வந்திருக்குது. அதுல இவ்வளவு தான் செலவாவுது. இதுலயே எங்களுக்கு அஞ்சு காசு நிக்கும்' என்று ஒருவன் சொன்னான். அந்த முறை பலபேர் பழைய பாத்திரங்களைத் தரத் தயாராக இருந்தார்கள். வந்தவன் சொன்னான், 'போன வாரம் வாங்குன எல்லாத்துக்கும் புதுசு கொண்டோயிக் குடுக்கோணும். இல்லீனா தொழில்ல நாணயம் தவறிப் போயிரும். எல்லாத்தையும் குடுத்துட்டு ரண்டு நாள்ல வர்றம். பாத்தரத்த எடுத்து வெச்சிருங்க.'

அதே போல இரண்டு நாட்களில் அவர்கள் பெரிய சாக்குப் பைகளோடு வந்தார்கள். போகும்போது பைகள் நிறைந்திருந்தன. கொண்டு வந்து கொடுக்கும் பாத்திரங்களைக் கண் முன்னாலேயே பெரிய கல்லைத் தூக்கிப் போட்டுச் சப்புளியச் செய்து எடுத்துச் சாக்குக்குள் போட்டார்கள். தங்கள் பாத்திரத்தின் மேல் கல் விழுவதைப் பார்க்கப் பலருக்குச் சகிக்கவில்லை. என்றாலும் என்ன செய்வது? புதிதாக வேண்டுமே. அடுத்த முறையும் ஒருவாரத்தில் வந்துவிட்டார்கள். இப்போது சிலருக்கு மட்டும் புதியவை வந்தன. சிலருக்கு அடுத்த வாரம் ஆகும் என்று சொல்லிவிட்டார்கள். எல்லா ஊர்களில் இருந்தும் மக்கள் நிறையப் பாத்திரங்களைக் கொடுத்திருப்பதால் மிசினுக்கு வேலை அதிகம். மிகுதியான வேலை கொடுத்தால் மிசின் சூடாகிப் போகும். சூடு ஆறிய பிறகே மறுபடியும் வேலை கொடுக்க வேண்டும். அதனால் கொஞ்சம் தாமதம். எப்படியும் எல்லாப் பாத்திரங்களுக்கும் புதிது வந்துவிடும்.

‘வரட்டும் மெதுவாக வரட்டும். வீட்டு அட்டாலியில போட்டு வெச்சிருக்கற பாத்திரங்கள்தானே’ என்று சொல்லி இந்த முறை பெரிய போவனிகள், அண்டாக்கள், சருவங்கள் என எவ்வளவோ பாத்திரங்களைக் கொடுத்தார்கள். ‘வெள்ளக் காரன் இப்பிடி ஒரு மிசினுக் கண்டுபுடிச்சு நம்ம நாட்டுக்கு இத அனுப்பி வெச்சிட்டான். ரயிலக் கண்டுபுடிச்சது அவந்தான். பஸ்ஸக் கண்டுபுடிச்சது அவந்தான். எத்தன மிசினக் கண்டு புடிச்சிருக்கறான். இப்பப் பழசயெல்லாம் புதுசாக்கற மிசினு. ஒருபக்கம் ஆன்னு வாயத் தொறந்துக்கிட்டு இருக்குமாமா. அதுக்குள்ள ஒரு பாத்தரத்தப் போட்டா கைந்நொடிக்கறதுக் குள்ள இன்னொரு பக்கம் புதுப்பாத்தரமா வந்து ணங்குன்னு உழுந்திருமாமா’ என்றெல்லாம் பேசிக்கொண்டார்கள்.

சேர்ந்த பாத்திரங்கள் எல்லாவற்றையும் கல்லைப் போட்டு நசுக்கிச் சாக்குகளில் மூட்டை கட்டிச் சாவடியில் வைத்தார்கள் அவர்கள். கொடுத்தவர்கள் பாத்திரத்தை நினைவு வைத்திருந் தால் போதும். புதிது வந்தவுடன் அடையாளம் கண்டு எடுத்துக் கொள்ளலாம். வெவ்வேறு ஊர்களிலும் நிறையச் சேர்வதால் லாரியில் அந்த முறை ஏற்றினார்கள். நடுராத்திரியில் நாய்கள் குரைக்க லாரி வந்து சேர்ந்தது. ஊருக்குள் அப்போதுதான் முதல் முதலாக லாரி ஒன்று வந்தது. பல பேர் லாரியைச் சூழ்ந்து பார்த்தார்கள். வந்த வேகத்தில் மூட்டைகளை ஏற்றிக் கொண்டு லாரி போய்விட்டது. போன லாரி திரும்பவும் புதிய பாத்திரங்களோடு வந்து நிற்கும் என்று தினந்தோறும் வழியைப் பார்த்தார்கள்.

ஒருவாரம் ஆயிற்று, இரண்டு வாரம் ஆயிற்று, மாத மாயிற்று. லாரியைக் காணோம். அம்மா வீட்டிலிருந்து சீராக வந்த பாத்திரங்கள். மகளுக்குச் சீர் தரச் சேர்த்து வைத்திருந்த பாத்திரங்கள். பொங்கல் நோம்பி, கல்யாணம் காட்சி, இழவு என்று வீட்டு விசேசத்திற்குப் புழங்க ஆகும் என்று வாங்கி வைத்திருந்த பாத்திரங்கள். எல்லா வீட்டு அட்டாலிகளும் காலியாகியிருந்தன. வந்தவர்களின் பெயர் ஊர் எதுவும் தெரியவில்லை. எங்கே போனார்கள் என்பதும் இல்லை. ‘போனதுதான்’ என்று முடிவான பின் என்னுடையது இவ்வளவு, உன்னுடையது இவ்வளவு என்று கணக்குப் பார்த்தார்கள். குறைவாகப் போனவர்கள் சந்தோசப்பட்டார்கள். அதிகமாகப் போனவர்கள் வெளியே சொல்ல வெட்கப்பட்டுக் குறைத்துச் சொன்னார்கள். ஏமாற்றிப் போனவர்களுக்குப் ‘பித்தாளைக்காரன்’ என்று பட்டம் வந்ததுதான் மிச்சம்.

மாமியார் பித்தாளைக்காரனோடு தன் சொந்தங்களை ஒப்பிட்டது ஒருவகையில் சரிதான் என்று முத்துவுக்குத்

தோன்றியது. சின்ன வயதிலிருந்து காட்டிய ஆசைகள் கொஞ்சமா? தேன் தடவிய வார்த்தைகள். உச்சானி வாதில் தூக்கி உட்கார வைக்கும் பேச்சுக்கள். பேராசையைப் பெருக வைத்தால் எதையும் பிடுங்கிக்கொள்ளலாம். ஆசை விளக்கின் கொழுந்தைத் தூண்டித் தூண்டி எல்லாவற்றையும் இழக்கத் தயாராக்கிவிடலாம். சொந்தங்கள் செய்ததும் அதைத்தான். பித்தாளைக்காரன் செய்ததும் அதைத்தான். இவன் ஒரு மாதத்திற்குள் முடித்துக்கொண்டான். சொந்தங்கள் வருசக் கணக்காகக் கைவரிசை காட்டி எல்லாவற்றையும் உருவிக் கொண்டார்கள்.

சுற்றிலும் ஓலைத் தடுப்பு வைத்த கொட்டாயைப் பார்த்ததும் பெருமா ஒன்றும் பேசவில்லை. ஆனால் அவள் எரிச்சலை எப்படியாவது காட்டிக்கொண்டே இருந்தாள். பத்து நாளில் இதைத் தவிர வேறென்ன ஏற்பாடு செய்ய முடியும்? மாடமாளிகை கட்டுபவர்கள்கூட இதுமாதிரி கொட்டாயில் இருந்துகொண்டுதான் கட்டுகிறார்கள். வந்த இரண்டாம் நாளே அவர்கள் பங்குக்கு வந்த இரண்டடுக்கு மொடாக்களில் மேல் மொடாக்கள் ஒன்றிரண்டை மட்டும் வைத்துக்கொண்டு அடி மொடாக்களைச் சாராயம் காய்ச்சு பவர்களுக்கு விற்றுவிட்டாள். ஒரு ரூபாய் இரண்டு ரூபாய் என்று வந்த விலைதான். மொடாக்களை ஆட்கள் எடுத்துப் போனபோது ‘இப்பென்ன சோத்துக்கில்லாதயா போயிருச்சி. மொடாவ விக்கறதுக்கு?’ என்றாள் மாமியார். ‘கார போட்டு நாலு அங்கணத்துல எனக்கு ஊடு ஒதுக்கி உட்டுருக்கறாங்க. அங்க கொண்டோயி அடுக்கி ஆள்றன்’ என்று வாயிருக்க மாட்டாமல் சொல்லிவிட்டாள் பெருமா.

மாமியார்க்காரி பிடித்துக்கொண்டாள். ‘அப்பமூட்ட இருந்து வண்டி வண்டியாக் கொண்டாந்து தள்ளி வெச்சிருக்கற. உனக்கு எடுத்தெடுத்துக் குடுக்கறம். நாலு பசவளப் பெத்து வளத்து ஆளாக்குனதும் இல்லாத என்னத்த வாரிக் குடுக்க முடியும்? நீ வாழ்ற வவுசியப் பாக்கத்தான போறன். நாலு அங்கணம் என்ன, எட்டங்கணத்துல ஊடு கட்டி உம் பையன் பிள்ளைவளுக்கு ஒதுக்கி உடாயா. என்ன சம்பாரிச்சுக் குடுக்கற யின்னு பாக்கறன்’ என்று பேசிக்கொண்டே இருந்தாள்.

மாமியாரிடம் வாய் கொடுத்து மீள முடியாது. ராக்காசி மாதிரி ஆடுவாள். புருசனிலிருந்து மகன்கள்வரை அவள் முந்தானைக்குள் அடக்கம். பங்குப் பிரச்சினை வந்த பிறகுதான் அம்மா மேல் முத்துவுக்கே பிடிப்பு விட்டுப் போயிற்று. ‘உனக்கு ஆறேழு வயசுவரைக்கும் பாலுக் குடுத்துத்தாண்டா மொல

இப்பிடித் தொங்கிப் போச்சு' என்று மார்களைக் காட்டிக் கொண்டு சிரிப்பாள். 'போம்மா' என்று முத்து வெட்கப்படுவான். அந்த நெருக்கத்தில் பெரும்பிளவு வந்துவிட்டது. பள்ளத்துக் காட்டை ஒதுக்கி ஓரம்பரைக்கு இடையே பெரும்பள்ளம் தோண்டிவிட்டார்கள்.

மூன்று மாதம் என்ன செய்வதென்று ஒன்றும் பிடிபட வில்லை. காட்டை ஓட்டிச் சோளம் விதைத்திருந்தான். சோளப் பயிர் காலுயரம் வந்திருந்தபோது பெருமழை. அவன் காட்டில் ஒசும்பு ஊறிக் கால் வைக்கவே முடியவில்லை. மழைக்காலம் முடிந்ததும் ஏரிமண் கொண்டு வந்து கொட்டிக் காட்டை மேடாக்கிவிட வேண்டும் என்று திட்டமிட்டிருந்தான். பொதுவில் இருந்தபோது இந்தப் பள்ளத்தில் மானாவாரியாக விதைத்துவிட்டால் அப்புறம் அறுக்கத்தான் வருவார்கள். நீர் பாய்ச்சி வெள்ளாமை செய்யக்கூடிய தோட்டக்காடு அல்ல அது. அங்கே போட்டிருந்த கொட்டாய்க்கே நிறைய மண் கொட்டி ஒசும்பிலிருந்து தப்பிக்க வேண்டியிருந்தது. கால் வைத்தால் நீர் ஊறும் ஒசும்பு. பையன் பொன்னையனுக்கு அங்கிருக்கவே பிடிக்கவில்லை. அடிக்கடி பாட்டி வீட்டுக்கு ஓடிப்போவான்.

மகன் பேசுவதில்லை என்றாலும் மருமகள் முகத்தைத் திருப்பிக்கொண்டாலும் பேரனை வெறுக்கவில்லை பாட்டியும் பாட்டனும். 'பொன்னு பொன்னு' என்று கொஞ்சினார்கள். நிறையநாள் இரவிலும்கூட அங்கே தங்கிவிடுவான். 'முத்து முத்துன்னு கொஞ்சித்தான் ஒருத்தனக் கூடப்போட்டாங்க. இப்ப உன்னயப் பொன்னு பொன்னுன்னு கொஞ்சறாங்களா? உனக்கு என்ன வில்லங்கத்தக் கொண்டாரப் போறாங்களோ?' என்று பெருமா புலம்பித் தவித்தாள். விளாரை எடுத்துக் கொண்டு அவனை விரட்டியடித்தாள். கால் கெண்டைச் சதையில் விளாறு பட்டு நீள்வரியாகக் கிழித்துக்கொண்டு ரத்தம் பீறிட்ட பொழுதில் அவன் மறுபடி பாட்டியின் மடிக்குள் போய் விழுந்தான். எத்தனை உக்கிரம் கொண்ட பாட்டிகளின் மடியும் பேரன்களுக்குக் கதகதப்பாக இருக்கும் ரகசியம் என்னவென்று தெரியவில்லை.

ஒற்றை அறையான கொட்டாய்க்குள் பெருமாவை நெருங்கவே அச்சமாக இருந்தது. பள்ளத்துக்குள் கொண்டு வந்து போட்டுவிட்ட எல்லார் மேலும் வன்மம் கொண்டிருந் தாள் அவள். கொட்டாய்க்குள் பூச்சி பொட்டு புகுந்துவிடும் என்று இரவு முழுக்க எரியும்படி பெரிய மண்விளக்கை ஏற்றியிருந்தாள். அந்த வெளிச்சத்தில் பிள்ளைகளும் பையனும்

தெரிகிற இடத்தில் பெருமாவைத் தீண்டவே சிரமப்பட்டான். பையன் வெகுசீக்கிரம் தூங்கிப்போவான். பிள்ளைகளுக்கு இரண்டும் கெட்டான் வயது. எந்நேரத்தில் எழுவார்கள் என்று சொல்ல முடியாது. மெல்லத் தொட்டு 'வெளிய வா' என்று கூப்பிட்டால் 'இது ஒன்னுதான் கொற' என்று முகத்தைத் திருப்பிக்கொண்டால் என்ன செய்வது? சகல நாடிகளும் ஒடுங்கிப்போய்விடும். அதற்காகப் பயந்துகொண்டே அவளை அண்டாமல் இருந்தான்.

9

சோளத்தட்டை அறுத்துப்போட்டபோது பெரிய குத்தாரி வந்தது. இந்தக் குத்தாரி எருதுகளுக்கும் பால் மாட்டுக்கும் மூன்று மாதம்கூடப் போதாது. வேறு எங்காவது காடுகரை பார்த்து மேய்க்க வேண்டும். சுடுசொல் சொல்லாதவர் காடு பார்த்துப் புல் பிடுங்கிக் கொண்டுவந்து போட வேண்டும். சுடுசொல் சொல்லா தவர் யாருமில்லை. இல்லாவிட்டால் தீனியைக் காசு கொடுத்து வாங்க வேண்டும். வயிற்றுப் பற்றாக்குறை என்றால் ஈரத்துணியைப் போட்டுக்கொண்டு படுத்துக் கொள்ளலாம். ஆடுமாடுகளுக்குப் பற்றாக்குறை என்றால் என்ன செய்ய முடியும்? நடுராத்திரியில் குரலெடுத்துக் கத்தத் தொடங்கிவிடும். அந்தக் குரலைக் கேட்டுக் கொண்டு எந்த உயிரும் தூங்க முடியாது. வாயில்லாச் சீவன்களைப் பட்டினி போடுபவன் குடியானவன் அல்ல.

பள்ளத்துக் காட்டை மேடாக்கிவிட வேண்டும் என்று முனைந்து ஏரிமண் அடிக்க அன்றைக்குக் காலையி லேயே போனான். ஏரிக்குள் வண்டல் படிந்து மண் முழமேறிக் கிடந்தது. அள்ளுவார் யாருமில்லை. வேண்டு வோர் அள்ளினால் தூர் வாரியதாகும் என்று ஊர்த் தலைவரும் பார்ப்போரிடம் எல்லாம் சொல்லிப் பார்த்து விட்டார். எந்தக் காட்டுக்கும் தேவைப்படவில்லை. எல்லாம் இரண்டு மூன்று தலைமுறைக்கு முன்பே மண் கொட்டி மேடாக்கிக் கொண்டவை. சில காடுகளில் பாறைகளுக்கு மேல் ஒரு முழம் மண் நிரப்பியதும் உண்டு. கடலைக்கும் சோளத்திற்கும் முழம் ஆழம் கூட வேர் போவதில்லை. உழுவதற்குக் குட்டைக் கலப்பை வைத்துக்கொண்டால் போதும். ஒரு வண்டி மண்ணைக்

கொண்டு வந்து கொட்டிவிட்டு அடுத்த வண்டி மண்ணுக்குப் போகலாம் என்று வண்டியைத் திருப்பியபோது குறுக்கே வந்து நின்றுகொண்டாள் பெருமா. கூடவே பிள்ளைகளும் பையனும் அவளை அணைந்து குருவிக்குஞ்சுகளாய் ஒடுங்கி நின்றார்கள். மூன்று மாதமாகப் பேசாத பேச்சையெல்லாம் ஒருசேரக் கொட்டினாள்.

“பத்து வெருசம் பாடுபட்டாலும் இந்தப் பள்ளத்த ரொப்ப முடியாது. எங்களயெல்லாம் பட்டினி போட்டுக் கொல்லலாம்னு பாக்கறயா? ஒரேக்கரா நெலத்த வெச்சு நாலு வேப்பமரம் நட்டுப் பல்லுக்குச்சி ஒடிச்சு நாக்க வழிக்கலாம். வேற என்ன செய்ய முடியும்? என்ன செய்யப் போறீன்னு தான மூனுமாசமாப் பாத்துக்கிட்டு இருக்கறன். எங்கண்ணன் எங்கண்ணன்னு பேச்சுக்குப் பேச்சு சொல்லுவியே. இப்ப எங்க போனாங்க? பள்ளத்துப் பக்கம் ஒதுக்கி உட்டமே செத்தாங்களா, பொழச்சாங்களான்னு ஒருநாயி எட்டிப் பாத்துதா? இத்தன வெருசம் ஒழச்சுக் கண்ட நாய்க்குப் போட்ட. இன்னமே ஒழச்சு இந்தப் பள்ளத்துல கொட்டப் போறயா? எங்காச்சும் ரண்டுமூனு ஏக்கரா கந்தாயத்துக்கு ஒட்டப் பாரு. இல்லைன்னா வேற வேலைக்குப் போ. இந்தப் பாறையக் கொத்தி வெத வெதச்சு என்னயும் எம்பிள்ளை களையும் கொன்னுபுடாத” என்று தீர்மானமாகச் சொல்லி விட்டாள்.

அதுமட்டுமல்ல, அவள் கிடைத்த வேலைகளுக்குப் போகவும் ஆரம்பித்தாள். களை வெட்ட, பூட்டை பொறுக்க, கடலைக்காய் தொலிக்க என்று எதற்கும் சளைக்கவில்லை. மகள் வல்லம்மாளையும் உடன் அழைத்துக்கொண்டு போனாள். சிறுபிள்ளை. ஊரார் காட்டுக்குப் போய் வேகாத வெயிலில் வேலை செய்வதைப் பார்க்க அவனுக்குப் பொறுக்க முடியவில்லை. அடுத்தவள் ரோசம்மா வீட்டு வேலைகளையும் ஆடுமாட்டு வேலைகளையும் பார்த்துக்கொண்டிருந்தாள். கூடவே பையனைப் பார்த்துக்கொள்வதும் அவள் பொறுப்பு. அவன் இப்போது பாட்டியைத் தேடி ஓடுவதில்லை. எப்படி எப்படியோ கட்டுப்படுத்தி வைத்துவிட்டாள். ‘ஆயா ஆயான்னு அப்பிடி வருவானே அவன் என்ன பாவம் செஞ்சான்? எம்மவனத்தான் மடியில கட்டி வெச்சிக்கிட்டான்னு இருந்தா பேரப்பையனுக்கும் மாயம் பண்ணி நிறுத்தீட்டா பாரேன்’ என்று பாட்டி பேசுவதாகக் காற்றுவாக்கில் வந்து சேர்ந்தது.

எதையும் பெருமாவிடம் சொல்ல முடியாது. ‘இங்க வையாபுரியாக் கொட்டிக் கெடக்குது. எம்பிள்ளைவளப் பன்னீருல குளிப்பாட்டிப் பவுனுல அலங்கரிச்சுப் பொம்மக்

கட்டயா நிறுத்தி வெக்கறன்' என்று கோல் கொண்டு ஆழமாகக் குத்திவிடுவாள். பாத்தி கட்டவும் போர் போடவும் எனச் அவனும் போகத் தொடங்கினான். நாளெல்லாம் தன் தோட்டத்திலும் மேட்டுக்காடுகளிலும் உருண்டு புரண்டு கிடந்தவனுக்குக் கூலி வேலைக்குப் போக முதலில் ஒருமாதிரி இருந்தது. எங்கே போனால் என்ன, வேலை. வேலைக்குக் கூலி என்று மனதைத் தேற்றிக்கொண்டான். ஏதோ ஒருமாதிரி குடும்பம் நடந்தது. அந்தச் சமயத்தில்தான் வத்தன் மூலமாகப் பாரவண்டி எண்ணம் வந்தது. முத்தண்ணன் வருமானம் செலவுக்குப் போதும். பெருமா வேலைக்குப் போவதும் ஆடு மாடுகளைப் பார்ப்பதும் கூடுதல் வருமானம்.

அந்தச் சமயத்தில் அண்ணன்களோடு பேச்சில்லை. முகத்தை நேரடியாகப் பார்க்க நேர்ந்தாலும் தலையைக் குனிந்தபடி நகர்ந்துவிடுவான். அவர்களை வலியமாக அழைத்துப் பேசுவதில்லை. ஒரு பேச்சுக்கு 'எப்பிடிடா இருக்கற?' என்று கேட்கமாட்டார்களா என்று தவித்தான். கேட்டால் வந்து ஒட்டிக்கொள்வான் என்று பயந்தார்களோ என்னவோ. எல்லாருக்கும் கடைசியான், அவனுக்கே இத்தனை வீம்பு இருந்தால் நமக்கு இருக்காதா என்று நினைத்திருப்பார்களோ. தடம்வழியில் அவனைப் பார்த்தால் ஏதோ நாயொன்றைக் கண்ட மாதிரி ஒதுங்கினார்கள். நாயைக்கூடச் 'சூடாய்' என்று அதட்டுவதுண்டு. பிரியமாக வாய்கொள்ளாமல் 'முத்து' என்று அழைத்தவர்கள் எப்படி ஊமையாகிப்போனார்கள்?

அவர்களின் வெள்ளாமை நன்றாகவே நடந்தது. முத்து இறைக்காததால் அவன் தண்ணீரும் அவர்களுக்கே ஆனது. அதிலும் ஒரு பிரச்சினை. முதல் இரண்டு நாட்கள் பெரி யண்ணன் முறை. அடுத்த ஒருநாள் காளியண்ணன் முறை. அதற்கடுத்த நாள் பொங்கியண்ணன் முறை. ஐந்தாவது நாள் முத்தண்ணனுக்கு. முத்தண்ணன் ஏற்றம் இறைக்காததால் அன்றைக்கு ஊறும் நீரும் சேர்ந்து பெரியண்ணனுக்கே கிடைத்துவிடும். கணக்குப் பார்த்தால் மூன்று நாள் பெரியண்ண னுக்கு. அதைப் பற்றி ஒன்றும் முத்து யோசிக்கவில்லை. வேலை யில்லாமல் இறைத்து நேரத்தை வீணாக்கி என்ன செய்ய? ஒரு செரவு பாய அரைநாள் ஆகும். அதற்கு நெடுந்தூரம் வாய்க்கால் போட வேண்டும். வாய்க்கால் மண் உறிஞ்சிக் கொண்டதுபோக மீதிதான் பள்ளம் சேரும். அப்படிப் பாய்ச்சிப் பொன்னா விளையப் போகிறது? 'போயி ஏத்தக்கட்டி சரக்சரக்குன்னு எற. நானு தண்ணி மாற இங்க மமுட்டி வெச்சிக்கிட்டு நிக்கறன். வர்ற தண்ணியப் பாத்துட்டு எம் பிள்ளைவளுக்குப் பொச்சுக் கழுவி உடறன் போ' என்று

பெருமா ஒருமுறை இதைப் பற்றி எகத்தாளமாய்ப் பேசினாள். அதற்குப் பின் ஏற்றம் பற்றி யோசிக்கவே தோன்றவில்லை.

நடுவலவர்கள் இருவருக்கும் இது தாங்கவில்லை. ‘பெரியவனாப் பொறந்தா நல்ல மச்சம்டா. அடுத்த பொறப் புலயாச்சும் அப்பிடிப் பொறக்கோணும்’ என்றும் ‘கடசி யான்னாக் கொஞ்ச நாளைக்குக் கொஞ்சவாச்சும் செய்வாங்க. நடுவுல பொறந்தா நாய்ப் பாடுதாண்டா’ என்றும் ‘இன்னொரு பொறப்புன்னு இருந்தா அது குடியானப் பொறப்பா இருக்கக் கூடாது. நாய் நரி காக்கா குருவீன்னு பொறந்துட்டுப் போலாம்’ என்றும் பலவாறு பேசிக்கொண்டார்கள். இரண்டு பேருக்கும் கிடைத்த எல்லாம் சமமான பங்கு என்பதால் அவர்களுக்குள் அத்தனை ஒற்றுமை. முத்துவின் முறைநாளைக் கேட்டு வாங்கிக் கொள்ளலாம் என்று நினைத்தார்கள். யார் கேட்பது? அவனிடம் முகம் கொடுத்துக் கேட்க யாருக்கும் துணிவில்லை.

முத்துவின் முறைநாள் முடிந்து தம்முறை தொடங்கும் நாளின் விடியற்காலையிலேயே பெரியண்ணன் மாடுகள் ஏற்றத்தில் பூட்டப்பட்டுவிடும். நாள் முழுக்க ஊறிய நீரைப் பாய்ச்ச அப்படி ஒரு வேகம். அவருடைய இரண்டு நாள் முறை முடிகிற மாலையில் இருள் சூழ்ந்த பின்னும் ஏற்றம் இறைத்துக்கொண்டிருக்கும். கிணற்றைச் சேறுவரை சுரண்டி விட்டுத்தான் அடுத்தவனுக்கு விடுவார். காடு முழுக்க வெள்ளாமை பசுமை பூத்து நின்றது. பருத்திச் செடிகள் கொப்பும் குலையுமாக நின்றன. ஒரு அணப்பு முழுவதும் காய்ச் செடிகளாக இருந்தன. தினமும் ஒரு நடை வண்டியில் காய்கறிச் சந்தைக்குக் காய்க் கூடைகள் போயின. பண்ணயத்தான் ராமன் இனிமேல் பெரியண்ணன் பண்ணயம்தான் பெரிது என்று தெரிந்துகொண்டு அங்கேயே இருந்தான். மற்ற யாரும் அவனைக் கூப்பிடவும் இல்லை. ‘இப்பிடி ஆவுமுன்னு நெனக்கலீங்களே சாமீ. நானென்ன பண்ணுவன். எனக்கும் வவுறுன்னு ஒன்னு இருக்குதில்ல. எர கண்ட பக்கம் போய்த்தான ஆவோனும்’ என்றான் அவன். அது சரி.

நடுவலவர்கள் இருவரும் தங்கள் முறைநாளின் சாயங்காலத் தில்தான் இறைப்பார்கள். பெரியண்ணனுக்குக் கிட்டத்தட்ட நான்கு ஏக்கர்களும் நீர் பாய்ந்தது. அவனுடைய பெண்டாட்டி, பிள்ளைகள் எல்லாரும் ஓடி ஓடி வேலை செய்தார்கள். குடும்பம் ஒன்றாக இருந்தபோது இந்த அக்கறையைக் காணோமே என்று பேசிக்கொள்வதைத் தவிர வேறு என்ன செய்ய முடியும்? நடுவலவர்கள் இருவருக்கும் எப்படியாவது முத்துவிடம் பேசி அவன் முறைநாளைப் பெற்றுக்கொள்ள வேண்டும் என்பதில்

குறி. முத்து சரி என்றாலும் பெருமா விடுவாளா? ஒத்துக்கொண்டால் ஆளுக்கொரு வாரம் என்று வைத்துக்கொள்ளலாம் என்பது அவர்கள் கணக்கு. பேசத்தான் பயந்தார்கள்.

பொங்கியண்ணன் பெண்டாட்டி சீராயி, பெருமாவிடம் கொஞ்சம் நன்றாகப் பேசுவாள். பெருமா வருவதற்கு முன் கடைசி மருமகளாக இருந்தவள் அவள். கடைசி மருமகள்கள் எப்படி எல்லாருக்கும் பணிந்துபோக வேண்டும் என்பதைப் பெருமாவுக்குக் கற்றுக்கொடுத்தவள். எல்லார் அதிகாரத்தையும் பொறுத்துக்கொண்டு வேலைகளைச் செய்வார்கள். தனியாக இருக்கும்போது கரித்துக் கொட்டுவார்கள். சிலசமயம் சீராயும் பெருமாவை ஏவுவாள். அப்புறம் அவளே வந்து சமாதானம் பேசுவாள். 'பெரியூடு பெரியூடுன்னு சொல்றாங்களே என்னன்னு இப்பத் தெரிஞ்சிக்கிட்டயா. வெளிய பாத்தா மரம் மட்டையோட அப்பிடித் தெரியுதே சுடுகாடு, உள்ள போனா எப்புடி? அது மாதிரிதான் பெரியூடு பெருமா' என்று பலமுறை பேசியிருக்கிறாள்.

அந்த நெருக்க உரிமையை வைத்துக்கொண்டு ஒரு முன்னிரவுப் பொழுதில் முத்தண்ணன் கொட்டாய்க்கு வந்தாள் சீராயி. வாசல் கட்டிலில் உட்கார்ந்துகொண்டு முத்தண்ணன் சாப்பிட்டுக்கொண்டிருந்தான். பிள்ளைகள் எதிர்க்கட்டிலில் உட்கார்ந்து கிச்சப் பெருத்தி ஒரே சிரிப்பாய் விளையாடிக் கொண்டிருந்தார்கள். களிச்சட்டியை முன்னால் வைத்து வாசல் மண்ணில் பெருமா உட்கார்ந்திருந்தாள். அமாவாசை கழிந்து நான்கைந்து நாட்கள் இருக்கும். பிறைக்கீற்றின் மெல்லிய ஒளி வாசலில் விழுந்திருந்தது. 'பொன்னு... எனக்குஞ் சோறு கெடைக்குமா?' என்று குரல் கேட்டது. அந்நேரத்திற்குத் தேடிவரும் ஆள் யாருமில்லை. ஆளை அடையாளம் காணும் முன்னரே வாசல் ஓரத்தில் போட்டிருந்த செக்கின்மேல் வந்து உட்கார்ந்துகொண்டாள் சீராயி.

யாரும் எதிர்பார்க்காத வருகை. பேச்சைத் தொடர்வது எப்படி என்று தெரியவில்லை. மௌனத்தை உடைத்து, 'வா நங்க. நங்கைக்கு ஒரு வட்டல்ல களி போட்டுக் குடு பிள்ள?' என்று முத்து பேசினான். அண்ணன் பெண்டாட்டிகள் மூவரையுமே நங்கை என்றுதான் கூப்பிடுவான். வித்தியாசம் காட்டுவதற்கு மூத்த நங்கை, பெரிய நங்கை, சின்ன நங்கை என்பான். 'வாக்கா. இப்பத்தான் தடம் தெரிஞ்சுதா? வராத ஒரம்பர வர்றது முன்னாடியே தெரிஞ்சிருந்தா நெல்லஞ்சோறு ஆக்கியிருப்பமே' என்று பெருமா எளக்காரமாகச் சொன்னாள். வாசலில் நின்று பார்த்தால் சீராயியின் கொட்டாய் தெரியும்.

அவர்களுக்கும் வீடு இல்லை. கொட்டாய் போட்டுக் காட்டுக் குள்ளேதான் இருந்தார்கள். இத்தனை நாள் முகம் திருப்பிக் கொண்டு போனதைக் குத்திக்காட்ட ஓரம்பரைப் பட்டம் வைத்தாள் பெருமா.

“என்னாயா பண்றது... ஒன்னுமன்னாத்தான் இருந்தம். இப்பப் பக்கத்துல பக்கத்துல இருந்தாலும் ஓரம்பரயாயிட்டம். இந்தப் பாழாப்போன மண்ணு வந்து எல்லார் கண்ணுலயும் உழுந்து குருடாக்கிருச்சு” என்று பொதுவாகச் சொன்னாள் சீராயி.

“மனசம் பண்றதுக்கு மண்ணு என்ன செய்யும்?” என்றாள் பெருமா.

“ஆமாமா ... எல்லாம் மனசன் வேலதான். இல்லாதயா பின்ன இந்தக் கூத்தெல்லாம் நடக்கும்?” பெரிய பீடிகையுடன் முத்துவின் தண்ணீர் முறைநாளைப் பெரியண்ணன் குடும்பம் எப்படி உறிஞ்சிக்கொள்கிறது என்று விவரித்தாள்.

“கருகும்முனு இருட்டா இருக்கறப்பவே ஏத்தம் பூட்டீர்ராங்க. முடியற நாளுக்கு லாந்தர் வெளக்கு வெச்சுக் கிட்டு ஒம்பதுமணிச் சங்கு ஊதறவெரைக்கும் எறச்சுச் சுத்தமாத் தீத்துப்புட்டுத்தான் உடறாங்க. குடியானவன் வவுத்துல பொறந்தா தலச்சனாப் பொறக்கோனும். இல்லீன்னா ஒன்னோட நிறுத்திக் கோனும். உங்களாட்டம் நாங்களும் ஏழப்பட்ட சீவனாத்தான் கெடக்கறம். இதே மாதிரி ஒண்டிக் கொட்டாயிதான். எறச்சாத் தண்ணி ரண்டு காடு தாண்டித்தான் எங்களுக்கு வரோனும். என்னமோ இப்பத்திக்கிக் கொஞ்சம் மண்ணு சேத்தியிருக்குது. அதான் உங்க மொறத்தண்ணிய எங்களுக்குக் குடுத்தீங்கன்னா... என்னமோ தண்ணி மொட தீந்து ரண்டு செரவு பாய்ப்பம்” என்று முடித்தாள்.

நிலவொளி துலக்கிக் காட்டாத இருள் முகங்கள் பேச்சுக்கு வாகாய் அமைந்தன. பதில் பேசாமல் பெருமாவும் முத்துவும் ஒருவரை ஒருவர் இருளில் நோக்கியபடி இருந்தார்கள். வீடு தேடி வந்து, பேசாத வாய் திறந்து நங்கையாள் கேட்கும்போது எப்படி மறுப்பது? பெருமாவைக் கலந்துகொள்ள நேரமில்லை. முடிவு தெரியாமல் நங்கையும் நகரமாட்டாள் போலிருக்கிறது. ‘நாங்களே எறக்கலாம்னு இருக்கறம். இல்லீனா உங்களுக்குத் தர்றம். பொறுத்திருங்க’ என்று சொல்லலாமா என்று யோசித் தான். பெருமா என்ன யோசிக்கிறாளோ. ‘பொன்னு இங்க வாய்யா. பெரீம்மா பெரீம்மான்னு அப்பிடி வருவ. இப்பப் பாரு... தூரத்துல இருந்தே உன்னயத் தெனமும் பாத்து எங்கண்ணுக்குள்ள வெச்சிருக்கறனய்யா’ என்று பாசம் காட்டிப்

பொன்னையனை மடியில் தூக்கி உட்கார வைத்துக்கொண்டாள். அவர்கள் யோசிக்க நேரம் கொடுப்பது போலவும் தன் பாசத்தைக் காட்டுவது போலவும் அவள் செய்கை இருந்தது.

பையனைக் 'கண்ணு பொன்னு' என்று கொஞ்சினாள். இத்தனை நாள் திரும்பியும் பார்க்காத பெரியம்மா இப்போது கொஞ்சுவது காரியத்திற்காகத்தான் என்பது அவனுக்கும் புரிந்ததோ என்னவோ அவளிடம் ஓரிரு வார்த்தைகளே பேசினான். கொஞ்சநேரம் நெளிந்துகொண்டிருந்துவிட்டு மடியிலிருந்து பிடுங்கிக் கொண்டுவந்து அம்மாவிடம் ஒட்டிக் கொண்டான். ரொம்ப நேரம் யோசித்து மட்டும் என்னவாகப் போகிறது? கிட்டத்தட்ட எல்லாவற்றையும் பிடுங்கிக்கொண்டார்கள். கட்டுகிற கோவணத்தை விட்டுவைத்திருக்கிறார்கள். அதற்குப் பாதிப்பு வராத வரையில் சரி. பெருமா என்ன சொன்னாலும் சமாளித்துக்கொள்ளலாம். எப்படியும் இறைக்கப் போவதில்லை. முத்து 'செரி நங்க அப்பிடித்தான் எறச்சுக்கங்க' என்றான்.

உடனே பெருமா எழுந்து கொட்டாயிக்குள் போய் விட்டாள். உள்ளிருந்தபடியே பேசினாள். இருளுக்குள் குரல் மட்டும் எல்லாவற்றையும் உடைத்துக்கொண்டு வந்தது.

"எல்லாத்தயும் குடுத்திட்டு நானும் எம்பிள்ளைவளும் எங்க போய் எரந்து குடிக்கறது? சட்டிய எடுத்துக்கிட்டு ஊடூடாப் போறதா? எங்க மொறத்தண்ணிய யாரு வேண்ணாலும் எறச்சுக்கங்க. வருசத்துக்கு ரண்டுமொடாத் தவசம் குடுத்துருங்க. இல்லீனா அப்பிடியே கெடக்கட்டும். புடுங்கித் திங்கற நாயிக்கே அதுவும் போயிச் சேரட்டும். எங்க தண்ணியத் தொளிச்சுத்தான நாளைக்கு வாய்க்கரிசி போடுவாங்க."

அவள் சொல்வது சரிதான் என்று முத்துவுக்கும் பட்டது. சீராயி இதை எதிர்பார்க்கவில்லை. இதுநாள்வரை பேசவில்லை, புழங்கவில்லை என்னும் சலிப்பு இருக்கும். அதைப் பேசிச் சரிசெய்துவிட்டால் தண்ணீர் முறையைத் தந்துவிடுவார்கள் என்று நினைத்தாள். பெருமா கெட்டிக்காரி. ஆனால் வருசத்திற்கு இரண்டு மொடாத் தவசம் என்பது அதிகம். இருபது வள்ளம் ஒரு மொடா. ஒரு வள்ளத்திற்கு நான்கு படி. நூற்றி அறுபது படி ஆரியமோ கம்போ கொடுத்து இறைப்பது தானிக்கும் தீனிக்கும் சரியாகப் போன கதையாகத்தான் இருக்கும். தன் புருசனிடம் கேட்டுவிட்டு வரலாமா என்று நினைத்தாள். அப்புறம், சும்மா வாங்கிக் கொள்ளலாம் என்று வந்திருக்கிறாள் எனப் பெயராகிவிடுமே.

அதனால் மனசுக்குள் கணக்குப் போட்டுப் பார்த்தாள்.

"செரி பெருமா... நீ சொன்னாப்பல எறச்சுக்கறம். நானும் பிள்ளயுங்குட்டியும் வெச்சுக்கிட்டு உன்னாட்டந்தான் கஷ்டப்படறன். உனக்குக் குடுக்கறதுல என்ன கொறஞ்சு போயிருது. ஒரு மொடாத் தவசம் குடுத்தர்றன். அதயே எதும் நாலு செரவு மொளவா கீது வெச்சுத்தான் எடுக்கோனும். அதுக்கு மேல கேக்காத" என்றாள்.

பெருமா எதுவும் பேசவில்லை. ஒன்றும் இல்லாமல் போய்விடும் என்று நினைத்ததற்கு மாறாக ஒரு மொடாத் தவசமாவது கிடைக்கிறதே. சீராயி போகும்போது, 'அப்பறம் வேற ஆரும் போட்டிக்கு வந்து நான் இவ்வளவு குடுக்கறன், அவ்வளவு குடுக்கறன்னு எதுனாக் கேட்டாங்கன்னு பேச்சு மாறீரக்கூடாது' என்றாள். அவளுக்கு உறுதி கொடுத்து அனுப்பி வைத்தார்கள். அப்போது நிலா இறங்கி இருள் சூழ்ந்துவிட்டது.

❀

10

சோறாக்கி முடித்து ‘சாமி சாமீ . . .’ என்று கூப்பிட்டார் குப்பன். யோசனை ஓட்டத்தில் தன்னை மறந்து தூங்கியிருந்தான் முத்து. எங்கே காடு பார்ப்பது என்னும் குழப்பம் தீர்ந்துவிட்ட சந்தோசத்தில் தூக்கம் வந்திருந்தது. ஊரிலிருந்து புறப்பட்ட இந்தப் பத்துநாளில் முத்து இப்படித் தூங்கிப் பார்க்கவில்லை. அதுவும் ஆளற்ற இந்த அநாதி மேட்டில் கவலையின்றித் தூங்குகிறான். பணம் பற்றிய அச்சம் அவனைக் கண்மூட விடாது. எல்லா ஊர்க் காடுகளிலும் எதாவது ஒரு குறை சட்டென அவன் கண்ணில் பட்டுவிடும். மண் வாகு பிடிக்காமல் போகும். காடு இருக்கும் இடம் ஆகாது. தின்னூர் அருகில் பார்த்த காடு அருமையான மண். நல்ல தண்ணீர் வசதி. ஆனால் அருகில் ஆள்கார வளவு. ‘உங்காளுங்க பக்கத்துல காடிருந்தா ஆயுசு முழுக்கக் காவக் காக்கற துக்கே செரியாப் போயிரும்ணா’ என்று சொல்லிவிட்டான். குப்பனால் மறுத்துப் பேச முடியவில்லை. மலைப்பகுதியை ஒட்டி இருக்கும் காடுகளை ‘நாயும் நரியும் வரும் குப்பணா’ என்று சொல்லிவிட்டான். ரட்டூர்ப் பக்கம் குடியானவர்கள் இருக்கும் ஊர்களை எல்லாம் ஒதுக்கிவிட்டான்.

“எனத்துச் சனத்த உட்டு வெலகோனும்னுதான் தூரமா வர்றன். இங்க வந்தும் அவுங்க பக்கத்துல இருந்தா ஒரு கூட்டம் பங்காளின்னு வரும். இன்னொரு கூட்டம் மாமன், மச்சான்னு வரும். இந்த எனத்துல சொந்தம், சொந்தமில்லைன்னு என்ன இருக்குது? எங்க இருந்தாலும் எல்லாம் சொந்தந்தான். பங்காளி,

இல்லைன்னா மாமன் மச்சான். இவனுங்க சல்லையே ஆவாது" என்று தீர்மானமாகச் சொல்லிவிட்டான்.

சேத்தூரைத் தாண்டி வரவர அவனுக்கு உற்சாகம் பீறிட்டது. காட்டுக்குள் ஒரு வீட்டையும் காணோம். 'வேற சனங்க ஊர்க தாண்ணா இது' என்றான். மாடு கழிப் போட்டுத் திருகி நின்றதும் மஞ்சாமி கோயிலிருக்கும் கரடு கண்ணுக்கு நேராகத் தெரிந்ததும் அவனுக்குத் திருப்தியாகி விட்டது. அதுதான் இந்தத் தூக்கத்திற்குக் காரணம். மடிப் பை புடைத்துத் தெரிந்தது. ஆனாலும் அவனுக்கு இங்கே பயமில்லை. எல்லாம் நல்ல சகுனமாக அமைவதாகக் குப்பனுக்கும் தோன்றியது. வாயில் எச்சில் ஒழுகத் தூங்கு பவனை எழுப்பச் சங்கடமாயிருந்தது. வெறும் வயிறு குழிந்து தாழத் தெரிந்தது. காலையில் கரைத்துக் குடித்த சோறு.

குப்பன் ஆக்குவதைப் பாராட்டிக்கொண்டு வருகிறானே தவிர அவனுக்கு ஏற்ற உணவில்லை என்று தெரிந்தது. என்னதான் இருந்தாலும் பொம்பளை கைப்பக்குவமே தனிதான். எப்படி இருந்தாலும் இரண்டு காய்கறிகளைப் போட்டுச் சாறு காய்ச்சுவார்கள். எட்டோடு எட்டுக்கு ஒருநாள் கவிச்சி வைப்பார்கள். புருசனின் அளவறிந்து வயிறு நிறையப் போடு வார்கள். அப்படி எதற்கும் வாய்ப்பில்லை. குப்பனுக்கும்கூட நிறைவான சோறில்லைதான். என்றாலும் வேலை எதுவும் இல்லையே என்று சமாதானம் கொண்டார். வேலை இல்லை என்றாலும் தின்ற அளவைச் சட்டெனக் குறைத்துவிட முடிய வில்லை. களியைக் கரைத்துக் குடித்தால் இரண்டு முறை மல்லப் போய் வந்தால் வயிறு காலியாகிவிடும். வீட்டுக்குச் செல்லமாக இருந்தவன் முத்து. இன்னும் எத்தனையோ வயனமாகச் சாப்பிட்டிருப்பான். தூங்கும் அவனைப் பார்க்கப் பரிதாபமாகத் தோன்றியது. இருப்பதைத் தின்றுகொண்டு சொந்த ஊரிலேயே கிடந்திருக்கலாம். மனதில் வைராக்கியம் வந்துவிட்டால் எதுவும் நிறுத்த முடியாது. அதுதான் கழுத்தைப் பிடித்து முன்னால் தள்ளிக்கொண்டு போகும்.

தயக்கத்தோடு தொட்டுச் 'சாமீ சாமீ...' என்று மெல்ல அழைத்து எழுப்பினார். முத்து விருக்கென்று எழுந்தான். கை உடனே தானாக மடிக்குப் போயிற்று. 'மட்ட மத்தியானத்துல இந்தத் தூக்கம் வந்தாக் குடியானவன் எப்படிப் பொழைக்கறது' என்று தன்னைத்தானே நொந்துகொண்டான். 'எடம் அமஞ்சிரும்ங்கிற நிம்மதிங்க' என்றார் குப்பன். 'ஆமாமா' என்று சிரித்தவன் குடத்து நீரை வீணாக்காமல் கொஞ்சமாகத் தெளித்தது போலக் கை கழுவினான். தண்ணீர் கிடைக்கும்

இடம் பார்த்துக் குடத்தில் மோந்துகொண்டால் எங்கே வேண்டுமானாலும் நிறுத்திச் சோறாக்கலாம்.

அவனுக்குரிய ஈய வட்டலில் இரண்டு ஆப்பைக் களியைப் போட்டுச் சாற்றை ஊற்றிக் கொடுத்தார் குப்பன். கொட்டத்தழை, வாழை இப்படி இலை கிடைக்கிற இடமாக இருந்தால் வட்டிலை எடுக்கமாட்டார்கள். சுடுகளியைக் குழம்பில் தோய்த்து வாய்க்குள் போட்டான். சாற்று ருசியை நாக்கு உணர்ந்து அனுபவிப்பதற்குள்ளே சட்டெனத் தொண்டைக் குழிக்குள் இறங்கி ஓடியது. களி சாப்பிடுகிற நேரம் காக்கா றக்கை அடித்துப் பறக்கிற நேரம்தான். புட்டுப்புட்டுப் போட்டால் இறங்கிக்கொண்டே இருக்கும். இன்னொரு ஆப்பை போடக் குப்பன் முயன்றபோது முத்து மறுத்துவிட்டான். அவன் மறுத்தால் கட்டாயப்படுத்துவதில்லை. அவனுக்குச் சொல்ல முடியுமா? வயிறு நிறையத் தின்னக்கூடாது என்றும் கூட நினைத்திருக்கலாம். அந்த நெஞ்சில் என்னென்ன ஒளிந்திருக்கிறது என்பதை அத்தனை சீக்கிரம் கண்டறிய முடிவதில்லை. இந்த வயதில் பெருந்துக்கம் என்றால் பரிதாபம்தான்.

கொஞ்சநேரம் முத்து வேம்பின் அடிமரத்தின்மேல் சாய்ந்திருந்தான். குப்பனிடம் வாங்கிப் புகையிலைத் துண்டு ஒன்றை வாயில் போட்டு அடக்கிக்கொண்டான். முத்துவுக்கு வெற்றிலை புகையிலைப் பழக்கம் இல்லை. பாரவண்டி ஓட்டப் போனபோது இரவுத் தூக்கம் விழிக்கவும் குளிர் காலத்தில் உடலை இதமாக்கவும் பீடி பிடிப்பதுண்டு. அதுவும் நிரந்தரப் பழக்கமாகவில்லை. பீடி நாற்றத்தைப் பெருமா சகிக்க மாட்டாள். முகத்தைத் தள்ளிவிட்டு நகர்ந்துவிடுவாள். கள், சாராயம் குடிப்பான். ஆனால் இந்தப் பத்து நாட்களில் ஓரிடத்திலும் அவன் அதைத் தொடவில்லை. மாசிப் பனிக் குளிர்ச்சியோடு இறக்கப்படும் சுண்ணாம்புத் தெளுவைச் சில இடங்களில் வாங்கிக் குடித்தான். குப்பனால்தான் இருக்க முடியவில்லை. ஒரு கோட்டை கள்ளாவது குடித்தால் பரவாயில்லை என்றிருந்தது. உடம்பில் வேகம் கூடாததற்கு அதுதான் காரணம் என்றும் தோன்றியது. முத்து குடிக்காத போது தான் மட்டும் குடிக்கவும் அவருக்கு மனம் வரவில்லை. கையில் பணம் இல்லாமல் இருந்தால் முத்து குடித்திருக்கக் கூடும்.

வண்டிக்குப் போனான் முத்து. அடிப்பகுதியில் இருந்த மஞ்சள்பையை எடுத்தான். அதற்குள் ஏற்கனவே திணிக்கப்பட்டிருந்த இரண்டு வேட்டிகள் இருந்தன. அவற்றுக்கு நடுவே

மடிப்பையை எடுத்து நன்றாக வைத்துக்கொண்டான். கையில் மஞ்சள் பை. கோவணத்திற்கு மேல் கட்டிய தூவெள்ளை வேட்டி. முதுகிலும் நெஞ்சிலும் விழுகிற மாதிரி நீளத் துண்டு. கருநிற மேனியைத் துண்டால் முழுதாக மறைக்க முடியவில்லை. உயரம்தான் கொஞ்சம் குறை. லேசாகத் தண்ணீர் தெளித்துத் தலையை மரச்சீப்பால் இழுத்துச் சீவிக்கொண்டான். அவன் முகத்தில் தாடி தேனீக்கள் விட்டு நகர்ந்த கூட்டைப்போல் தோன்றியது. கன்னிமுடி எடுக்காத வசீகரம் அவன் தோற்றத்தில் இருப்பதாகப் பட்டது. வெளியூரிலிருந்து புதிதாக விருந்துக்கு வருகிற மாப்பிள்ளை போலத் தெரிந்தான். அவன் புறப்படும் அழகையே குப்பன் பார்த்துக்கொண்டிருந்தார்.

பத்து நாட்களாகக் கொஞ்சமும் சளைக்காமல் அவன் இப்படித்தான் அலைகிறான். இன்றைய அலைச்சல் அவனுக்கு நல்லதைத் தரட்டும் எனக் குப்பன் நினைத்துக்கொண்டார். மாடுகள் மேய்ந்துகொண்டிருந்தன. காய்ந்த புற்களும் பனிநீர் பருகிப் பச்சை பிடித்திருந்த புற்களுமாய் காடு விதவிதமான நிறம் காட்டியது. எப்படியும் மாடுகள் கொஞ்சநேரம் மேய்ந்தால் அரை வயிறு நிரம்பிவிடும். மாடுகளைப் பொறுத்த வரை இரவுக்குள் வயிறு நிறைந்தால் போதும். மனிதனைப் போல ஒவ்வொரு வேளையும் வயிறு நிறைய வேண்டும் என்பதில்லை. காலையில் இருந்து தீனி எடுக்கத் தொடங்கிக் கொஞ்சம் கொஞ்சமாக வயிற்றை நிரப்பும். பக்கத்தில் தண்ணீர் இருக்கும் இடமாகப் பார்த்து அவற்றைக் கொண்டுபோய்க் காட்டச் சொன்னான் முத்து. அவன் கிளம்பியதும் குப்பன் செய்கிற வழக்கமான வேலைதான் அது. ஆனாலும் முத்து சொல்லிவிட்டுத்தான் போவான். சூரிக்கத்தியை இடுப்பில் சொருகிக்கொண்டான். வண்டியில் குத்தீட்டி, வெட்டரிவாள் வைத்திருக்கிறான். கடப்பாரை, சம்மட்டி, கொந்தாளம், கோடாரி எல்லாமும் ஒரு பெரிய சாக்கில் போட்டுக் கட்டி வைத்திருக்கிறான். பெருங்கூட்டம் எதிர்த்து வந்தாலும் ஆயுதங்களுக்குப் பஞ்சமில்லை.

பொழுது தாழ்ந்திருந்தது. வெப்பம் அதிகமில்லை. இதையெல்லாம் பார்த்தால் வேலை நடக்குமா என்று நினைத்துக் கொண்டே வண்டித்தடத்தில் கொஞ்சதூரம் நடந்து காட்டுக்குள் போகும் ஒற்றையடித் தடம் ஒன்றில் இறங்கினான். ஆள் அரவமற்ற இந்தக் காட்டுப் பகுதியிலிருந்து பிரியும் தடம் எப்படியும் ஊர்க் குடியிருப்பை நோக்கித்தான் போகும் என்பது அனுமானம். மண் வாகு நன்றாகவே இருந்தது. மனிதர்கள் எப்படி இருப்பார்களோ தெரியவில்லை. எல்லாப் பக்கமும் மனிதக் குணம் ஒரே மாதிரிதான் இருக்கும். ஆசை,

பொறாமை, ஏமாற்று ஆகியவற்றில் எந்த மனிதனும் மாறுவதில்லை. பகுதிக்குப் பகுதி பழக்க வழக்கம் மாறுபடும். அவ்வளவுதான். இந்தப் பகுதியில் வசிப்பவர்கள் ஏதோ ஒருவகைக் குடியானவர்களாகவே இருக்க வேண்டும். அவர்களோடு நெருங்கி உள்ளே போக முடியாது. தனிக் காட்டுக்குள் குடியிருக்கப் போகும்போது ஊரோடு என்ன நெருக்கம்? நெருங்கிக் கிடந்த உறவுகள் எல்லாம் ஒரே நாளில் முறுக்கிகொண்டு ஆளுக்கொரு பக்கம் போய்விடவில்லையா?

இத்தனை தூரம் விரட்டியடித்திருக்கும் பெரியண்ணன் ரொம்பவும் பாசமாகத்தான் இருந்தார். எங்கே போனாலும் முத்துவைத் தோள்மேல் தூக்கி வைத்துக்கொண்டு போவார். ‘எங்க சின்னவன்’ என்றே சொல்வார். எது கேட்டாலும் வாங்கிக் கொடுப்பார். அவர் பிள்ளைகளைக்கூட அப்படிக் கவனித்திருக்கமாட்டார். வளர்ந்துவிட்டால் பாசம் போய் பங்காளி முறை முன்னால் வந்து நின்றுவிடுகிறது. எல்லாவற்றை யும் எதிர்ச்சொல் ஒன்றில்லாமல் பொறுத்துக்கொள்ள முடிந்த முத்துவால் கடைசியாக அவர் செய்த அநியாயத்தைச் செரிக்க முடியவில்லை.

அன்றைக்கு வண்டியில் கடலைக்காய் மூட்டை பாரம். திரும்பும்போது பாரம் ஒன்றுமில்லை. அதனால் சாமத்திலேயே வண்டியை வீட்டுக்கு ஓட்டினான். வண்டித் தடத்திலிருந்து காட்டுக்குப் போகும் பள்ளத்து ஓரம் வண்டி திரும்பியதுமே குரைத்துக்கொண்டு நாய் ஓடி வந்தது. வண்டித் தடத்தருகே வந்து வரவேற்று அழைத்துச் செல்வது நாயின் வழக்கம். ஒரு வருசம்கூட ஆகாத குட்டிதான். ஆனால் குரைப்பில் மன்னன். பள்ளத்தோரத் தடம் முத்து உருவாக்கியது. காடு பள்ளத்துப் பக்கமாகப் பிரிந்த பின்னால் தடமும் ஓடையை ஒட்டிப் போக வேண்டியதாயிற்று. குழி குண்டுகளை நிரவி ஒருமாதிரி வண்டி போகத் தடம் அமைத்தான். வண்டியைக் கொட்டாயை ஒட்டி நிறுத்தினான். மாடுகளை அவிழ்த்துக் கட்டினான்.

கைவிளக்கை எடுத்துக்கொண்டு இந்நேரம் பெருமா வெளியே வந்திருப்பாள். வண்டிச் சத்தம் தூரத்தில் வரும் போதே அவளுக்குக் கேட்டுவிடும். ‘பாம்புக்காது பிள்ள உனக்கு’ என்பான். ‘தூக்கம் வராத கெடக்கறன். இதுகூடக் கேக்காதா’ என்பாள். இன்றைக்கு ரொம்பத் தூக்கம் போல. ஆடு குட்டி களைப் பார்க்கவும் எங்காவது வெளிவேலைக்குப் போகவும் அவளுக்கு இடைவிடாத அலைச்சல். வந்து படுத்தால் போதும் என்றிருக்கும். கத்தைத் தட்டைப் போரிலிருந்து உருவி மாட்டுக் குப் போட்டான். ‘பிள்ள பிள்ள’ என்றான். சத்தமில்லை.

மனசுக்குக் கொஞ்சம் பயமானது. அங்கங்கே காட்டில் குடியிருப்பது வழக்கம்தான். பெருமாவின் தைரியத்தில் முத்துவுக்கு நம்பிக்கை இருந்தது. ஆம்பிளை இல்லை என்றாலும் பிள்ளைகளோடு இருப்பதில் கஷ்டம் இல்லை. பள்ளத்தோரம் என்பதால் பாம்பு பயம் இருக்கும். அதற்கும் நாய் இருக்கிறது. என்னவாகியிருக்கும் என்று புரியவில்லை.

ஏதாவது அவளுடைய அப்பனுக்கோ அம்மாளுக்கோ உடம்பு கஷ்டம் என்று வந்து கூட்டிப் போயிருப்பார்களோ? பிள்ளைகளைப் பாம்பு கீது கடித்திருக்குமோ. அப்படி எண்ணம் வந்தவுடன் பதறிப்போனான். பக்கத்தில் எட்டுகிற தொலைவில் இருப்பது பொங்கியண்ணன் கொட்டாயிதான். தண்ணீர் முறையை அவர்களுக்குக் கொடுத்தபின் பேச்சு வார்த்தையும் போக்குவரத்தும் சுமுகமாகிவிட்டது. ஆனால் பொங்கியண்ண னுக்கும் காளியண்ணனுக்கும் பேச்சு வார்த்தை இல்லை. பொங்கியண்ணன் பெண்டாட்டி தண்ணீர் முறை வாங்கியதை ஒருவருக்கும் சொல்லவில்லை. அடுத்து முத்துவின் வீட்டு முறை வந்த நாள் பொழுதிறங்கப் பொங்கியண்ணன் ஏற்றம் கட்டிய போதுதான் எல்லாருக்கும் தெரிந்தது. ஆளுக்கொரு வாரம் இறைக்கும்படி பேசலாம் என்று சொல்லிக்கொண் டிருந்த காளியண்ணனுக்குக்கூடத் தெரியாமல் முறைத் தண்ணீரை வாங்கியதால் அவர்களுக்குக் கோபம்.

'எங்களுக்கு மட்டுன்னாத்தான் உடுவம்னு பெருமா சொல்லீட்டா. அதும் வருசத்திக்கு ஒரு மொடாத் தவசம் குடுத்தர்ரமின்னு பேச்சு' என்று சீராயி சொன்னாள்.

என்றாலும் உறவு பழைய மாதிரி இல்லை. காளியண்ணன் கொஞ்சம் கொஞ்சமாகப் பெரியண்ணனோடு கூட்டுச் சேர்ந்து கொண்டான். தாய் தந்தைக்கு ஒரு ஏக்கர் நிலம் ஒதுக்கினார் களே தவிர அவர்களுக்குத் தண்ணீர் முறை தரவில்லை. வயசான காலத்தில் ஏற்றம் இறைக்கப் போவதில்லை என்று முடிவு செய்து கொடுக்கவில்லை. தண்ணீர் முறைக்கு ஒரு மொடாத் தவசம் கிடைக்கும் என்றதும் தாய்தந்தைக்கும் முறை வேண்டும் என்று கேட்டார்கள். அதில் பெரியண்ணன் காளியண்ணனைக் கூட்டாளி ஆக்கிக்கொண்டான். கிடைத் தால் தாய்தந்தைக்கு ஒரு மொடாத் தவசம் கொடுத்துவிட்டு ஆளுக்கொரு முறை இறைக்கலாம் என ஆசைகாட்டித் தன்பக்கம் சேர்த்துக்கொண்டான். அதனால் பொங்கியண்ணன் பேச்சு வார்த்தையைச் சுத்தமாக நிறுத்திவிட்டான்.

அவர்கள் கோரிக்கை ஒன்றும் பலிக்கவில்லை. ஏற்கனவே எல்லாம் எழுதி ரேகை உருட்டிவிட்டதால் இனிமேல் மாற்றி

எழுத முடியாது. அதற்கு எல்லாரும் ஒப்புக்கொண்டாக வேண்டும். தனிச் செலவு வேறு. இனி முடியாது என்றவுடன் இன்னும் பெரிய விரிசல் உண்டாகிவிட்டது. அவசரமாக எங்காவது போவதாக இருந்தால் பொங்கியண்ணன் வீட்டில் சொல்லியிருப்பாள். அங்கே கேட்கப் போகலாம் என்று நடந்தபோது கொட்டாயின் தென்புற அல்லையில் கட்டில் போட்டு யாரோ போர்த்தித் தூங்குவது தெரிந்தது. நாய்க் குரைப்பு, வண்டிச் சத்தம், முத்துவின் கூப்பாடு என்று எதற்கும் எழாத இந்தத் தூக்கம் தூங்குகிற ஆள் யார்? ‘யாரு’ என்று கட்டிலை ஓங்கி உதைத்தான்.

போர்த்தியிருந்த சாக்கை நீக்கிகொண்டு எழுந்த உருவம் பொங்கியண்ணன் வீட்டு ஆளுக்காரப் பையன். ‘சாமி . . . பண்ணயக்காரிச்சிதான் என்னய இங்க படுத்துக்கச் சொன்னாங்க. நீங்க வந்தீங்கன்னா ஊருக்கு வரச் சொன்னாங்க. ஒன்னும் அவசரமான காரியமில்ல. சும்மாதான் ஊருக்குப் போறாங்கன்னு சொல்லுன்னாங்க’ என்றான். ‘செரி. கட்டல் கேக்குதா உனக்கு?’ என்றான் முத்து. பையன் பயந்து போய்ச் சட்டெனக் கீழிறங்கி நின்றான். ‘பாம்பு பூச்சி இருக்குமுன்னு அவுங்க தானுங்க இந்தக் கட்டல்ல படுத்துக்கடான்னு போட்டுட்டுப் போனாங்க’ என்றான். ‘செரி செரி படுத்துக்க. ஆளு வர்ற அரவங்கூடத் தெரியாத தூங்கறதுதான் காவலாடா’ என்று சொல்லிவிட்டு வாசல் பானையிலிருந்த நீரை அள்ளி முகத்தில் அடித்துக்கொண்டான்.

இரண்டு இரவுகள் தூக்கமில்லை. படுத்தால் மத்தியானம் வரை தூங்கலாம் என்று நினைத்தான். ஆனால் சிறுசுகள் மூன்றையும் கூட்டிக்கொண்டு போயிருக்கிறாள் என்றால் காரியமாகத்தானிருக்கும். ஆடு குட்டிகளை விட்டுவிட்டு ஓரிரவுகூட அம்மா வீட்டில் தங்கமாட்டாள். கொட்டாயைத் தனியாகப் போடவும் அவளால் முடியாது. பணங்காசை மடியில் கட்டிக்கொண்டு போயிருப்பாள். காடு பிரித்தபோது வந்த ஐந்நூறை மாமனாரிடம்தான் கொடுத்திருக்கிறது. அதில் நகை வாங்கிவிடலாமா வீடு கட்டலாமா என்னும் குழப்பம் தீராமல் பணமாகவே இருக்கிறது. முத்து பதறிப் போவான் என்றுதான் ‘அவசரமான காரியமில்லை’ என்று சொல்லிப் போயிருக்கிறாள். தூக்கம் வடிந்து போய்விட்டது. இனி இங்கே இருப்புக்கொள்ளாது. வேட்டியை மாற்றிக்கொண்டுச் சுவரோரம் நிறுத்தியிருந்த தடி ஒன்றைக் கையில் எடுத்தபடி நடக்கத் தொடங்கினான்.

❀

11

மெல்ல நடந்தால்கூடப் பச்பச்சென்று விடியும் போது மாமனார் வீடு போய்ச் சேர்ந்துவிடலாம். என்ன ஏதென்று தெரிந்தால் அப்புறம் தூங்க முடியாது. வல்லம்மா பெரியவளாகி இருப்பாளா? பன்னிரண்டு வயதில் வாய்ப்பில்லை. அம்மாவைப் போலவே கன்னம் ஒட்டிக் கருவிழித்துக் கிடக்கிறாள். பாகம் பிரிக்கும் பிரச்சினைக்குப் பின் ஊட்டமான சோறு தின்னக்கூட வழியில்லை. தின்றாலும் உடலில் ஒட்ட மனம் தெம்பாக இருக்க வேண்டுமே. அவள் பெரியவளாக இன்னும் எப்படியும் மூன்று நான்கு வருசமாவது ஆகும். அப்படியே வந்திருந்தாலும் இந்தக் கொட்டாயிலேயே வைத்துத் திரட்டி சுற்றுவாளே தவிர, அப்பன் வீட்டுக்குக் கூட்டிப் போகமாட்டாள். அத்தனை வீம்புக்காரி.

அண்ணன் தம்பிகள் ஒன்றாக இருந்தபோதும் அவள் வீம்பை விடவில்லை. யாராவது ஒரு வார்த்தை அவளைச் சொல்லிவிட்டால் இரண்டு நாளைக்குச் சாப்பிடமாட்டாள். ஆளாளுக்கு வந்து சமதானப்படுத்தி அவளைச் சாப்பிட வைக்க வேண்டும். இந்தச் சமாதானப் படுத்தும் வேலையே மாமியாருக்குப் பிடிக்காது. எல்லாரும் கெஞ்சிக் கொஞ்சிச் சாப்பிடக் கூப்பிடுவதைப் பார்த்து 'வெனகாரி தின்னா மட்டும் ஒடம்புல ஒட்டவா போவுது. உடுங்க சும்மா. குதிர கூதி காஞ்சாத் தன்னால கொள்ளுத் திங்க வரும்' என்று மாமியார்க்காரி ஏதாவது சொல்வாள். 'காஞ்சு கெடந்தாப் பரவால்ல. கொழுப் பெடுத்து அலயாத இருந்தாச் செரி' என்று பெருமாவும் சாட்டையை வீசுவாள். 'யாரைடி கொழுப்பெடுத்து அலையறவன்னு சொல்ற?' என்று மாமியார் கத்தப்

பெருஞ்சண்டையாகி மேலும் இரண்டு நாள் பட்டினி கிடப்பாள்.

மாமியாரோடு மட்டுமல்ல, மச்சாண்டார் பெண்டாட்டி களோடு ஏற்படும் சச்சரவையும் தவிர்க்க அவள் எப்போதும் காட்டுவேலைக்கே போய்விடுவாள். பொழுதிறங்கும்வரை என்றாலும் வேலையில் சளைக்கமாட்டாள். பிள்ளைகள் இரண்டையும் கூடவே கூட்டிப் போவாள். அவையும் அவளோடு போட்டி போட்டு வேலைகள் செய்யும். பையன் குடும்பத்திலேயே சின்னவன். அவனை யாரும் கட்டுப்படுத்த முடியாது. மாமியாரோடு பெருமாவுக்கு எப்போதும் பிணக்குத்தான். எல்லா மருமகள்களும் ஏதோ ஒருவகையில் மாமியாருக்குச் சொந்தம். பெருமா மட்டும்தான் புறத்தி. ‘பொறத்தியாளூட்ட பொண்ணெடுத்தா அதுக்கு நம்ம மேல எங்கிருந்து பாசம் வரும்? கொஞ்சம் ஏமாந்தா அரளிக்காயச் சாத்துல போட்டுக் குடுத்திருவா’ என்று ஒருமுறை மாமியார் சொல்லிவிட்டாள். அதிலிருந்து சோறாக்கும் வேலைக்கே போவதில்லை பெருமா. வீடு கூட்டுவாள். பாத்திரங்களைக் கழுவித் தருவாள். தண்ணீர் கொண்டு வருவாள். அத்தோடு சரி. சோறாக்கும் கைச்சாளையின் உள்பக்கம் காலெடுத்து வைப்பதில்லை. எவ்வளவோ சொல்லிப் பார்த்தும் இசைய வில்லை.

‘கொழம்புல உப்புப் பாத்து எறக்கி வெய்யி’ என்றால்கூட ‘உப்புப் பத்தலீன்னு நான் அரளி வெதயப் போட்டாலும் போட்டிருவன். நீங்களே உப்பு, காரம் எல்லாம் பாத்துக்குங்க. இந்த ஊட்டுக்கு வந்ததுல இருந்து எனக்கு நாக்குச் செத்து எதும் ஒறைக்காத கெடக்குதே’ என்பாள். அதிகம் பேச்சு கிடையாது. பேசினால் நறுக்கென்று இலை அறுக்கிற மாதிரிதான்.

என்னவோ என்று மனம் புலம்பிக்கொண்டிருந்தாலும் விடிகாலையில் நடப்பது சுகமாகவே இருந்தது. தூக்கம் கெட்டிருக்காவிட்டால் இன்னும் சந்தோசமாக நடக்கலாம் என்று தோன்றியது. இருட்டு லேசாகப் பிரியத் தொடங்கிய போது மாமனார் ஊருக்குப் பக்கத்தில் வந்திருந்தான். ஒரு காட்டில் ஒருவன் மரமேறிக்கொண்டிருந்தான். இரண்டு கோட்டைக் கள் குடித்தான். கோட்டைக்கு நாலணா வீதம் எட்டணாக் கொடுத்தான். போலீசுக்குப் பயந்து விடியும் முன்னரே கள் இறக்கிவிட்டுப் போய்விடுகிறார்கள். நன்றாக விடிந்தபோது மாமனார் வீட்டு வாசலேறினான். முத்துவை முதலில் பார்த்தது அவன் மாமியார்தான்.

உடனே ஓலமிட்டு 'எம்பிள்ளயக் கொண்டோயி பள்ளத் துல தள்ளிட்டமே. இன்னொருத்தியா இருந்தா இந்நேரம் குழிக்குப் போயிருப்பா. பிள்ளைவ மூஞ்சியப் பாத்துட்டுப் பொட்டாட்டம் இங்க வந்திட்டா. இன்னமே எம்மவள உசுரு போனாலும் அந்த ஊருக்கு அனுப்பமாட்டன். என்ன செய்வீங்களோ ஏது செய்வீங்களோ வேற எங்காச்சும் குடி வெய்யிங்க. இல்லீனா இங்கயே எங்க காலக் காத்துக்கிட்டுக் கெடக்கட்டும். பாஞ்சு வருசம் வளத்துனம். இன்னொரு பாஞ்சு இரவது வருசம் வளத்த முடியாதயா போயிருது' என்று புலம்பினாள்.

முத்துவுக்கு என்ன ஏதென்று தெரியவில்லை. பெருமாவின் முகம் அழுது வீங்கியிருந்தது. இரவெல்லாம் அவள் தூங்க வில்லை. 'என்ன பிள்ள ஆச்சு?' என்றான். உடனே அழுகைக் குரலெடுத்தாள். எப்போதும் இதுதான். எதையும் சொல்வ தில்லை. எத்தனை முறை கேட்டாலும் அழுகைதான். கண்ணீரைத் துடைத்துக் கன்னம் தடவிக் கேட்டாலும் அழுகை. மாரோடு சாய்த்து முதுகு தடவிக் கொஞ்சலாகக் கேட்பினும் அழுகை. 'என்னன்னு சொல்லு' என்று முகத்தை நிமிர்த்திக் கேட்டாலும் அழுகை. சிலசமயம் பொறுக்க முடியாமல் கோபம் வந்து ஓங்கி அறைந்திருக்கிறான். 'இப்பச் சொல்லறயா இல்லையா' என்று கத்தினாலும் அதற்கும் மசியமாட்டாள். அழுகைதான். விஷயத்தை வெளியே வர வைப்பதற்குள் எதற்கு இந்தப் பிறப்பெடுத்தோம் என்றாகி விடும். சொன்னபின் 'இவ்வளவுதானா, இதற்கா இந்த அழுகை' என்று தோன்றும். ஆனால் சொல்ல முடியாது. சொன்னால் 'உனக்கு எதுதான் பெரிய விஷயம். நான் செத்தாலாச்சும் பெரிசாத் தெரியுமா' என்பாள். மாமியார் வீட்டில் இருந்துகொண்டு எப்படி அவளிடம் கேட்பது என்று தெரியாமல் 'சொன்னாத்தான தெரியும்' என்றான் கோபத்தோடு. அழுகையினூடே குழலறாக வாய் திறந்தாள் பெருமா.

முந்தா நாள் சாயங்காலம் முத்து வண்டி ஓட்டிக் கொண்டு மண்டிக்குப் போய்விட்டான். போகிற வழியில் பெரியண்ணனைப் பார்த்தான். அவரும் முத்துவை ஏறிட்டார். ஒருகணம்தான். அவர் ஒதுங்கிக்கொள்ள வண்டி கடந்திருந்தது. அப்பனைப் போல முத்துவைத் தூக்கி வளர்த்தவர். தனக்கு எது வேண்டும் என்றாலும் அண்ணனிடம்தான் கேட்பான். அவருக்குச் சின்னவயசில் என்னவோ பெயர் வைத்தார்களாம். ஆனால் 'பெரியபயா' என்று கூப்பிட்டுக்கொண்டிருந்தார்கள். முத்து 'பெரியண்ணா' என்று கூப்பிடத் தொடங்கியபின் அதுவே அவருடைய பெயராயிற்று. இரண்டு பேருக்கும்

கிட்டத்தட்டப் பதினைந்து வருசத்துக்கும் மேல் இடைவெளி. அவருக்குத் திருமணமாகிக் குழந்தைகள் பிறந்த பிறகும் 'இவந்தான் எனக்கு மூத்த பையன்' என்பார். அந்த நெருக்கம் எந்தச் சமயத்தில் எந்தக் காரணத்தால் விரிசல் விட்டது என்றே முத்துவால் கண்டுபிடிக்க முடியவில்லை. சொத்து செய்யும் மாயம் என்பதை நம்ப முத்துவுக்குச் சிரமமாயிருந்தது.

முத்துவுக்குக் கல்யாணமாகிப் பெருமா வந்தபின் அவள் ஏதும் வார்த்தை சொல்லிவிட்டாளா? நங்கை கட்டுப்பாடு செய்து பிரித்துவிட்டாளா? ஒன்றும் புரியவில்லை. அவர் சொல்லுக்கு மறுபேச்சுப் பேசி முத்துவுக்குப் பழக்கமில்லை. பாகம் பிரிக்கையில் இத்தனை நடந்தும் அவரிடம் 'ஏன் இப்படிப் பண்ணுன?' என்று வாய் திறந்து கேட்கவில்லை. அப்படியிருந்தும் முத்துவை ஒழித்துவிட வேண்டும் என அவர் யோசிப்பதன் மர்மம் விளங்கவில்லை. அவர் தோளில் ஏறி உட்கார்ந்துகொண்டு காடுமேடு நோம்பி திருநாள் என்று சுற்றிய காலம் இன்னும் முடிந்த உணர்வே அவனுக்குத் தோன்றவில்லை. அவர் தோள்மேல் உட்கார்ந்திருப்பதாகவே பலசமயம் அவனுக்குத் தோன்றும். அங்கிருந்து இறங்கி எப்போது கல்யாணம் செய்தோம், பிள்ளை பெற்றோம் என்பதெல்லாம் மாயம் போலிருக்கிறது. அதற்குள் இப்படி. அண்ணனைப் பற்றி யோசித்துக்கொண்டே வண்டியை ஓட்டிப் போனான்.

சாலையில் வண்டி ஏறிய கொஞ்ச தூரத்தில் வண்டிக்காரக் கூட்டாளி செல்லன் வர யோசனை அமிழ்ந்து அவனோடு பேச்சுத் தொடங்கியது. அன்றைக்கு என்ன ஊர்ப் பாரமாக இருக்கும், எத்தனை வண்டிகள் போகும் என்பது பற்றியெல்லாம் பேசியபோது செல்லன் சொன்னான். 'என்னமோ இன்னைக் குப் புரோட்டா திங்கலாமுன்னு தோனுது. மலையூர்ப் பக்கம் போவச் சொன்னாப் பரவால்ல. மோடூர் சந்தக்கிட்ட ஒருகடை புதுசாத் தொறந்திருக்கறானாமா. குருமாக் கொழம்பு அப்பிடி இருக்குதாமா. சனங்க எலய வழிச்சு வழிச்சு நக்குதாமா. கையக்கூட உடறதில்லயாமா.' புரோட்டா பற்றிய பேச்சில் அண்ணனைப் பற்றி மறந்து போயிற்று. வழியில் தன்னைப் பார்த்த அண்ணனுக்கு இப்படி ஒரு குறுக்குப் புத்திவரும் என்று முத்துவுக்குச் சிறிதும் தோன்றவில்லை.

முந்தாநாள் இரவு வாசலில் அடித்திருந்த முளைக்குச்சி களில் ஆடுகளைக் கட்டிவிட்டுப் பெருமா பொழுதிருக்கவே பிள்ளைகளுக்குச் சோறு போட்டாள். எப்போதும் சீக்கிர மாகப் படுத்துவிடுவாள். அதுவும் பள்ளத்துக் கொட்டாயிக்கு வந்தபின் ஆள் அரவம் கிடையாது. பழமை பேச யாருமில்லை. பிள்ளைகள் கொஞ்சநேரம் விளையாடினால் அந்தச் சத்தம்

இருக்கும். அதுவும் நல்ல நிலா வெளிச்ச இரவுகளில் மட்டும் விளையாட அனுமதிப்பாள். மற்ற நாட்களில் கைவிளக்கைக் கொண்டுவந்து வாசலில் கொஞ்சநேரம் வைத்திருப்பாள். விளக்குக்கட்டையின் மேல் சாணி உருண்டையைத் தட்டி அதன்மேல் வைத்த எரியும் விளக்கின் வெளிச்சம் வாசல் முழுக்க விழும். உட்கார்ந்து சோறு தின்ன அந்த வெளிச்சம் போதும். அதன்பின் உள்ளே கொண்டு போய்விடுவாள். விளக்கு உள்ளே போனால் பிள்ளைகளும் பின்னாலேயே வந்துவிட வேண்டும் என்பது அவள் கட்டளை. பையன்தான் அடம் பண்ணுவான். அவன் முதுகில் நாலு சாத்துச் சாத்தி உள்ளே இழுத்துப் போகத் தயங்க மாட்டாள்.

‘உங்கப்பன் கட்டிக் கொடுத்திருக்கற கொட்டாயில நீங்க வெளையாடறதுக்குப் பளிங்கு மண்டபம் இருக்குது. பயமில்லாத ஓடி ஓடிக் குதிச்சு வெளையாடலாம்’ என்று திட்டுவாள். ‘நாலு பக்கம் நந்தாவனம். நடுவுல நாம்ப இருக்கற மாளி. ஓடிப் புடிச்சு வெளையாடுனா நந்தாவனத்துக்குள்ள தொலஞ்சு போயிருவீங்க. அப்பறம் நானெங்க வந்து தேடுவன்? கொஞ்சம் உள்ள வந்து படுங்காயா’ என்று வரிசை வைத்தும் அழைப்பாள். ‘ராசா மக ரதிகளே. வாங்காயா. உங்கப்பன் எழச்சு வெச்சிருக்கற ரத்தினக் கம்பளத்துல படுத்து ஒறங்குங்க’ என்று ஏளனம் செய்வாள். எதற்கும் முத்து வாய் திறப்ப தில்லை. சில சமயம் ‘எங்கிருந்துதான் இவளுக்கு வார்த்த கெடைக்குதோ’ என்று ஆச்சரியப்பட்டுச் சிரிப்பான்.

சொத்துப் பிரிவினைக்குப் பிறகு பெருமா முகத்தில் சிரிப்பையே பார்க்கவில்லை. முத்துவுக்கும் முதலில் கஷ்டமாக இருந்தபோதும் மனதைத் தேற்றிக்கொண்டான். பிள்ளைகளுக்கு ஏராளம் பவுன் போட்டுப் பெரிய இடத்தில் கொடுக்கா விட்டால் போகிறது. நம்மைப் போல ஏழைபாழைகளாகப் பார்த்துக் கொடுத்தால் உழைத்துப் பிழைத்துக்கொள்கிறார்கள் என்று நினைத்தான். அதுவும் பாரவண்டிக்குப் போன பின்னால் அவன் சந்திக்க நேர்ந்த மனிதர்கள் ஏராளம். மூட்டை தூக்குபவர்களிலிருந்து வண்டி பின்னால் மாடுகளைப் போல மூச்சிரைக்க ஓடி வருபவர்கள் வரை எத்தனை விதமான மனிதர்கள். எல்லாம் பார்த்தபோது அவனுக்குத் தைரியம் வந்தது. அவர்களோடு ஒப்பிட்டுக்கொண்டால் நமக்குச் சொத்திருக்கிறது, நாம் பெரிய பணக்காரந்தான் என்று நினைப்பான். ஆனால் பெருமாவால் அப்படி இருக்க முடியவில்லை.

பிள்ளைகளைப் பற்றியும் எதிர்காலம் பற்றியும் ரொம்பவும் பயந்தாள். சோறாக்குவதைக்கூடச் சுருக்கிவிட்டாள். ஐந்து பேர் சாப்பிட வைக்கும் குழம்புக்கு இரண்டே வெங்காயம் போட்டுக் கடைவாள். என்ன ருசியிருக்கும்? முந்தி இருந்ததை விடப் பிள்ளைகள் நன்றாகவே இளைத்துப் போய்விட்டார்கள். பையன் தவங்கிக் கிடந்ததை முகமே காட்டியது. சோற்றைத் தின்ன மறுத்தால் 'பாலும் நெய்யும் ஊட்டுக்கும் பொறத் தாண்ட ஆறா ஓடுது. அள்ளியாந்து குடுக்கறன் வா' என்று கன்னத்தில் இடிப்பாள். அதற்குப் பயந்தே எதையாவது வாய்க்குள் போட்டுக்கொண்டு அவன் ஓடிப்போவான். வண்டிக்குப் போய்விட்டு வருகையில் முத்து ஏதாவது வாங்கி வருவான். வேக வைத்த குச்சிக்கிழங்கு, பேரிக்காய், மாம்பழம் இப்படிப் பருவத்திற்குத் தகுந்த மாதிரி இருக்கும். அதற்கே ஜாடைமாடையாகத் திட்டுவாள். 'அப்பன் ஆன மேல அம்பாரி வெச்சு அனுப்பற அளவுக்குச் சேத்து வெச்சிருக் கறான். தின்னு தீருங்க' என்று முழக்குவாள். 'அப்பன் சம்பாரிக்கற காசத் தின்னே தீத்துப்புடுங்க. அப்பறம் கழுத்து நெறைய ஆவாரம்பூ, ஆரமும் கருவேலங்காய்ச் சரமும் கல்லக்காத் தோடும் போட்டு அப்பன் அனுப்பி வெப்பான்' என்பாள்.

அவளிடம் அவன் எவ்வளவோ சமாதானம் பேசியும் எதுவும் எடுபடவில்லை. சிரிப்புக்குக் காசு கொடுக்கிறேன் என்றாலும்கூட முடியாது. யாரோடும் முகம் கொடுத்துப் பேசுவதில்லை. வேலைக்குப் போகும்போது காட்டிலும் ஒருவரிடமும் கலகலப்பாக வாய் திறப்பதில்லை. எல்லாரையும் எதிரியாகவே நினைத்தாள். யாரிடம் பேசி என்ன என்று அவளுக்குத் தோன்றிவிட்டது. ஆட்களைப் பிடிக்கவில்லை. ஒவ்வொருவரும் அவளுக்கு ஏதாவது கெடுதல் செய்யவே இருக்கிறார்கள் என்று தோன்றிவிடும். யார் வார்த்தைக்கும் அவள் உள்ளர்த்தம் எடுத்துப் பார்ப்பாள். அது தவறான தாகவே படும். அவளுடைய நோக்கமெல்லாம் இந்த ஒசும்பு மண்ணை வைத்துக்கொண்டு பிள்ளைகளை எப்படிக் கரையேற்றுவது என்பதுதான்.

கொட்டாய்க்குக் கதவு ஓலைப்படல். உள்ளே இழுத்துக் கட்டக் கயிறு ஒன்றும் வெளியே கட்டக் கயிறும் உண்டு. இழுத்துக் கட்டிப் படுத்தால் காலையில்தான் எழுவாள். விழிப்பு வந்தாலும் வெளியே வருவதில்லை. 'ஆம்பள இல்லாத ஊடுன்னு தெரிஞ்சா ஆயரம் சீக்காடிக ஆலவட்டம் அடிக்க வந்திரும்' என்பாள். 'எந்த நாயாச்சும் இந்தப்பக்கம் எட்டிப்

பாக்கட்டும். கால ஒடிச்சுக் குழியில போட்டர்றன்' என்று பேசுவாள். யாரும் வருவதில்லை என்றாலும் பலரும் வருவது மாதிரி அவளுக்குத் தோன்றும். நடுராத்திரியில் எழுந்து கொண்டு சில்வண்டு ரீங்காரத்தைக் காது குவித்துக் கேட்பாள். திடீரென்று சத்தமிட்டு 'எவண்டா அவன்' என்பாள். அவளால் ஓரிரவும் தூங்க முடிந்ததில்லை. வண்டிக்குப் போகாத நாட்களில் வாசலில் கட்டில் போட்டு முத்து படுத்திருப்பான். அதனால் தைரியமாக வெளியே வருவாள். கொஞ்சம் தூக்கமும் வரும்.

அன்றைக்குப் படுத்துப் பிள்ளைகள் தூங்கியதும் அவளுக்கும் லேசாகக் கண் அசந்தது. திடீரென நாய்க்குரைப்பு சலார் வாங்கியது. பாம்பு பொட்டைக் கண்டால் இடைவிடாமல் குரைக்கும். ஆனால் அதற்கான குரைப்பொலியில் கொஞ்சம் வித்தியாசம் இருக்கும். பாம்பை எதிர்கொண்டு அதற்கு எச்சரிக்கை விடுவது போல 'உர்ர்' என்று மெல்ல ஒலி எழுப்பும். அப்புறம் குரைக்கும். இது மாறி மாறி நடக்கும். இந்த நாய் பாம்பைக் கண்டால் விடாது. பாம்பே தடம் மாறி ஓடிப் பிழைத்தால்தான். சாதாரணப் பாம்பென்றால் விட்டத்தைக் கவ்விச் சிதைத்துவிடும். நல்ல பாம்பென்றாலும் விடாது.

இரவொன்றில் நாய் ஒருமாதிரி அனத்திக் குரல் எழுப்பிக் கொண்டிருந்தது. என்னவென்று தெரியவில்லை. ம்ம்ம் என்று அனத்திச் சட்டென ஒரு குரைப்புச் சத்தம். வெகுநேரம் இப்படியே கேட்டுக்கொண்டிருந்தது. பெருமா பொறுத்துப் பார்த்துவிட்டு மெல்லப் படலைத் திறந்தாள். வாசல் தாண்டிய வெளியில் அவள் கண்ட காட்சி நெஞ்சை உறைய வைத்து விட்டது. நிலா வெளிச்சத்தில் நல்லபாம்பு படமெடுத்து நிற்பது தெளிவாகத் தெரிந்தது. படத்துக்கு எதிரே எட்டாத தொலைவில் நாய் நின்றிருக்கிறது. வால் எழும்பி நிமிர்ந்திருந்தது. உடல் சிலிர்ப்பு தெரிந்தது. பாம்பு படத்தை இறக்கினால் நாய் கவ்விவிடும். நாய் பாம்பருகே போனால் பாம்பு கடித்துவிடும். இரண்டும் ஒன்றை ஒன்று பார்த்துக்கொண்டே இருந்தன. பாம்பு படத்தோடு சீறியபடி தலையை முன்னால் அவ்வப் போது அசைத்தது. இப்படி ஒரு காட்சியைப் பெருமா இதுவரை பார்த்ததில்லை. உடல் நடுங்கக் குறுகி அப்படியே நின்றாள்.

எந்தப்பக்கமும் அசையவில்லை. என்ன ஆகுமோ. நாய் ஒருவேளை தோற்றுவிட்டால் பாம்பு உள்ளே புகுந்துவிடுமோ என்று பயம் வந்தது. படலோரத்தில் குத்தீட்டி இருக்கிறதா என்று ஒருமுறை பார்த்துக்கொண்டாள். அதை உடனே

எடுத்துக் கையில் வைத்துக்கொள்ள நினைத்தாலும் நாயின் கவனம் திரும்பிவிடக் கூடாது என்று தோன்றியதால் அப்படியே நின்றாள். இந்தப் போட்டி எத்தனை நேரம் தொடருமோ என்று அவள் பயந்திருந்த சமயம் ஒன்றில் எதிர்பார்க்காதபடி நாய் பாம்பின் நடுப்பகுதியைச் சட்டெனக் கவ்வி ஆகாயத்தில் தூக்கியடித்தது. அரைப்பனை உயரம் காற்றுவெளியில் முறுக்கிய கயிறாய் போய்த் தவித்த பாம்பு பின் பொத்தென வந்து தரையில் விழுந்தது. நடுவிட்டம் முறிந்த அதனால் துளியும் நகர முடியவில்லை. விழுந்த இடத்தில் துடித்துக் கிடந்தது. அன்றைக்கு இரவு முழுக்க நாயும் அவளும் வாசலிலேயே பாம்புக்குக் காவல் இருந்தார்கள். விடியும்போது அது துடிப்படங்கி வால் மட்டும் லேசாக அசைந்துகொண்டிருந்தது. அதுமுதல் நாயிருக்கும் தைரியத்தில் பாம்பு பயம் அவளுக்குத் துளியும் இல்லை.

ஆனால் இந்தக் குரைப்பு மனிதரைக் கண்டது போலத்தான். ஒண்டிக்கொட்டாயில் கிடப்பதால் தாலிக்கொடியைக் கூடக் கழற்றி அம்மாவிடம் கொடுத்திருந்தாள். கழுத்தில் நூல்கயிறும் காதுகளில் தோடும்தான். தோடு இரண்டும் அரைப்பவுன் தேறும். அதையும் கழட்டிவிட்டால் மூளியாகத் தெரியும் என்பதால் போட்டிருந்தாள். தோட்டுக்காகக் காதை அறுத்துச் சென்ற கதைகள் அவளுக்குத் தெரியும். அடுத்த முறை தேர்க்கடை வரும்போது ஈயத் தோடு ஒன்றை வாங்கிப் போட்டுக்கொள்ள வேண்டும் என்று நினைத்திருந்தாள். ஒண்டிக்கொட்டாயில் பித்தளைப் பாத்திரங்கள்கூட இல்லை. எல்லாவற்றையும் அம்மா வீட்டில் கொண்டுபோய்ப் போட்டிருந்தாள். மண் பாண்டங்கள் புழங்கத் தேவையானவை மட்டுமே கொட்டாயில் கிடந்தன.

நாயின் குரைப்பொலி கேட்டு எழலாமா வேண்டாமா என்று யோசித்துக்கொண்டிருந்தபோது 'முத்து... முத்தண்ணா' என்று அழைக்கும் ஒலி கேட்டது. நாய்க் குரைப்புக்கு ஊடே யார் குரல் என்று அடையாளம் பிரிக்க முடியவில்லை. ஆனால் நன்றாகப் பழகிய குரல் மாதிரிதான் இருந்தது. எதற்கும் எச்சரிக்கையாகக் குத்தீட்டியைக் கையில் எடுத்துக் கொண்டு படலுக்கு முன்னால் வந்து நின்று 'யாரது' என்று அதட்டலாகக் குரல் கொடுத்தாள். 'ம்... நாந்தான் பெரியண்ணன்' என்று எதிர்க்குரல் வந்தது. இந்தச் சனியன் இந்நேரத்திற்கு எங்கே வந்தது என்று குழம்பிக்கொண்டு 'என்ன' என்றாள். 'ஒரு விஷயம்' என்றது குரல். என்ன இருந்தாலும் வீட்டுக்குப் பெரிய ஆம்பளையிடம் உள்ளிருந்தே பேசுவது மரியாதை இல்லை என்பதால் படலைத் திறந்தாள்.

அவரிடம் நேர்நின்று பேசியதேயில்லை. காளியண்ணன் பெண்டாட்டியும் பொங்கியண்ணன் பெண்டாட்டியும் 'மச்சான் மச்சான்' என்று முறை வைத்து அழைத்துக் குழைவார்கள். யாரிடமாவது சொல்லும்போது மட்டும் பெருமா 'எங்க பெரிய மச்சாண்டாரு' என்பாள். இப்போது வார்த்தை எதுவும் வரவில்லை. படலை ஒட்டி நின்றபடி இருளைப் பார்த்துத் தடுமாறி 'அவுங்க வண்டிக்குப் போயிட்டாங்க' என்றாள். ஆள் இவர்தான் என்று தெரிந்ததும் குத்தீட்டியைச் சாத்தி வைத்துவிட்டுக் கைவிளக்கைத் தூக்கி வந்திருந்தாள். பெருமா இயல்பாகப் பேசியதும் தெரிந்த ஆள்தான் என்று முடிவு செய்து நாய் குரைப்படங்கி ஆடுகள் பக்கம் போய்ப் படுத்துக்கொண்டது. வாசலில் கிடந்த கட்டிலில் பெரியண்ணன் உட்கார்ந்திருந்தார்.

முத்து இல்லை என்றாலும் கட்டில் வாசலில்தான் கிடக்கும். ஆள் படுத்திருப்பது போல விளக்கமாற்றைக் கட்டிலில் வைத்து மூடியிருப்பாள். அப்புறம் அப்படியே விட்டுப்போய் நாய் ஏறிப் படுத்துக்கொள்வதற்கு என்றாகிவிட்டது. 'அவுங்க நாளைக்கு ராத்திரித்தான் வருவாங்க' என்றாள் வாய்க் குள்ளேயே. தாய் தந்தை காட்டுக்கும் தண்ணீர் முறை கேட்டு யார் யாரிடமோ தூது விட்டும் நடக்காததால் தானே நேரில் வந்து கேட்பது என்று இந்த ஆள் வந்திருப்பார் என்று நினைத்தாள். தூக்கி வளர்த்த தோசத்துக்கு எல்லாவற்றையும் பிடுங்கிக்கொண்டாயிற்று. கட்டியிருக்கும் கோவணத்தையும் உருவிக்கொண்டு துரத்திவிடும் திட்டம் இருக்கும். எரிச்சலோடு வாசலில் நின்றாள். 'அவுங்க நாளான்னிக்கு வெடிகாலதான் வருவாங்க' என்று சொன்னாள். குரல் அவளுக்கே கேட்க வில்லை. நாக்கு வறண்டு உள்ளிழுத்துக்கொண்டது.

கட்டிலில் இருந்து சட்டென்று எழுந்தவர் வேகமாக வந்து 'உன்னயப் பாக்கத்தான் வந்தன்' என்று சொல்லிக் கொண்டே அவள் மார் இரண்டையும் அழுந்தப் பற்றிக் கொண்டார். மாராப்பால் அவர் கையைத் தடுக்க முடிய வில்லை. இப்படி நடக்கும் என்று எதிர்பார்க்காத பெருமா சட்டெனக் கொட்டாயின் முன்பக்கம் தடுப்பாகக் கட்டியிருந்த ஓலைமேல் சாய்ந்துவிட்டாள். அப்பவும் ஒருபக்கப் பிடியை அவர் விடவில்லை. 'கலியாணம் ஆயி வந்த நாள்லருந்து பாக்கறன். ஓடி ஓடி ஒளிஞ்சுக்கற. உம்மேல எனக்கு எத்தன ஆச தெரியுமா?' என்று அவள்மேல் அணைந்தார். 'முத்து ஒன்னுஞ் சொல்லமாட்டான். அண்ணனுக்கு இல்லாத என்னம்பான். வா... தம்பி பொண்டாட்டி தம் பொண்டாட்டி தான' காதில் கிசுகிசுப்பாய்ப் பேசிக்கொண்டேயிருந்தார்.

குசு விடும் ஓசைகூடப் பூதாகரமாய்க் கேட்கும் இருள். 'ச்சீ நாயே' என்று ஆளைத் தள்ளிவிட்டாள்.

கள் நாற்ற வாய் அவள்மேல் உரசியது. மாரைப் பிடித்த பிடி விடவில்லை. மாராப்பு முழுதுமாக விலகியிருந்தது. கைக்கு எட்டும்படி வெளியே கொட்டாயோடு சாய்த்து வைத்திருந்த குத்தீட்டியை எடுத்து அவர் காலில் வலுக்கொண்ட மட்டும் குத்தினாள். பிடி தளர்ந்த இடைவெளியில் நழுவி 'அய்யோ அய்யோ' என்று கத்திக்கொண்டு காட்டுக்குள் ஓடினாள். பொங்கியண்ணன் வீட்டுப்பக்கம் நாய் குரைத்ததும் ஆறுதலுக்காவது ஆள் இருக்கிறது என்று நினைவு வந்து அங்கே ஓடினாள். பெருமாவின் சத்தமும் நாய்க்குரைப்பும் கேட்டு அவர்கள் எல்லாரும் எழுந்து வாசலுக்கு வந்திருந் தார்கள். 'அக்கா அக்கா' என்று சீராயைக் கட்டிக்கொண்டு அழுதாள் பெருமா. ஆசுவாசப்படுத்தித் தண்ணீர் கொடுத்துத் தேக்கம் தேற்றிய பின் நடந்ததைச் சொன்னாள். பிள்ளைகள் உள்ளே தூங்கிக்கொண்டிருப்பது திடுமென நினைவுக்கு வந்தது. இவ்வளவு செய்தவன் இன்னும் எதையும் செய்வான். கொட்டாய்க்குத் தீகூட வைத்துவிடுவான். 'அக்கா வாக்கா. பிள்ளைங்க அங்க படுத்திருக்குது' என்றாள் பெருமா.

❀

12

பொங்கி, சீராயி, மூத்த மகன் ரங்கண்ணன் எல்லாரும் உடன்வர மீண்டும் கொட்டாயிக்கு வந்தாள் பெருமா. உடல் நடுக்கத்தை மறைக்கக் கைகளை இறுகக் கட்டிக்கொண்டிருந்தாள். இத்தனை நாள் இருளைக் கண்டே பயந்தாள். ஆனால் இருள் துணையாக இருந்திருக்கிறது. விளக்கு வெளிச்சத்தில்தான் பெரியண்ணன் பற்றினான். இருள் குத்தீட்டியைக் கொடுத்தது. பாது காப்பைத் தந்தது. இப்போது நடுக்கத்தைக் கரைத்து விடவும் உதவுகிறது. எங்கும் இருளாக, எப்போதும் இருளாக இருந்தால் ஒருவர் முகத்தையும் பார்க்க வேண்டியிருக்காது. இருள் நம் முகத்தையும் யாருக்கும் காட்டாது. இருள் அணைப்பில் வாசல் கட்டில் குத்துக் காலில் சாய்ந்து அழுதாள். குரல் வெளியே வரவில்லை. நாய் பள்ளத்துப் பக்கம் பார்த்துக் குரைத்துக்கொண்டிருந்தது. ஆள் இல்லை. போய்விட்டார். இருள் அவரை இழுத்துக்கொண்டு போயிருக்கும்.

பிள்ளைகள் எழவில்லை. இத்தனை நடந்தும் ஒன்றும் அசையவில்லை என்றால் என்ன அர்த்தம்? மனதில் பயமில்லை. இருள் அவர்களைக் காத்துக்கொண்டிருக்கிறது. இருளில் எந்தக் கவலையும் இல்லாமல் தூங்கு கிறார்கள். விடிவெளிச்சம் வந்தால் அவர்களையும் பயம் பிடித்துக்கொள்ளும். சட்டென அவளுக்குள் விழிப்பு வந்தது. விடிந்துதானே ஆகும். வெளிச்சம் பரவுமே. அப்போது? மனதில் பயம் இல்லாவிட்டால் பிழைக்க முடியாது. நாளைக்கு விடியட்டும், இந்தப் பிள்ளைகளைப் பேசிக்கொள்கிறேன் என்று மனதில் கருவினாள். பையன் சின்னவன். குழந்தை. அசதியில் ஆழ்ந்து தூங்கலாம்.

இன்றைக்கோ நாளைக்கோ வயசுக்கு வருகிற மாதிரி வளர்ந்து நிற்கும் இந்தக் கழுதைகளுக்கு எப்படி இந்தத் தூக்கம்? லேசான அரவம் கேட்டதும் தலையில் தீப்பிடித்த மாதிரி எழுந்திருக்க வேண்டும். குடியானவனுக்குப் பிறந்துவிட்டால் ராத்தூக்கம் ஏது?

'இன்னைக்கு உனக்கு. நாளைக்கு எனக்கு வராதுன்னு என்ன நிச்சயம்? இப்பவே போயி அந்த அக்காகிட்டயும் கெழ்டுங்ககிட்டயும் என்னன்னு ரண்டு வார்த்த கேட்டுட்டு வந்தரலாம்' என்றாள் சீராயி. சோர்ந்து கிடந்தவளுக்கு சீராயின் இடைவிடாத பேச்சு ஆறுதல் தருவதாயிருந்தது. அவள் பேசுவதில் பலவும் காதில் வெற்று ஒலிகளாக வந்து மோதின. எனினும் அவள் பேசிக்கொண்டே இருக்க வேண்டும் போலிருந்தது பெருமாவுக்கு. பொங்கியும் உடனே போய்க் கேட்டு வரலாம் என்று வற்புறுத்தினான். ரங்கண்ணனை அங்கேயே கட்டிலில் படுத்திருக்கச் சொல்லிவிட்டு மூன்று பேரும் போனார்கள். 'நானிருக்கறன். போயிட்டு வாங்கக்கா' என்றான் அவன். ஒருநாளும் சித்தி என்றோ சின்னம்மா என்றோ கூப்பிட்டதில்லை அவன். பெருமா கல்யாணம் ஆகி வந்தபோது அவன் தளர்நடை போட்டுக்கொண்டிருந்தான். இப்போது மீசையும் தாடியும் அரும்பப் பெரியாள் மாதிரி அவளுக்குத் தைரியம் சொல்வது அந்த நிலையிலும் அவளுக்கு ஆச்சர்யமாயிருந்தது. தனக்குப் பிறந்த பெரியதும் பையனாக இருந்தால் இப்படித் தைரியம் சொல்லுமோ. இரண்டும் பொட்டையாகப் போய்க் கடைசியில் பையன் முகம் காட்டியிருக்கிறான். அவன் வளர்ந்து இப்படித் தைரியம் சொல்வதற்குள் இன்னும் எத்தனையைப் பார்க்க வேண்டுமோ. குடியானவன் வீட்டு முதல் குழந்தை பையனாகத்தான் இருக்க வேண்டும். இருளில் நிழலாய்த் தெரிந்த ரங்கனை உற்றுப் பார்த்தபடி எழுந்தாள். பாகம் பிரிந்தபோது சாமான்களை எடுத்துக்கொண்டு வந்ததோடு சரி. அந்த வீட்டுப்பக்கம் காலெடுத்து வைத்ததில்லை. பத்துப் பன்னிரண்டு வருசம் புழங்கிய வீடுதான். ஆனால் அதைப் பற்றி நல்ல நினைவு ஏதுமில்லை. முத்தண்ணனோடு சேர்ந்திருக்கக்கூட அங்கே பிடிக்கவில்லை. எப்போதாவது ஊருக்குப் போகும்போது காட்டும் நெருக்கம் அவனுக்கு வித்தியாசமாக இருக்கும்.

'ஆளுங்க புடிச்சாத்தான எடம் புடிக்கும்' என்பாள். எல்லாரும் அவனை 'முத்து... முத்தண்ணா' என்று செல்லம் கொஞ்சக் கூப்பிடும்போது அவளுக்குப் புண்ணில் சுக்கை வைத்த மாதிரி இருக்கும். 'கொஞ்சிக் கொஞ்சி எல்லாத்தயும் உறிஞ்சிருவாங்க' என்று முணுமுணுப்பாள். இரண்டு பக்கமும்

அல்லாடுவான் முத்து. பெண்களுக்குள் பெருமாவைக் குறிப்பிட 'ராங்கி' என்று பெயர் வைத்திருந்தார்கள். 'ராங்கி வந்துச்சா, போச்சா, என்ன சொல்லுச்சு' என்று பேசுவார்கள். பழைய சோத்து நேரத்தில் பெருமா காட்டுக்குள் இருப்பாள். அந்த ஞாபகத்தில் 'ராங்கி இன்னைக்கு என்ன காரியம் பண்ணுனா? சோறு குடிச்சிட்டுப் போனாளா மூஞ்சிய இழுத்துக்கிட்டுப் போயிட்டாளா' என்று அவள் மாமியார் யாரிடமோ கேட்டுக்கொண்டு வீட்டுக்குள் வந்தாள். ரோசாவுக்குத் தலை சீவிக்கொண்டிருந்த பெருமாவுக்குத் தன்னைத்தான் சொல்கிறாள் என்பது தெரிந்துவிட்டது. சட்டென 'ஊம்பிப் பொழப்பு கேவலம். ராங்கிப் பொழப்புத் தேவலாம்' என்று சத்தம் போட்டுச் சொல்லிவிட்டாள். அதற்குப் பின் அவள் காதுபட அந்தச் சொல் வரவில்லை.

முகத்திற்கு நேராக ஓங்கிச் சொல்லிவிடும் அவள் வேகத் திற்குப் பயந்து ஒதுங்கிப் போய்விடுவார்கள். 'முத்தண்ணன் பூச்சியாட்டம் இருக்கறான். ஓங்கி ஒருவார்த்த பேசமாட்டான். அவனுக்கு எங்க இந்த ராக்காசி வந்து வாச்சா?' என்பார்கள். மாமியார்தான் எப்போதாவது எடுத்து முழங்குவாள். அந்தச் சமயத்தில் பெருமா எதுவும் பேசமாட்டாள். சந்தர்ப்பம் வாய்க்கையில் ஒற்றை வார்த்தையில் பதிலடி கொடுப்பாள். எட்டங்கண வீடு அது. ஆனால் அந்த வீட்டின் எல்லா இடத்திலும் கசப்பு கொட்டிக் கிடந்தது. ஒருவரிடமும் கனிந்து பேச அவளால் முடிந்ததில்லை. ஒவ்வொருவர் மேலும் ஏதாவது குறை அழுத்தமாக உருவாகியிருந்தது. முத்தண்ண னுக்கு முந்தானை விரித்து மூன்றையும் பெற்றெடுத்தது அங்கேதான். வேறிடமாக இருந்திருந்தால் இன்னும் நன்றாக வளர்த்திருக்கலாம் என்று எப்போதும் தோன்றியபடியே இருக்கிறது.

பொங்கியும் மாராவும் என்னென்னவோ பேசிக்கொண்டே நடந்தார்கள். அவர்களுக்குப் பின்னால் பெருமா மரப்பாச்சி போலச் சென்றாள். 'ஒடம்பொறந்தானே இப்பிடிப் பண்ணுனா வேத்தாளுவ ஒண்டிக்கொட்டாய்க்காரின்னு எளப்பா நெனக்க மாட்டானுவளா' என்று சீராவின் பேச்சு அவ்வப்போது காதில் விழுந்தது. அங்கே வீடடங்கவில்லை. எப்போதும் ஊரெல்லாம் அடங்கி ஆழ்ந்த பின்னும் அங்கே கும்மாளம் நடக்கும். நான்கு பேருக்கும் சேர்த்துப் பத்துக் குழந்தைகள். எல்லாம் கலாமுலாவென்று கத்திக்கொண்டு மைனாக்கூட்டம் போல வெகுநேரம் விளையாடுவார்கள். நிலா வெளிச்ச ராத்திரிகளில் பக்கத்துக் காட்டுப் பிள்ளைகளும் வந்துவிடும். சுக்குப்பரியும் தலதட்டியும் கண்ணாமூச்சியும் என்று ஓரணப்பு

வாசல் சிலையோடும். 'போய்த் தூங்குங்கடா' என்று யாராவது அதட்டிக் கத்தி விரட்ட வேண்டும்.

இருளிரவாக இருந்தால் வாசல் நெடுகக் கட்டில் போட்டுப் படுத்துக்கொண்டு கதையும் விடுகதையும் நடக்கும். கிழவி எப்போதும் 'கொடமாலப் பொண்ணு கதை'தான் சொல்வாள். 'வேற கத' என்று கேட்டால் 'எனக்குத் தெரிஞ்ச வல்லலு அவ்வளவுதானயா' என்று விடுவாள். காளியண்ணன் பெண்டாட்டி பூவாயி கதைக்காரி. அவளுக்குத் தெரிந்த கதைகள் இத்தனை என்று கணக்கிட்டுவிட முடியாது. எல்லாக் கதைகளையும் சொல்லிவிட்டாள் என்று நினைத்திருக்கும்போது புதிதாகக் கதை முளைக்கும். 'இத்தன நாளு எங்க வெச்சிருந்த இந்தக் கதைய' என்றால் 'எங்க பாட்டியா சொன்னது. இன்னைக்குத்தான் அதா நெனப்புக்கு வந்துது' என்று சாதாரணமாகச் சொல்வாள். இரண்டு குடும்பம் வெளியேறிய பின்னும் பிள்ளைகள் தோளுக்கு வளர்ந்த பிறகும் வாசல் களையாகத்தான் இருந்தது.

ஆவேசத்தோடு போனவர்களைப் பெரியண்ணன் பெண்டாட்டி தன்னாயிதான் எதிர்கொண்டாள். 'முக்காடு போட்டுக்கிட்டு மூனும் வந்து நிக்குது. எங்க என்ன உழுந்துதோ தெரீலியே' என்றாள் அவள். பெரியண்ணன் அங்கும் வந்திருக்க வில்லை. எங்காவது பாறைவெளியில் படுத்துக் கிடந்துவிட்டுப் போதை தெளிய எழுந்து மெல்ல வரக்கூடும். அந்தச் சமயத்தில் தைரியம் எல்லாம் இழந்து விசும்பி அழுதாள் பெருமா. அதைத் தவிரப் பேச அவளுக்கு வார்த்தைகள் ஏதுமில்லை. கசப்புகளை மீறி அரவணைப்பின் இதம் அங்கே வந்துவிட்ட தாக ஒருகணம் உணர்ந்தாள். என்ன இருந்தாலும் எல்லாரும் தன்னுடைய சொந்தங்கள். ராங்கி என்றாலும் ராக்காசி என்றாலும் உடனிருந்தவர்கள். காலில் முள் குத்தினால் உடன்வரும் கையொன்று பிடுங்கிவிடாதா? தனக்கு ஆதரவு காட்டுவார்கள் என்று எதிர்பார்த்தாள்.

விஷயத்தைப் பொங்கிதான் விவரித்துச் சொன்னான். 'அத்தாந்தரமா முடுக்குனதும் இல்லாத பொம்பள இருக்கற ஊட்டுக்கு இப்பிடி வந்தா நாங்க என்ன பண்றது? இருக்கற நாலு சட்டியையும் தூக்கிக்கிட்டு நாயோடியாட்டம் ஊரூருக்குப் போயி எரந்து குடிக்கறதா?' என்று பொங்கி வேகமாகவே கேட்டான். 'அவளுக்கு வந்ததுதான நாளைக்கு எனக்கும். ஆர நம்பி நாங்க காட்டுக் கொட்டாயில குடி யிருப்பம்?' என்றாள் சீராயி. ரவரவவென்று சத்தம் கேட்கவும் நாய்களின் குரைப்பும் சேர மாமனார், மாமியாரும் காளியண்ணன் வீடும் என எல்லாரும் வாசலுக்கு வந்து

விட்டார்கள். பெரியண்ணன் பையன்கள் இருவரும் இனுக்குப்புனுக்கென்று பேசவில்லை. ஊமை போல இருளின் ஒருபக்கம் நின்றார்கள். 'சின்னாயா சின்னாயா' என்று பெருமாவை வரிசை வைத்து அழைத்த வாய்கள் அவை. பெருமா சுவரோடு சாய்ந்து வாய்க்கு முந்தானையைச் சுருட்டி வைத்து விசும்ப ஆரம்பித்தவள் நிறுத்தவேயில்லை. தன்னாயா கன்னச் சதை பிதுங்கத் 'த்தூ' வென்று வாசலில் துப்பினாள். வெற்றிலை எச்சில் மொத்தையாக வந்து விழுந்தது. தன் முகத்தில் அப்பியதாக உணர்ந்து அனிச்சையாகத் துடைத்துக் கொண்டாள் பெருமா.

"இத ஒரு பழமயின்னு இந்நேரத்துக்குப் பேச ஏறிக்கிட்டு வந்திட்டீங்களா? என்னூட்டுக்காரன் ஒண்டிக் கொட்டாயிக் குப் போனானாம். இவளப் புடிச்சானாம். பயந்து நடுங்குனா ளாம். அவன் கெடக்கறான் எல்லாம் சுருங்கிப் போயி ஒன்னுக்குமத்த நாயா. கண்ணாலத்துக்குப் பசவ நிக்கிது கழுத்தத் தாண்டி. அவந்தான் இந்நேரத்துக்குத் தூக்கிப் புடுச்சுக் கிட்டுப் போறானா? அப்பிடியே போயிருந்தாலும் இங்க இருந்தப்ப ஒன்னுமன்னா அவங்கூடக் கெடந்திருப்பா. அந்த நெனப்புல போயிட்டானோ என்னமோ? வரட்டும். இங்க ஊடு நெறையச் சோறு கொட்டிக் கெடக்குதே, ரண்டு கையிலயும் அள்ளி அள்ளித் திங்காத, சட்டி காஞ்சு கெடக்கற ஊட்டுல சொரண்டிக் குடிக்கப் போயிட்டயான்னு திடுப்புல சாத்தறன்" என்று கத்தினாள்.

மாமியார்க்காரி அதற்குச் சளைக்கவில்லை.

"என்னடா நடந்திருச்சுன்னு நடுராத்திரியில ஊடேறி வந்திட்டீங்க. தம்பி பொண்டாட்டிய அண்ணன் கையப் புடிச்சு இழுக்கறது ஒரு நாயமா? எங்காலத்துல எல்லாம் தாலிதான் ஒருத்தனுக்கு. அண்ணந்தம்பி ஆரா இருந்தாலும் புருசந்தான். ஆறு பிள்ளப் பெத்தனே ஆறும் உங்கப்பனுக்கேவா பொறந்துது? அதாருக்குத் தெரியும். மேல போறவன் கொடுத்த பொறப்பு. எதோ ஆசப்பட்டு வந்தான்னா அமுக்கமா உள்ள கூட்டிட்டுப் போயி எல போடறத உட்டுட்டு ஏறிக்கிட்டு வந்துட்டா. எல்லாம் நாகரீகம் பெருத்துப் போன காலமாயிருச் சப்பா. அடி ஆயா, இன்னமே உம்புருசன் எனக்கு மகனில்ல, பெரியண்ணனுக்குத் தம்பியில்ல. அப்புறம் ஆரு அந்தப்பக்கம் வரப்போறா? நிய்யே கோட்டயக் கட்டிக்கிட்டு ஆளு. பெரியவன் வரட்டும். எதாச்சும் எச்சவூடு பாத்துப் போவாத எதுக்குடா இந்த எரப்பெடுத்த முண்ட ஊட்டுக்குப் போனயின்னு கேக்கறமாயா. போ, போயித் தங்கத்துல

அடிச்சு வெச்சத மூடிப் பத்தரமாப் பாத்துக்காயா" என்று என்னென்னவோ பேசினாள்.

அங்கு நிற்கவே பிடிக்கவில்லை. இன்னும் கொஞ்ச நேரம் நின்றால் தலைமயிரை இழுத்துப் போட்டு அடித்தாலும் அடித்துவிடுவார்கள் என்று பயம் வந்தது. முத்து இல்லாத போது பொங்கியை நம்பி இப்படி வந்தது சரியில்லை என்று நினைத்தாள். இவர்கள் எல்லாம் முந்தி இருந்த சொந்தக்காரர் கள் அல்ல. ஒருநேரம் சண்டை போட்டுக்கொண்டாலும் மறுநேரம் சிரித்துப் பேசுகிற அரவணைப்பு இனி இல்லை. இவர்கள் யாரோ. இந்த வீடும் இவர்களும் இவர்களோடு இருந்ததும் இந்தப் பிறப்பிலாக இருக்க முடியாது. எல்லாம் முடிந்துபோன கதை. இங்கிருந்து ஒருவார்த்தை தலை தடவுகிற மாதிரி வராது. கழுத்துக்குக் கத்தி. அவளுக்கு எல்லாம் புரிந்த மாதிரி இருந்தது. மெல்லப் பின்னால் அடி எடுத்து இருளில் நடக்கத் தொடங்கினாள்.

"என்ன இருந்தாலும் அந்தப் புள்ளய இப்பிடிப் பேசக் கூடாதம்மா. முத்தும் உனக்குப் பொறந்த பையந்தான. உன்னோட சக்காளத்திக்கா பொறந்திட்டான்? ஒரு கண்ணுக்கு வெண்ணயும் இன்னொன்னுக்குச் சுண்ணாம்பும் வெக்கறயே . . . வயசான காலத்துல வெளங்குவியா நீ?" என்று பொங்கி கேட்டான். அவனால் முடிந்தது அவ்வளவுதான்.

"ஆமாண்டா. வெண்ணையும் சுண்ணாம்பும் வெக்கறன். கையுங்காலும் வளைஞ்சு வேல செய்ய முடியலீன்னா எல்லாஞ் சொல்லுவீங்கடா. அவளுக்கு நாயம் பேச நீ வந்துட்ட. அவ சேராமாறி முண்ட. மனச வாடையே அவளுக்கு ஆவாது. ஆளண்டாப் பச்சியாட்டம் இங்கிருந்தப்பவே ஒராளக்கூடப் பக்கத்துல சேத்த மாட்டா. ஆண்வாசம் அடிக்குது பொண் வாசம் அடிக்குது, எங்கைடா மனசஞ் சதைன்னு பறப்பா. கொஞ்சம் ஏமாந்தா சொல்லுலயே கொத்திச் சதைய எடுத்து முழுங்கீருவா. அவ பேச்ச எடுத்துக்கிட்டு நீயும் இந்நேரத்துக்கு வந்துட்ட. பக்கத்துல இருக்கறமின்னு உன்னயக் கீது வளச்சுப் போட்டுட்டாளா."

அம்மா வாய்க்கு வந்ததைப் பேசுவதைக் கேட்க நில்லாமல் அவனும் திரும்பிவிட்டான். யாரும் எதுவும் பேசவில்லை. இப்படியாகும் என்று எதிர்பார்க்கவில்லை என்பது மௌனத் தில் புரிந்தது. பெருமாவுக்குத் துணையாக சீராயும் பையனும் அங்கேயே படுத்திருந்தார்கள். பொங்கி வீடாவது இருக்கிறார் களே. அவர்களும் இல்லாமல் போயிருந்தால் ஒண்டிப் பொம்பளை என்ன செய்ய முடியும்? அடித்துப் போட்டுவிட்டுப்

போனாலும் கேட்க ஆளில்லை. அந்தத் தைரியத்தில்தான் பெரியண்ணன் வந்திருப்பான். காலில் குத்திய ஈட்டிக் காயம் ஆற ரொம்ப நாளாகும். அதைப் பார்க்கும்போ தெல்லாம் பெருமாவின் ஆக்ரோசம் நினைவுக்கு வரட்டும். இந்தப் போக்கிரித்தனமெல்லாம் பெருமாவிடம் எடுபடாது என்பதை உணரட்டும்.

விடிந்தும் ஒருவேலையும் ஓடவில்லை. எப்போது விடியும் விடியும் என்று பார்த்திருந்து பிள்ளைகள் இரண்டையும் போட்டு மொத்தினாள். "அட பெரியவங்களுக்கு நாய்க் கொணம் வந்துருச்சு. இந்த வலுசலுங்க என்ன பண்ணும். அதுவளப் போயி அடிக்கற" என்று சீராயி தடுத்தாள்.

"பெத்த தாயக் கொல பண்ண வந்தாக்கூட எந்திரிக்க மாட்டீங்களாடி? பொணமாட்டந் தூங்கறீங்க. ஒண்டியாக் கொட்டாயில கெடக்கறமேன்னு மனசில பயம் இருக்குதாடி? குடியானவனுக்குப் பொறந்துட்டுப் பொச்ச அடச்சுக்கிட்டுத் தூங்க முடியுமாடி?"

அடிகளை வாங்கிக்கொண்டு பிள்ளைகள் அழுதார்கள். அவர்களுக்கு என்ன நடந்ததென்று துளியும் தெரியவில்லை. தெரியாமல் இருப்பதும் நல்லதுதான் என்று தோன்றியது. பெருமா ஒருவேலையும் செய்யாமல் அப்படியே வாசலில் விழுந்து கிடந்தாள். பிள்ளைகளுக்கு என்ன செய்வது என்று தெரியவில்லை. அவ்வப்போது அழுதபடி அவர்களும் ஒரே இடத்தில் உட்கார்ந்திருந்தார்கள். பையன் மட்டும் நாயோடும் கோழிகளோடும் விளையாடிக்கொண்டிருந்தான். தன் வீட்டுக்குப் போய் வேலைகளை எல்லாம் முடித்துவிட்டு வந்து களி உருண்டைகளைக் கரைத்துப் பிள்ளைகளுக்கு ஊற்றிய சீராயிதான் சொன்னாள்.

"எல்லாம் எங்கூட்ல விசாரிச்சுக்கிட்டு வந்துட்டாங்க. இந்தக் காட்டுல நாலு பண்ணயம் வெச்சு நடத்தறது முடியா தாமா. ஒவ்வொரு குடும்பத்துக்கும் கொழந்த குட்டியின்னு ஆயிப் போச்சாமா. அதனால ரண்டு பண்ணயத்த வெளி யேத்தி ஆவோனும்னு முடிவு பண்ணீட்டாங்க. மொதல்ல நீங்க. அடுத்து நாங்க. தன்மையாச் சொன்னாக் கேட்டுக்க மாட்டாங்களாம். அதான் இப்பிடி. உம்புரசன் வந்ததியும் சொல்லி எங்காச்சும் தூர தேசத்துல காடு பாக்கச் சொல்லிப் போயிருங்க. கொஞ்சநாள்ல நாங்களும் அந்தப் பக்கமா வந்தர்ரோம். இதக் கட்டிக்கிட்டு அவுங்களே ஆளட்டும்."

ஊரை விட்டு விரட்டுகிற எண்ணத்தில்தான் எல்லா வேலைகளும் நடக்கிறதா? யோசிக்கும்போது ஒவ்வொன்றுக்கும்

அப்படித்தான் அர்த்தம் வந்தது. ஒரே வீட்டில் பத்துப் பன்னிரண்டு வருசமாக இருந்தபோது பெரியண்ணன் இப்படி நடந்துகொண்டதில்லை. கீழ்ப்பார்வையாகச் சிலசமயம் பார்ப்பார். அப்போது விலகிப் போய்விடுவாள் பெருமா. பாகம் பிரித்துத் தனியாக வந்தபின் இந்த வேலை நடக்கிறது என்றால் சீராயி சொன்னதுதான் காரணமாக இருக்கும். எப்படி இருந்தாலும் சரி, பிள்ளை குட்டிகளோடு இனிமேல் இங்கே இருக்க முடியாது. அம்மா ஒரே நிலையாக உட்கார்ந்து கிடப்பதைக் கண்ட பிள்ளைகள் இரண்டும் எழுந்து ஏதேதோ வேலைகள் செய்தன. அம்மா இருந்த நிலையைப் பார்த்த பையன் எங்கும் போகாமல் வீட்டு வாசலுக்கும் அணப்புக்கு மாக மட்டும் ஓடி ஓடி விளையாடினான். சுடுவெயில் உடம்பில் உறைத்தபின் தன் நினைவு வந்தது போலப் பெருமா எழுந்தாள். அப்போது அவளுக்குள் ஒரு முடிவு வந்திருந்தது. சீராயிடம் சொல்லி ஆளுக்காரப் பையனைப் பார்த்துக்கொள்ளவும் முத்து வரும்வரை படுத்துக்கொள்ளவும் ஏற்பாடு செய்து விட்டு மட்ட மத்தியானத்தில் புறப்பட்டுவிட்டாள். அந்தக் காட்டையும் கொட்டாயையும் திரும்பிப் பார்க்கக்கூட அவளுக்கு விருப்பமில்லை.

பண்ணயத்துக்குக் காடு போதாது என்றாலும் இப்படியா? ராத்திரியில் வந்து ஒண்டிக்காரியைக் கையைப் பிடித்து இழுப்பானா வீட்டுக்குப் பெரியவன்? மார்வலி காலையில் தான் உறைத்தது. மாராப்பை விலக்கிப் பார்த்தாள். இடப்பக்க மார் கன்றிப் போயிருந்தது. கவ்வி அவன் பிடித்த பிடி ஊரை விட்டு விரட்ட வேண்டும் என்னும் எண்ணத்தில் செய்த மாதிரி இல்லை. வருசக்கணக்காக மனசுக்குள் ஊறிக் கிடந்த பேராசை திரண்டு வந்த பிடி அது. அந்த மாரைப் பார்க்கும்போதெல்லாம் அவன் கைதான் இனி நினைவில் வரும். மாரையே அறுத்துப் போட்டுவிடலாம் என்று தோன்றியது. குத்தீட்டி கையில் சிக்காமல் இருந்திருந்தால் திருகிக் கையில் எடுத்துக்கொண்டு போயிருப்பான் போல. வெறியை உணர்ந்தாள். யோசிக்க யோசிக்க மார் பெரும் பாறாங்கல்லாய் மாறி நெஞ்சில் ஏறி உட்கார்ந்திருப்பது மாதிரி கனத்தது. இந்தக் கனத்தைச் சுமந்துகொண்டு அங்கே இந்த ஜென்மத்தில் இருக்க முடியாது. இனி என்னவானாலும் சரி, முத்து தள்ளிவைத்து வாழாவெட்டியாய் அம்மா வீட்டு மூலையில் உட்கார்ந்து கிடந்தாலும் சரி, அந்தப் பக்கம் போவதில்லை என்று உறுதிகொண்டாள்.

அழுகையும் தேம்பலுமாக எல்லாம் சொல்லி முடித்த பெருமா அதன்பின் அவன் நெஞ்சில் சாய்ந்து கட்டுப்படுத்த

முடியாத அளவில் குரலெடுத்து அழுதாள். வீட்டில் இருக்கும் யாரும் முத்துவுக்குக் கண்ணில் படவில்லை. அவளை அப்படியே இறுக்கி அணைத்து முதுகில் தடவியும் தட்டியும் கொடுத்தான். இந்தச் சமயத்தில் எந்தச் சொல்லும் அர்த்தப்படாது. அவனுக்கும் அழுகை வந்தது. ரொம்பவும் முயன்று கட்டுப்படுத்திக் கொண்டான்.

“சொந்தபந்தம் எட்டிப் பாக்காத தூரதேசமா இருந்தாலும் பரவாயில்ல. ஓடக்கான் மொட்டிடாத அனாதிக்காடா இருந்தாலுஞ் செரி. ஒருவாக் கஞ்சி குடிச்சாலும் நானும் எம்பிள்ளைவளும் நிம்மதியாக் குடிச்சிட்டு இருக்கறம். இன்னமே என்னாயுசுக்கும் அந்தப்பக்கம் வருவன்னு நெனச்சராத. அங்க காலெடுத்து வெக்கச் சொன்னீன்னா எம்பொணத்தத்தான் பாப்ப” என்று சொல்லி அழுதாள்.

இப்படி ஒரு கேவலத்தில் பெரியண்ணன் இறங்குவார் என முத்து நினைக்கவில்லை. தூக்கி வளர்த்த பாசம் அந்தக் கல்மனசுக்குள்ளும் எங்காவது துளி ஒளிந்திருக்கும் என்று தான் நினைத்தான். அண்ணன் தம்பிகள் சேர்ந்துவிடக் கூடும் என்றிருந்தான். அந்த ஊரில் வாழாவிட்டால் போகிறது, அவன் மண்டையில் ஒரு போடு போட்டுவிட்டு அம்மாவை யும் அப்பனையும் நறுக்கென்று நாலு வார்த்தை கேட்டுவிட்டு வரலாம் என்று மனம் கொந்தளித்தது.

“இப்பிடியே உட்டா ஒன்னுஞ் செரிப்படாது. ரண்டுல ஒன்னு பாத்துத் தீத்துட்டு வர்றன்” என்று எழுந்தான். பெருமா ஓடிவந்து குறுக்காட்டி நின்றாள்.

“எல்லாம் முடிஞ்சு போச்சு. இன்னமே எந்தக் காலத்தில யும் அவுங்களுக்கும் நமக்கும் ஒட்டுமில்ல ஒறவுமில்ல. நீ போனாலும் அதேதான் பேசுவாங்க. என்னய ஆளண்டாப் பச்சின்னு உங்கொம்மா சொன்னா. அப்படியே இருக்கட்டும். இன்னமே அவுங்க ஆரையும் பக்கத்துலகூட அண்ட உடக் கூடாது. இன்னம் என்னென்னமோ பேசுனாங்க. நான் பொம்பள கேட்டுக்கிட்டு வந்துட்டன். உனக்கு ரோசம் பொறுக்க முடியாத ஒன்னு கெடக்க ஒன்னு ஆயிட்டா அப்பறம் எங்கெதியும் பிள்ளைவ கெதியும் என்னாவறது? சாமி சாமியா இருப்ப. சண்டைக்குப் போவாத. இருக்கறத ஒருவெல பேசி ஆரு கையிலயாச்சும் ஒப்படைக்கற வழியப் பாரு. எங்காச்சும் போயிப் பொழச்சுக்கலாம். நம்மளத் தொரத்தரதுன்னு ஆனப்பறம் எதுக்கும் துணிவாங்க. அவனுக்கென்ன பசவ தலயெடுத்திட்டாங்க. காடு நெறையாப் புடுங்கிக்கிட்டான்.

நம்முளுக்கு என்னெ இருக்குது சொல்லு" என்று சொன்ன அவள் பேச்சுக்குக் கட்டுப்பட்டு நின்றான்.

பெருமாவின் அப்பனையும் தம்பியையும் ஊருக்கு அனுப்பினார்கள். பொங்கியண்ணன் துணையோடு ஏதாவது செய்து எல்லாவற்றையும் முடித்துக்கொண்டு வரட்டும். பெருமாவுக்கு வேண்டுமானால் அந்த ஊரும் மண்ணும் கசக்கும். பிடுங்கி வந்து அங்கே நட்ட செடி அவள். அவன் அப்படியல்ல. முளைத்து அந்த மண்ணின் வளம் உறிஞ்சி வளர்ந்தவன். முப்பது வருச நினைவுகள் அவன் உதிரத்திற்குள் திணிந்து கிடக்கின்றன. மாமனார் வீட்டுக் காரைத்தரையில் மல்லாந்து விழுந்தவன்தான். அப்படியே வெகுநேரம் கிடந்தான். எந்த நேரம் தூக்கம் வந்தது என்று தெரியவில்லை. இரண்டு நாட்களின் தூக்கம். அதைவிடப் பெரும்பாரத்தில் சோர்ந்து போன மனம் தூங்கி விடுதலை பெற முனைந்திருக்கும். பெருமாவும் அவனை எழுப்பவில்லை. விளக்கு வைத்து வெகுநேரம் ஆனபின் மெல்ல அவனை எழுப்பினாள்.

அவன் நிலையறியவே கொஞ்சநேரம் ஆயிற்று. நெல்லஞ் சோறு ஆக்கியிருந்தார்கள். போட்டு அவன்முன் வைத்து விளக்கை அருகில் எடுத்து வைத்தாள். சாறு ஊற்றக் குனிந்த போது அவன் விரல்கள் மாராப்பை விலக்க முனைந்தன. சட்டென மாராப்பை இறுகப் பிடித்துக்கொண்டு 'நீ பாக்க வேண்டாம்' என்று அழுதாள். வெளியே கேட்காத மெல் விசும்பல். பெருமூச்சோடு சோற்றில் அவன் கைவைத்தபோது வண்டிச் சத்தம் கேட்டது. அவன் வண்டிதான். சக்கரம் உருளும் ஓசைகொண்டே அதை உணர்ந்தான்.

13

ஒற்றையடித் தடம் வேறொரு வண்டித் தடத்திற் குக் கொண்டுபோய்ச் சேர்த்தது. அங்கிருந்து ஊர் எட்டிப் பிடிக்கிற தொலைவில் தெரிந்தது. ஊர் முழுக்கவும் ஓலை வீடுகள். ஓலை மாற்றிப் பல வருசங்கள் இருக்கும் போலத் தெரிந்தது. சிறு குடிசைகள் நிறைய இருந்தன. இடையிடையே ஒன்றிரண்டு கையோட்டு வீடுகள். அவையும் சோகத்தின் நிழல் படிந்தது போன்ற உணர்வைத் தந்தன. வீடுகளின் அமைப்பைப் பார்க்கும் போதே தெருக்கள் முறையாக இல்லை என்று தோன்றியது. இத்தனை காடுகள் பரக்கக் கிடக்கின்றன. ஆனால் அதற்கேற்ற மாதிரி ஆடு மாடுகளைக் காணோம் என்று யோசித்துக்கொண்டே வந்தான். கரையெல்லாம் புற்கள். இந்தக் கோடையில்கூடப் புற்களை விட்டு வைத்திருக் கிறார்கள். வெள்ளாமை அவ்வளவு முறையாகச் செய்யாத சனங்களாக இவர்கள் இருக்க வேண்டும். எப்படி இவர்களோடு காலம் தள்ளப் போகிறோம்?

ஊர் நுழைவிலேயே அவனை வரவேற்றவை சிறு கோயிலும் அதையொட்டி இருந்த அரசமரத் திண்டும் தான். மரத்தைச் சுற்றி நல்ல அகலமாகக் கட்டப்பட்ட திண்ணைகள். அதில் ஒருபக்கம் தாயக்கரம் மும்முரமாக நடந்துகொண்டிருந்தது. மற்ற பக்கங்களும் படுத்துத் தூங்குபவர்களால் நிறைந்திருந்தன. அங்கே இருப்பவர் களிடம் விசாரிக்கலாமா உள்ளே போய் ஏதாவது வீடுகளில் விசாரிக்கலாமா என்று குழப்பம். அவன் வருகையை யாரும் கவனித்ததாகத் தெரியவில்லை. என்றாலும் கடந்துபோனால் அவர்களுக்குப் பதில் சொல்ல நேரும். தாயக்கட்டைகள் உருளும் ஒலியும் சுற்றிலும் நின்று ஆர்ப்பரிக்கும் சனங்களும். எல்லாத்

தரப்பு ஆட்களும் தெரிந்தார்கள். இரண்டு பேர் கட்டையை உருட்டுவது, யாருக்கு அதிகம் விழுகிறதோ அவர் ஜெயிப்பு. காசு வைத்து விளையாடும் ஆட்டம். ஒரு பைசாவிலிருந்து ஐந்து பைசாவரைக்கும் புரண்டன. அத்தனை எளிதாக அவர்கள் கவனத்தை ஈர்க்க முடியாது.

வண்டி மாட்டை விரட்டி ஓட்டும்போது கெக்கலக்கை போடும் சத்தமான தொனியில் 'ஏங்க . . . இங்க நாட்டமக்கார்ரு ஊடு எதுங்க?' என்றான். அந்தக் கூட்டமே திரும்பிப் பார்த்தது. 'என்ன கேட்ட?' என்றான் இளைஞன் ஒருவன். மரியாதையற்ற கேள்வியில் முகம் சுருங்கியது முத்துவுக்கு. 'நாட்டாமக்கார்ரு ஊடுங்க' என்றான். எல்லாரும் அவனை ஏற இறங்கப் பார்த்தனர். வித்தியாசமான மிருகம் ஒன்று ஊருக்குள் நுழைந்துவிட்ட மாதிரி உணர்ந்திருக்கக்கூடும். 'எந்த ஊரு நீ?' என்றான் மற்றொருவன். 'மேக்க இருந்து வர்ரனுங்க.' அதற்குள் சுற்றிலும் படுத்திருந்த ஆட்களில் சிலர் எழுந்து கொண்டார்கள். முத்துவைப் பார்த்து ஒருவர் 'இங்க வா' என்றார். திண்ணை அருகே போனான். ஒரு மூலையைக் காட்டி 'ஏறி உக்கோரு' என்றார். ஆள் பார்க்கக் கொஞ்சம் பொறுப்புள்ளவர் போலத் தெரிந்தது. 'எங்கிருந்து வர்ற, என்ன வேணும்?' என்னும் விசாரணைகளை அவர் தொடங்கினார். பேச்சில் ஒரு மரியாதையும் இல்லை.

ரட்டூர் கடந்த பிறகு முத்து அதை ஏற்கனவே உணர்ந்திருந்தான். வரவர எல்லா மரியாதைகளும் உதிர்ந்து வயது வித்தியாசம்கூட மதிக்கப்படுவதாகத் தெரியவில்லை. இந்தப் பக்கம் நிலம் இருந்தால் வாங்கலாம் என்று வந்ததாகச் சொன்னதும் கொஞ்சம் பேர் சிரித்தார்கள். ஒருவன் 'விவசாய மந்திரி வந்திருக்கறாரு டோய்' என்றான். அந்தக் கேலிக்கு எல்லாரும் சிரித்தார்கள். 'குழி ஆயரம் ருவா ஆகும். வாங்குவியா?' என்றவன் தலையைப் பார்த்தான். செம்பட்டை பூத்துச் சிக்கு விழுந்த மயிர். குளித்து மாதக் கணக்காகி இருக்கும் என்று நினைத்தான். 'வெள்ளாம நெல்லுக்கில்லுப் போடறாப்பல தண்ணி வசதியோட இருந்தா ஆயரம்னாலும் வாங்கலாங்க' என்றான் முத்து. அப்படி அவன் சொன்னதும் இவன் ஏதோ விஷயம் உள்ளவன்தான் என்று திரும்பிப் பார்த்தார்கள்.

முதலில் கூப்பிட்டு உட்காரச் சொன்னவர்தான் நாட்டாமைக்காரர் என்று தெரிந்தது. அவர் தெளிவாகச் சொன்னார், 'இந்தப் பக்கம் தண்ணி வசதி அப்பிடியொன்னும் இல்ல. எங்காச்சும் கேணி இருக்கும். கேப்ப, சோளம்

போடுவாங்க. மத்தபடி வரகும் சாமையும் வெதப்பம். நெலம் பத்துக்குழி நூறுலருந்து எரநூறு வரைக்கும் போவுது. குடுக்கற துக்கும் வாங்கறதுக்கும் ஆள்தான் இல்ல.' அங்கே இருந்தவர் களைப் பார்த்துப் பொதுவாக 'ஆராச்சும் நெலம் குடுக்கறீங்க ளாப்பா?' என்றார் அவர். சாதகமான பதில் இல்லை.

போதையில் தள்ளாடியபடி முத்துவின் முன்வந்து நின்ற ஒருவன், 'என்ன ஆளு நீ?' என்றான். 'குடியானவங்க' என்றான் முத்து. 'என்ன மயிரு. நானும் குடியானவந்தான். இங்க வந்து நெலம் வாங்கீருவியா. அத்தன பணம் வெச்சிருக் கறயா. டேய் சொல்லு... இந்தப் பக்கம் கோழி திருட வந்தவந் தான நீ? சுப்புக் கொடுக்கன் வேவு பாக்க அனுப்புனானா?' என்றவன் முத்துவின் துண்டைப் பிடித்து இழுத்தான். 'அவரு பொழங்கற ஆளுத்தான் உடுடா மூக்கா. வந்திருக்கறவரு என்ன மரியாதயாப் பேசறாரு. அவருகிட்டப் போயி வம்பு பண்ற.' அவருடைய அதட்டலுக்கு ஒன்றும் மசியவில்லை மூக்கன். 'பையில என்ன வெச்சிருக்கற? கத்திதான. இவன் கோழித் திருடந்தான்' என்று பையை இழுக்கப் பார்த்தான். கிச்சத்தில் பையை அழுத்தமாக வைத்துக்கொண்டு 'புது இடம், வேற ஆட்கள். பொறுமையாய் இரு' என்று மனதுக்குள் சொல்லிக் கொண்டான் முத்து.

'அய்... புது வேட்டி கட்டிக்கிட்டு வந்தா நம்பீருவமா?' என்று மூக்கன் முத்துவைச் சுற்றி வந்து கை கொட்டினான். எல்லாருக்கும் வேடிக்கையாக இருந்தது. 'தள்ளுடா' மூக்கனை ஒதுக்கிவிட்டு 'வாப்பா' என்று தனியாகக் கூட்டிப் போனார் நாட்டாமை. மூக்கனை முத்து நன்றாகப் பார்த்துக் கொண்டான். ஊர் விட்டு ஊர் வந்தால் திருட்டுப் பட்டம் சகஜம்தான். வண்டி மாட்டோடு வந்திருப்பதையும் ராத்திரித் தங்க இடம் வேண்டும் என்பதையும் சொன்னான். ஊரில் விசாரித்தால் யாராவது நிலம் தருகிறார்களா என்பது தெரியும் என்றும் ராத்திரிக்குப் பேசிக்கொள்ளலாம் என்றும் நாட்டாமைக்காரர் சொல்லி அவர் வீட்டுக்கே வரச் சொன்னார். ஊர்ச் சாவடியில் படுத்துக்கொள்ள இடம் இருக்கிறது, குப்பனை விட்டுவிடலாம். வந்த தடம் பார்த்துத் திரும்பும்போது சாவடியில் எழுந்த சிரிப்பொலி பின்னால் கேட்டது. தன்னைப் பற்றித்தான் இருக்கும் என்று நினைத்தார்.

'குழி' என்று சொன்னானே, அது என்ன அளவு என்று கேட்காமல் வந்துவிட்டோமே. சரி, ராத்திரிக்குப் பேசிக் கொள்ளலாம். வந்ததுமே தகராறுடன் தொடங்கியிருக்கிறது. இந்தச் சனங்களோடு எப்படி வாழப்போகிறோம் என்று

மனதுக்குச் சங்கடமாக இருந்தது. வழியில் கிடந்த ஒரு பெருங்கல்லின் மேல் உட்கார்ந்தான். எங்கே வந்து என்ன பேச்சு கேட்க வைத்துவிட்டான் பெரியண்ணன். இங்கே காடு வாங்குவது சரிதானா. பேச்சே சரியில்லை, ஆட்கள் எப்படிச் சரியாக இருப்பார்கள்? வேறு ஊர் பார்க்கலாமா. மஞ்சாமி இந்த இடத்தைத்தானே காட்டியிருக்கிறார். கண்களை மூடித் தலையில் கை வைத்தவாறு அந்தக் கல்லின்மேல் படுத்துவிட்டான்.

எல்லாவற்றையும் தப்பாகவே யோசிப்பானேன்? இங்கே காடு வாங்கினால் நல்லது என்னென்ன இருக்கிறது என்று யோசித்தால் என்ன? முத்து மெதுவாக எழுந்து உட்கார்ந்தான். இது வேறுச் சனங்கள் இருக்கும் பகுதி. அவர்கள் பேச்சு ஒருமாதிரிதான் இருக்கும். சிறுபிள்ளையிலிருந்து பெரியவர்வரைக்கும் 'நீ'தான். அது இந்தப் பக்கத்து வழக்கம். சாவடியில் இருபது பேருக்கு மேலே இருந்திருப்பார்கள். ஒரே ஒருத்தன்தானே சண்டைக்கு வந்தான். அவனுக்கும் நல்ல போதை. எல்லா ஊரிலும் குடிக்கிறவன் இருக்கிறான். குடித்துவிட்டுச் சண்டை போடுகிறவன் இருக்கிறான். குடிகாரன் ஊரில் இருக்கக்கூடாது என்றால் எந்த ஊரிலுமே வாழ முடியாது. இந்தப் பத்து நாட்களாகத்தான் முத்து குடிக்காமல் இருக்கிறானே தவிர, தினமும் குடிக்கிற பழக்கம் உள்ளவன் தானே.

மரமேறி ஏறாவிட்டாலும்கூடத் தானே ஏறி இறக்கக் கூடிய திறமை உண்டு. இது பெரிய விஷயமல்ல. மண் நன்றாக இருக்கிறது. நீரும் இருக்கும். ஆழக்கிணறு ஒன்றையும் காணோம். வெட்டினால் தண்ணீர் வரும். ஆடு மாடு மேய்ச்சலுக்கு நிறைய இடம் இருக்கிறது. ஒரு பட்டி ஆடு என்றாலும் வைத்திருக்கலாம். வெள்ளாமை வேலைக்குக் கூப்பிட்டால் ஆள் கிடைக்கும். சாவடியில் படுத்துக் கிடக்கும் கூட்டத்திற்கு என்ன வேலை? கூலி குறைச்சலாகக் கொடுத்தாலே போதும். கோடைநாளில் எத்தனையோ வேலை செய்யலாம். புது இடம். புது மனிதர்கள். எல்லாம் புதிதாக இருக்கிறது. இங்கே கிடைக்கும் அனுபவமும் புதிதாக இருக்கும். அது என்னவென்று பார்க்கும் ஆசை வந்துவிட்டால் எதுவும் ஆர்வமாகும். எத்தனையோ தலைமுறையாக முடங்கிக் கிடந்த இடத்தைவிட்டு வந்திருக்கும் முதல் ஆள் நீ. பாழியில் தேங்கிப் பாசி பிடித்து நாறும் நீருக்குள் எத்தனை காலம் கிடப்பது? புதுவெள்ளம் பொங்கி வழிவதைப் பார்க்கலாம். இங்கே எல்லாவற்றையும் சரியாக நீ அமைத்தால் உன் பின்னாலேயே இன்னும் பலபேர் வரலாம். நிலத்தில் பயிர்

பச்சையை உண்டாக்கிக் காட்டினால் பொங்கி பின்னாலேயே வந்துவிடுவான். அவன் வந்தால் பக்கத்துணையாக இருக்கும். சேர்ந்து புதிதாக எல்லாவற்றையும் உருவாக்கலாம். நிலம் கை கொடுத்தால் கஷ்டப்பட்டு உழைத்துத் தலையெடுத்து விடலாம்.

முதலில் காடு வேண்டும். அதற்காக ஒன்றும் இல்லாத நிலத்திற்கு அதிகமாகக் கொடுத்தும் வாங்கிவிடக் கூடாது. இங்கேதான் வாங்குகிறோம். எல்லாம் இருக்கும் இடத்தில் செய்வதற்கு ஒன்றும் இருக்காது. ஒன்றும் இல்லாத இடத்தில் செய்வதற்கு நிறைய இருக்கும். இது ஒன்றுமே இல்லாத இடம். காடு எங்குமே திருத்தமாகத் தெரியவில்லை. கரை களையே காணோம். வட்ட வட்டமாகத் தெரியும் உழவுப் படைக்கால்கள் கரைவரைக்கும் ஏறியிருக்கவில்லை. காட்டுக் குள் அங்கங்கே பனைகள் தெரிகின்றன. ஆனால் ஓலைகள் காய்ந்து தொங்குகின்றன. தென்னை மரமே கண்ணுக்கு எட்டியவரை தென்படவில்லை. எங்கோ ஒன்றிரண்டு ஆடுமாடுகள் தென்படுகின்றன. பட்டி போட்டு மந்தை ஆடு வைத்திருக்கிற மாதிரியே தெரியவில்லை. வீட்டுக் கூரைகளுக்கு வரகுத்தாளையோ கம்மந்தட்டையோ போட்டு வேய்ந்தால் எத்தனை வருசமானாலும் கிடக்கும் என்பதுகூடத் தெரிய வில்லை. யோசிக்க யோசிக்க அங்கே காடு வாங்குவதற்கான நல்ல சகுனங்கள் அதிகம் தெரிந்தன.

ஆளுக்காரக் குடும்பங்கள் இருக்கும் சுவடேதுமில்லை. சேத்தூருக்குப் போகப் பத்துக் கல் தூரமிருக்கும். பக்கமாக வேறு சந்தை இருக்கிறதா என்று பார்க்க வேண்டும். சேத்தூருக்குத்தான் போக வேண்டும் என்றாலும் ரொம்பத் தூரம் என்று சொல்ல முடியாது. எழுந்து நடந்தான். இன்னும் பொழுதிருந்தது. அந்த மூக்கன் வந்து பையைப் பற்றி இழுத்தபோது மனதில் திடுக்கென்றாகிவிட்டது. அடிப்பக்கம் ஒரு வேட்டியைக் குழிவாக வைத்து அதன்மேல் மடிப் பைப் பணத்தைப் போட்டு மேலே இன்னொரு வேட்டியை அடுக்கி மூடியிருந்தான். வேகமாகப் பையை இழுத்து உதறியிருந்தால் மடிப் பை வெளியே விழுந்திருக்கும். இது திருட்டுப் பணம் என்று சொல்லி எடுத்துக்கொண்டிருந் தார்கள் என்றால் என்ன செய்திருக்க முடியும்? இருக்கிற நிலையைப் பார்த்தால் பிடுங்கி ஆளுக்குக் கொஞ்சமாகப் பங்கிட்டுக்கொண்டிருப்பார்கள் என்று பயம் வந்தது. காடு வாங்கி எல்லாம் முடியும்வரை பணத்தில் பத்திரமாக இருக்க வேண்டும்.

பெருமா சொல்லித்தான் விட்டாள்.

"காதுக் கடுக்கப் பிச்சுக்கிட்டு ஆளயே வெட்டிப் போட்டுட் டாங்கன்னு சொல்றாங்க. தனியாப் போன பொம்பள கழுத்துச் சரட்டப் புடுங்கிக்கிட்டாங்கன்னு சனமே பேசுது. வெசாழச் சந்தக்கிப் போனாச் சனம் சொல்ற கத ஒன்னா ரண்டா? கடசி கடசின்னு நமக்கிருக்கற சொத்து முழுக்க இந்தப் பைதான். இதுக்குள்ளதான் எங்கொழந்தைங்க மூனோட பொழப்பும் இருக்குது. எதாச்சும்னா அரளிக்கொட்டய அரச்சு மூனுக்கும் குடுத்திட்டு நானும் போயிருவன் பாத்துக்க. அப்பறம் உனக்குச் சமுத்திருந்தா இன்னொருத்தியக் கட்டிப் பொழச்சிக்க."

அவள் செய்த எச்சரிக்கை எப்போதும் காதுக்குள்ளேயே இருந்தது. தனித் திருடன் என்றால் சமாளிக்கலாம். கூட்டமாக வந்தாலும் பார்த்துவிடலாம். ஊரே சேர்ந்து பிடுங்கிக் கொண்டால் என்ன செய்ய முடியும்? எப்பேர்ப்பட்ட இடத் திலும் நாலு நல்ல மனிதர்கள் இல்லாமலா போவார்கள்? அவர்களோடு சகவாசம் வைத்துக்கொண்டால் எதையும் சமாளிக்கலாம். நாட்டாமைக்காரரைப் பார்த்தால் நல்ல ஆளாகத் தெரிகிறது. அவரைப் பிடித்துக்கொள்வது நல்லது. எப்படி இருந்தாலும் காடு ஏதும் பேச்சு வார்த்தை முடிந் தாலும் பணம் பற்றி மூச்சுவிடக் கூடாது. குப்பனிடமும் சொல்லி வைக்க வேண்டும். தர்மத்திற்கு எழுதி வைப்பது போலக் கொடுத்த அந்தப் பள்ளத்து நிலத்தை 'இந்தா நீயே வெச்சுக்கோ' என்று கொடுத்துவிட்டு வாங்கிய பணம். பரம்பரைத் தொடர்பைத் தலை முழுகிய பணம்.

❀

14

அன்றைக்கு விடிகாலை அங்கிருந்து புறப்பட்ட பின் முத்து ஊர்ப்பக்கமே போகவில்லை. போகவும் விடவில்லை பெருமா. போனால் யாருடனாவது பேச்சுத் தடித்து அடிதடியில் முடிந்து போகலாம். எல்லாரும் இருக்கும் வேகத்தில் என்ன நடக்கும் என்று சொல்ல முடியாது. கைகால் போனாலும் குந்தித் தின்னக் குன்றா இருக்கிறது? 'மூஞ்சியில மொத்தயாக் காறித் துப்புனா உன்னோட பெரிய நங்க. அதுக்கப்பறமும் அந்த வாசலுக்கு இன்னமே நம்ம காலேறலாமா?' என்று சொல்லிவிட்டாள். மாமனாரும் மச்சினன் வீரண்ணனும் போனார்கள். பொங்கியிடம் போய்ப் பேசியிருக்கிறார்கள். அவனுடைய காட்டிற்கு இணைதான் முத்துவுடையது. அதனால் அவன் வாங்கிக்கொண்டால் சேர்த்து ஓட்ட ஆகும். வேறோர் ஆள் உள்ளே வந்தால் வெறும் ஒரு ஏக்கரை வைத்துக்கொண்டு என்ன செய்வது? பொங்கிக்கு வாங்கிக்கொள்வதில் ரொம்பவும் சந்தோசம்தான்.

சீராயி சொன்னாளாம் "தண்ணி மொறைக்காவ வாங்கறம். மத்தபடி அந்தக் காட்டுல என்ன வரும்? சோளம் வெதச்சாக் காலொயரம் தட்டு வரும். அதும் மழகாலமா இருந்தாப் புடுங்கிக்கூடப் போட முடியாது. மண்ணும் சரள். பெருங்கல்லா இருந்தாப் பொறுக்கிப் போடலாம். சிறுசிறு கல்லா வரும். எதும் பண்ண முடியாததான் அப்பிடியே வெச்சிருந்தது. அத ஒதுக்கி உட்டு ஊர உட்டுப் போன்னு முடுக்கிப்புட்டாங்க. எங்கள என்ன பண்ணப் போறாங்களோ தெரீல."

பெருமாள்முருகன்

பேச்சு வார்த்தை படிந்து ஐந்நூறு ரூபாய் கொடுப்பதாகப் பொங்கி ஒத்துக்கொண்டான். கரட்டூரிலிருந்து ஒட்டூர் போகும் சாலையில் நாலே கல் தொலைவுதான் காடு. சாலையிலிருந்து நடந்தால் எட்டிப் பிடிக்கிற தூரம். சந்தை சாரிக்குப் போவதென்றால் நடந்தே போய்விடலாம். தீனிக்கு விதைத்துக்கொண்டால் போதும். மாடு வைத்துக் கறக்கலாம். விடிகாலையில் கரட்டூருக்கு நடந்தால் பால் வாங்க ஆளா இல்லை? பெரிய வெள்ளாமை செய்ய முடியாவிட்டாலும் மாடு காப்பாற்றிவிடும். ஆனால் கொடுத்து வாங்க யாரிடம் பணமிருக்கிறது? காட்டைக் கிளறிக் கஞ்சி குடித்துக்கொண் டிருக்கிறார்கள். வாங்கப் போட்டி போடும் சனமிருந்தால் விலை வரும் என்று எதிர்பார்த்திருக்கலாம். அதுவும் அவசரத் திற்கு வாங்குவோர் எவருமில்லை. பேசி, பேச்சுப் படிந்து, அச்சக்கெரயம் கொடுத்து, ஒரு வருசம் இரண்டு வருசம் கழிந்து மெல்லப் பணம் சேர்ந்தபின் வாங்குவதென்றால் யாராவது வருவார்கள். அவசரத்திற்கு பொங்கியை விட்டால் வழியில்லை.

இப்போது பெரியண்ணனுக்குப் பிரிந்ததிலிருந்து பொங்கி யின் காடுவரைக்கும் தண்ணீர் பாய்ச்சி எதுவும் போடலாம். ஒருசெரவு மிளகாய், தக்காளி, புடலை என்று காய் போட் டால் வாரச் சந்தையில் பறந்துவிடும். பெரிய குடும்பமாக இருந்தாலும் சந்தைச் செலவுக்கு அந்த வருமானமே போதும். ஆரியத்திற்கும் பருத்திக்கும் வாரம் ஒருமுறை வேரை நனைத்தால் போதும். பெருவெள்ளாமையாகும். கரட்டூரை எட்டிப் பிடிக்கிற தூரம் என்பதால் காட்டு விலையும் ஓரளவு நன்றாகவே இருக்கும். ஆனால் முத்துவின் காடு ஒசும்பல் அடிக்கும் பள்ளம். அதை வாங்கி என்ன செய்வார்கள்? கார்த்திகை மாதத்தில் நாய்கள் கூடிக் கும்மாளமிடத் தோதாகும். அதற்கும் மாமனார் ஆயிரம் சொன்னாராம். அது பேராசைதான்.

“காடு பிரிஞ்சப்ப முத்துக்குக் குடுத்தாப்பல எனக்கும் ஐநூறு குடுத்தாங்க. ஊடு கட்டிக்கச் சொல்லி. அதத்தான் வெச்சிருக்கறன். அதுக்கு மேல இன்னவரைக்கும் ஒரு பைசா சேக்க முடியல. இப்பத்திக்கி இந்த ஓட்டக்குடிசயில கெடந்துக்கறம். முத்து போற எடம் அமஞ்சுதுன்னா அந்தப் பக்கம் நாங்களும் போயர்றம். அப்பற மேலு ஊடு வாசன்னு பாத்துக்கலாம். ஐநூறக் குடுக்கறன். எழுதிக் குடுக்கச் சொல்லுங்க. அதுக்கு மேலயின்னா என்னால முடியாது” என்று தீர்மான மாகச் சொல்லிவிட்டான் பொங்கி.

அதற்கு ஒத்துக்கொள்ள வேண்டியானது. பெருமாவின் பிடிவாதம் தெரிந்த வீரண்ணன் உடனே சரி என்று சொல்லி விட்டான். அவன் முத்துவுக்கு ஒதுக்கியிருந்த காட்டையும் நான்கைந்து முறை சுற்றி வந்தான். 'காலத்திக்கும் பாடுபட்டாலும் காவவுறு கஞ்சிதான் குடிக்கோணும். இத ஒரு பங்குன்னு ஒதுக்கி இருக்கறாங்களே மனசுள்ள மனசனுங்கதானா அவுங்க' என்று அப்பனிடம் சொன்னான். வெள்ளாமையில் கைதேர்ந்த வேலைக்காரன் அவன். 'வந்த வெலைக்கி வித்துப் புட்டு எவங்காட்டுலயாச்சும் பண்ணயத்துக்குப் போனாப் போதும். பிள்ளைவளக் காப்பாத்திரலாம்' என்று அவனுக்குத் தோன்றியதை எப்படிச் சொல்வான்? இன்னும் ஐம்பது நூறு வரைக்கும் வரும். ஆனால் அதற்கு ஆளைக் கண்டுபிடிப்பது ரொம்பவும் கஷ்டம். அவசரத்துக்கு ஆகாது. பொங்கியிடம் வேலை சுலபமாக முடிந்துவிட்டது.

தாய் தந்தைக்கு எழுதியிருந்த நிலம் அவர்களுக்குப் பிறகு முத்துவுக்கு என்று பேச்சு. அதை இப்போது என்ன செய்வது? இரண்டும் இன்னும் பிடுங்கிய கிழங்கு போலத் தளதளவென்றிருக்கின்றன. கட்டை என்றைக்குச் சாய்வது, காட்டை என்றைக்கு வாங்குவது? முத்துவின் மாமனாருக்கு நேரடியாகப் போய்ப் பேசிப் பார்க்கலாம் என்றிருந்தது. அந்தக் காடு முத்துவுக்கு வேண்டாம், அவன் இனிமேல் இந்தப் பக்கம் வரப் போவதில்லை, என்ன சொல்கிறீர்கள் என்று கேட்டு ஏதாவது முடிவெடுத்துவிடலாம். அண்ணன் தம்பிகளில் யாராவது வைத்துக்கொள்கிறேன் என்று சொல்லிப் பணம் கொடுத்தால் நல்லது. இன்னும் ஐந்து வருசமோ பத்து வருசமோ கழித்து வரப் போகிற காடு. சொல்ல முடியாது, கிழடுகள் நூறு வயசைத் தொட்டாலும் ஆச்சர்யமில்லை. அதை நம்பி எந்த மகன் பணம் கொடுப்பான்?

சம்பந்தமில்லாத தூரம், பொறத்தியாரிடம் காட்டை வைத்தும் வாங்க முடியாது. எதற்கும் பேசிப் பார்த்தால் தெரிகிறது. எதுவும் முடியாவிட்டால் இருக்கட்டும், பூர்வீகச் சொத்து, எப்போதாவது ஒரு காலத்தில் வந்துதான் தீரும். அதையாவது ஒழுங்காக எழுதியிருக்கிறார்களா என்று தெரியவில்லை. கடைசியானாகப் பிறந்தால் எப்போது வேண்டுமானாலும் கழுத்தறுத்துவிடுவார்கள். அதுவும் முத்துவைப் போல வாயில்லாப் பூச்சியாக இருந்துவிட்டால் அவ்வளவுதான். பொங்கியிடம் அதைப் பற்றிப் பேசியபோது அவனுக்கும் தெளிவில்லை. ஆனால் முத்துவின் மாமனாரைப் பேச்சு வார்த்தைக்கு அனுப்ப பொங்கிக்கு மனசில்லை. ஏற்கனவே கெட்டுக் கிடக்கிற உறவு. இன்னும் சம்பந்தப் பகையையும்

தேடிக்கொள்ள வேண்டாம். அம்மாவின் வாய் சும்மா கிடக்காது.

'மொடமசிரி ஊருக்குப் போயி அப்பன அனுப்பி வெச்சுட்டாளா? மனசன் உசரோட இருக்கைலயே காடு வேணுமாம் காடு. தூங்கையில வந்து தலயில கல்லப் போட்டுட்டுக் காட்டத் தூக்கிக்கிட்டுப் போவச் சொல்லு' என்று ஆங்காரமாகப் பேசுவாள். அதனால் பொங்கியண்ணன், தானே போய்ப் பேசுவது நல்லது என்றான்.

"உங்கோயாக்காரி உன்னய மட்டும் மடிமேல ஏத்தி வச்சுக்கிட்டுக் கொஞ்சி முத்தம் தருவா போ. கடசியத் தூக்கி எறிஞ்சாப்பல உன்னயத் தூக்கி எறிய எத்தன பொழுதாவும்? இன்னமே நீதான் கடசி பாத்துக்க" என்று கத்தினாள் சீராயி.

"அட உடு பிள்ள. கடசியான் எல்லாருத்துக்கும் செல்லமா இருந்தான். இப்ப ஊர உட்டே போறான். எங்க போவானோ எங்க கெடப்பானோன்னு எனக்கே மனசு கெடந்து அடிச்சிக் குது. அவனுங்களும் ஒடம்பொறப்புத்தான. கொஞ்சமாச்சும் இருக்காதா. எங்கம்மா மொல கொடுத்து வளத்தாளே, அந்த ஒனத்திய ஒருநிமிசம் நெனச்சுப் பாக்க மாட்டாளா? எப்பவும் மனசன் ஒரேமாதிரி இருக்கறதில்ல. இப்ப இருக்கற புத்தி நாளக்கி இருக்குதா. உடு. பேசிப் பாக்கறன். இல்லீனா முத்துக்காவ நாலு ஒததான் வாங்கிட்டு வர்றன் போ" என்று பெரிய பேச்சுப் பேசிவிட்டுப் போனான்.

பொழுதிறங்கி நேரம். அம்மாவும் அப்பனும் குடியிருந்த தாவாரத்துக்கு முன்னால் போட்டிருந்த கட்டிலில் போய் உட்கார்ந்தான் பொங்கி. உள்ளேயிருந்த அம்மா, தன் புருசன்தான் வந்து உட்கார்கிறான் என்று நினைத்து 'ரண்டு மொளவா பொறிச்சுக்கிட்டுக் கறீப்பில்ல இனுங்கிக்கிட்டு வர இத்தன நேரமா? வந்து உக்கோந்ததியும் சோத்தக் கொண்டாரச் சொல்லுவ. மந்தரம் போட்டாச் சோறாக்கிச் சாறு காச்சீர முடியுமா. இத்தன நாளா மருமவளுங்க எப்பிடி ஆக்கி வெச்சாலும் தின்ன. இப்பக் காலம் போன கடசீல நாக்கு ஒனத்தியாக் கேக்குது' என்று பொரிந்தாள். எதற்கும் அப்பன் பதில் பேசுவதில்லை. அதை ஒரு விரதம் போலவே கொண் டிருந்தார். இன்னும் பேச்சு வருவதற்குள் 'அம்மா நான் பொங்கி' என்றான்.

சட்டென வெளியே வந்தவள் 'அப்பனும் அம்மாளும் உசுரோட இருக்கறாங்களா போய்ச் சேந்துட்டாங்களான்னு பாக்க வந்தயா. அப்பிடி என்னடா செஞ்சுட்டம் நாங்க? ஊருல நாட்டுல இல்லாத வழமொறயா நாங்க செஞ்சது?

நாலு சனத்த வெச்சிப் பேசி எல்லாரும் செரின்னுதான பிரிச்சு உட்டம். இப்ப அங்கயும் இங்கயும் போயிக் குசுகுசுன்னு பேசறது. எங்கம்மாளும் அப்பனும் ஏமாத்திப்புட்டாங்கறது. என்னடா பழம இது? அஞ்சு வெரலும் செரியாவா இருக்குது? ஏத்தியும் தாத்தியும் இருந்தாலும் கை அனுசரிச்சுத்தான போவோனும்' எனப் படபடத்தாள்.

கொஞ்சநேரம் பேசி ஓயட்டும் என்று விட்டான். அவள் பேசிக்கொண்டிருக்கும்போதே அப்பன் வந்தார். 'என்ன வேணும்னு வந்திருக்கராரு தொர?' என்றார். பெரியண்ணன் வீட்டிலிருந்தும் காளி வீட்டிலிருந்தும் எட்டிப் பார்த்தார்கள். காட்டிலிருந்து இன்னும் அவர்கள் வரவில்லை. நேற்று இரவு பெரியண்ணன் செய்ததைப் பற்றிப் பேசத்தான் மறுபடியும் பொங்கி வந்திருக்கிறான் என்று நினைத்து எந்தச் சமயத்திலும் குரலெடுக்கப் பெரியண்ணன் பெண்டாட்டி தயாராக இருந்தாள்.

'எனக்கு ஒன்னும் வேண்டாம். எல்லாம் குடுத்ததே இங்க வவுறு நெறஞ்சி கெடக்குது. தாவாரத்துல கொட்டி வெச்சிருக்கற தங்கத்த அள்ளிக்கிட்டுப் போவ ஒன்னும் நா வர்ல. முத்தண்ணன் ஊர உட்டுப் போறான். அவங் காட்ட ஐநூறுக்குப் பேசி நான் வெச்சுக்கறன்னு சொல்லீட்டன். நாளைக்கு எழுதறம். அதான் உங்களுக்கு உட்டதயும் எதாச்சும் ஒரு வழி பண்ணீட்டுப் போயர்றங்கறான். உங்க சவகாசமே வேண்டாம் எனக்கு, இந்தக் காட்டு மூச்சுக் காத்துக்கூட எம்மேல பட வேண்டாம் அப்டீங்கறான். என்ன சொல்றீங்க?' என்று ஒரே மூச்சில் சொல்லி முடித்தான் பொங்கி. கொஞ்சம் இடைவிட்டாலும் எதையாவது பேசிக் கலவரம் செய்துவிடுவார்கள்.

'அய்யா அவுரு இன்னமே இந்தப் பக்கம் வர மாட்டாராமா? அந்த நாதேரிமுண்ட உடுவாளா? அப்பமூட்டுக்கே இழுத்துக்கிட்டுப் போயி வெச்சுக்குவா. சனஞ்சேரா முண்ட. ஆறு வயசுவரைக்கும் எம் மொலயில பாலுக் குடிச்சப்ப இனிச்சுக் கெடந்தது. இப்ப அவ மொலதான் இனிக்குது. எங்கருந்தாலும் நல்லா இருக்கட்டும். எம் வவுத்துல உதிச்ச கடசிக்கொழுந்தக் கிள்ளி எறியோனும்னு ஒருநாளும் நான் நெனச்சதில்ல. ஆச ஆசயாத்தான் வளத்துனன். என் வவுறு மூடிக்கிச்சுன்னு நெனச்சிருந்தப்ப எனக்கு உசுரு கொடுத்தாப்பல வந்து உதிச்சான். ஆருக்குங் கெடைக்காத அளவுக்கு அவனுக்கு அனுசரன கெடச்சுது. இப்ப மூஞ்சியப் பாக்கக்கூட வர மாட்டீங்கறான். போவுது போ. ஒரு நாய நம்பியும் நாங்க இல்ல. காலும் கையும் தெறமா இருக்கறவரைக்கும் ஓழச்சுக்

குடிக்கறம். இல்லீனா ஒரு நாலு மொழக் கவுறு இல்லாதயா போயிருது. செரி. எங்காட்டக் கடசிகாலத்துல எங்கள ஆரு பாக்கறாங்களோ அவுங்க பேருக்கு எழுதி வெக்கறன். அது ஆணா இருந்தாலுஞ் செரி. பொண்ணா இருந்தாலுஞ் செரி. ஆரும் பாக்காட்டியும் கெடையாக் கெடக்கையில கண்டவ னுக்கு வித்துக் கஞ்சி குடிக்கறம். அவன் பாவம் எங்களுக்கு வேண்டாம். ஒரேக்கராவுக்கு நீ ஐநூறு குடுத்தயா. இந்தா இந்த ஐநூறையும் வெச்சுக்கச் சொல்லு. நாளைக்கு நீ எழுதும்போது எங்காட்டயும் எம்பேருக்கு மாத்தி எழுதித்தா' என்று சுற்றி வைத்திருந்த துணியோடு பணத்தைக் கொண்டு வந்து பொங்கியின் மடியில் போட்டுவிட்டுத் திரும்பவும் உள்ளே போய்விட்டாள்.

கிழவி இப்படிச் செய்வாள் என்று யாரும் எதிர்பார்க்க வில்லை. கிழவர் 'லே... என்ன வேல செய்யற' என்றார். வேடிக்கை பார்த்துக்கொண்டிருந்தவர்கள் தங்கள் புருசன்மார் களிடம் இதைச் சொல்ல ஓடினார்கள். தன் அம்மா ஒரு முடிவு எடுத்துவிட்டால் அதை யாராலும் மாற்ற முடியாது என்று பொங்கிக்குத் தெரியும். பணத்தை எடுத்துக்கொண்டு சட்டெனக் கிளம்பிவிட்டான். கிழவியை மனம் மாற்றிப் பின்னாலேயே வந்து பணத்தைப் பிடுங்கிக்கொண்டு போகப் பார்க்கலாம். பெரியண்ணன் இந்த வேலையைச் செய்யத் தயங்கமாட்டான். பொங்கி வேகமாக வந்து பணத்தை முத்துவின் மாமனாரிடம் கொடுத்தான். அவர்களை உடனே கிளம்பச் சொன்னான். 'எல்லாம் அப்பறம் பேசிக்கலாம். காரியம் முடிஞ்சிருச்சு. ஐநூறு இதுல இருக்குது. எடுத்துக் கிட்டுக் கெளம்புங்க. நாளைக்கு எழுத்து வேலயப் பாக்கலாம்' என்று விரட்டினான்.

மாட்டுவண்டி தயாராக நின்றிருந்தது. பாத்திரம் பண்ட மெல்லாம் ஏற்றிவிட்டு ஆடுகளை வண்டியின் பின்பக்கம் கட்டியிருந்தார்கள். அவர்களை விரைவாக அனுப்பி வைத்தான். வண்டித் தடமேறிப் போய்க் கண்ணுக்கு மறையும் வரையில் பார்த்திருந்தான். லேசாக இருள் கூட ஆரம்பித்திருந்தது. அதுவரைக்கும் யாரும் வரவில்லை. பொங்கியின் மேல் கோபமாக இருப்பது பெரியண்ணனாகத்தான் இருக்கும். ஒரு ஏக்கரை வாங்கிகொண்டான் என்பதும் கோபத்திற்குக் காரணமாகும். காளிக்குப் பொங்கிமேல் பிரியம் உண்டு. பேச்சில்லை என்றாலும் எப்போது வேண்டுமானாலும் கூடிக் கொள்கிற நெருக்கத்தில் இருக்கிற உறவுதான் அது. இந்தச் சமயத்தில் கிழவியின் ஆதரவும் பொங்கிக்கு இருக்கும். அதனால் பயம் கொள்ளத் தேவையில்லை என்று நினைத்தான்.

பத்திரம் பதிவு செய்ய ஏற்பாடு பண்ண வேண்டும். முத்துவின் கொட்டாயைப் பற்றிப் பேசாமல் விட்டது நினைவுக்கு வந்தது. அதை அப்படியே விட்டுவிடச் சொல்லலாம். கிழவியிடம் பணம் வாங்கிக் கொடுத்த பெரிய காரியத்திற்குப் பதிலாக இதைக்கூட விடமாட்டானா முத்து என்று தோன்றியது. அப்படி ஒரு கைச்சாளை வேண்டும். ஆடு மாட்டுக்குத் தீவனம் வைக்கவும் விறகு போட்டு வைக்கவும் கலப்பை மண்வெட்டி என்று போடவும் அது ஆகும். கிழவி இப்படி உடனே பணத்தைத் தூக்கிக் கொடுத்தது எல்லாருக்கும் ஆச்சரியம்தான். அந்த ஒரு ஏக்கர் நிலம் போனதுதான் என்று நினைத்திருந்தான். கிழவி ஏற்கனவே முடிவு எடுத்து வைத்திருந்ததைப் போல நடந்துகொண்டாள். முத்துவின் மாமனாரும் வீரண்ணனும் மத்தியானமாக வந்ததைப் பார்த்திருப்பாளா. இப்படித்தான் ஆகும் என்று மனதிற்குள் தோன்றியிருக்குமா. உண்மையிலேயே முத்துவுக்கு ஒன்றும் விளங்கவில்லை.

நேரில் பேசும்போது வெடுக்கென்றிருக்கும் அவள் சுபாவம் செயல் என வரும்போது கனிவாக மாறிவிடுகிறது. பணத்தை மொத்தமாக எண்ணிக் கணக்கிடும்போதுதான் கிழவி கொடுத்த துணியைப் பிரித்தார்கள். பொங்கியின் மடியில் போட்ட பை அவசரத்தோடு முத்துவின் மாமனாரிடம் வந்து அவரும் அப்படியே முத்துவிடம் கொடுத்திருந்தார். பணம் அறுநூற்று எண்பத்து நான்கு ரூபாய் இருந்தது. பங்கு பிரித்தபோது அவர்களுக்குக் கொடுத்த ஐந்நூறு ரூபாயோடு கிழவி இதுவரை சேர்த்து வைத்திருந்த பணம் எல்லாவற்றையும் போட்டு அப்படியே கொடுத்திருக்கிறாள். பேச்சுக்குத்தான் ஐந்நூறு. பணத்தை எண்ணி முடித்தபோது முத்து கதறி அழுதுவிட்டான். 'ஏம்மா என்னய இப்பிடிச் சோதிக்கற? தூக்கி எறிஞ்சிட்டயின்னு நெனக்கறப்பத் தூக்கிக் குடுக்கறியே' என்று மாரில் அடித்துக்கொண்டான்.

அவனை விரட்டும் சதியில் கிழவிக்கும் பங்கிருப்பதாகவே நினைத்திருந்தான். இருந்தாலும் மகன் நன்றாக இருக்க வேண்டும் என்னும் உள்ளார்ந்த அவள் விருப்பம் பணத்தில் வெளிப்பட்டிருக்கிறது. உறவைத் துண்டித்துவிடலாம் என்று என்ன முயன்றாலும் ஏதோ ஒருமுடிச்சு இறுகிக்கொண்டு அவிழ மறுத்துவிடுகிறது. கூடுதலாகக் கிழவி கொடுத்திருக்கும் நூற்று எண்பத்து நான்கு ரூபாய் என்பது சாதாரண முடிச்சா? பெருமா எதுவும் சொல்லவில்லை. செருப்பில் ஓங்கி ஓங்கி அடித்துவிட்டு 'இந்தா தண்ணி' என்று குடிக்கக் கொடுத்த கதை இது என்று அவளுக்குத் தோன்றியது.

கிழவி சாமான்யப்பட்டவள் அல்ல. எல்லா உறவிலும் கூடும் முடிச்சு ஒன்றைப் போட்டிருப்பாள். பெருமாவைப் பிடிக்காது என்றாலும் மற்ற மருமகள்கள் இல்லாத சமயத்தில் 'உனக்கெதுக்கு இந்தச் சோறாக்கற பொவ? காட்டுக்குள்ள காத்தோட்டமா இருந்துட்டு வா. அதுதான் பரவால்ல' என்று சொல்வாள். தனக்குச் சகாயம் செய்வது மாமியாரின் நோக்கமோ என்று பெருமாவுக்கே சந்தேகம் வந்திருக்கிறது. அப்படிப் பேசும்போது எரிச்சலாக இருக்கும். நரம்பில்லாத நாக்கு நாலு பக்கமும் பேசும் என்று செலவாந்தரம் சொல்வது பொய்யில்லை என்று படும். கைகாரி அவள். ஆளண்டாப் பட்சி என்று சொன்னவளாயிற்றே. ஆனால் எல்லா ஆட்களையும் தன்னை நோக்கி வரும்படி ஏதாவது ஒரு மந்திரத்தை ஏவிவிட்டிருப்பாள். முத்துவுக்குப் போட்டிருக்கும் மந்திரம் இந்தப் பணம். எந்த மகனும் வந்து கூடிக்கொள்ளும் சந்தர்ப்பத்தை எதிர்பார்த்து அங்கங்கே இப்படி எதையாவது செய்து வைத்திருப்பாள். கிழவியின்மேல் பெருமாவுக்குச் சந்தேகம்தான். என்றாலும் இப்படிக் கஷ்டமான சமயத்தில் கிடைத்த பணம் சந்தோசத்தையே தந்தது. யாருடைய பணம் அது? இத்தனை வருசமாக உழைத்துக் கொடுத்ததுதானே என்று நினைத்தாள். முத்துவுக்கு அப்படியில்லை. அம்மா கொண்டிருக்கும் அன்பில் தோய்த்து எடுத்த பணம் அது. அப்படிச் சட்டென எடுத்துக் கொடுத்த பணத்தை நினைக்கும்போதெல்லாம் முத்துவுக்குக் கண்ணில் நீர் ததும்பிவிடும்.

15

வண்டி நிறுத்தியிருந்த காட்டுக்கு முத்து வந்த போது குப்பன் முகம் பெரும் உற்சாகத்தில் இருந்தது. இந்தப் பக்கம் காடு வாங்குவதில் குப்பனுக்கும் சம்மதம் இருப்பது நல்ல விஷயம். பிறந்தது முதல் மண்ணோடு உழலும் உயிர். மண்ணும் பருவமும் முயங்கும் ரகசியம் பிடிபட்டவர். நுட்பங்களைப் போகிற போக்கில் அனாயாசமாகச் சொல்வார். ஆட்களைவிடச் செடி கொடிகளோடுதான் அவருக்கு அதிகமும் பரிச்சயம்.

“செடிகொடி பயிர்பச்சையெல்லாம் பேசும்னு சொன்னாச் சிரிக்கறாங்க சாமீ. இந்தப் பங்குனி மாசத்துல காத்தால எந்திரிச்சதியும் காட்டுக்குள்ள போய்ப் பாருங்க. பனி சொட்டச் சொட்ட ஒடம்பெல்லாம் கழுவிக்கிட்டு அதுங்க நம்பளப் பாத்து அட அழுக்குப்பய மவனேன்னு சொல்லிச் சிரிக்கும் பாத்துக்குங்க. எனக்குன்னா வெக்கமாப் போயிரும். மனசனாட்டம் நெனச்சராதீங்க. ஒரு புல் பூண்டுக்குக்கூட அழிவு கெடையாது. மழ இல்லாதப்ப மண்ணுக்குள்ள போயி ஒளிஞ்சிக்கும். நாலு துளி உழுந்துட்டா அப்பிடியே எட்டிப் பாக்கும் பாருங்க. கொழந்தைங்க ஒளிஞ்சிக்கிட்டுப் பாக்கறாப்ப லயே இருக்கும் பாத்துக்கங்க.”

அவர் பேசும்போது இப்படியும் ஒருவருக்கு ஈடுபாடு இருக்குமா என்று முத்துவுக்குத் தோன்றும். அவர் உடனிருக்கும் தைரியத்தில் எதையும் செய்யலாம் என்று நம்பிக்கை இருந்தது. அவரிடம் தான் ஊருக்குள் போய்வந்த கதையைச் சொன்னான்.

“நாட்டமக்காரரு அவரு ஊட்டுக்கு வரச் சொல்லீட் டாரு. எங்கயும் நாலு நல்ல சனம் இல்லாதயா போயிரும்.

பேச்செல்லாம் வேற மாதிரி இருக்குது. நம்ப ஆளுங்க இந்தப்பக்கம் ஒருத்தரும் இல்ல. நாம்ப நல்லா இருந்துட்டம்னா நம்பளப் பாத்து ரண்டு பேரு வந்திருவாங்க. தொண சேந்துரும். அதுவரைக்கும் இங்கத்திக்காரங்களோட எவ்வளவு எணங்க முடியுமோ அவ்வளவுக்கு எணங்கிப் போயிக்கோணும். பாக்க லாம், எப்பிடியும் ராத்திரியோட ராத்திரியா காட்டுக்காரன் எவனயாச்சும் புடிச்சர்லாம். ஒரு அஞ்சு பத்து எச்சாக் குடுத்தம்னா காடு வாங்கீரலாம். எல்லாம் உழையாமாறிப் பசங்க. குடுப்பானுவ" என்று நம்பிக்கையோடு தொடர்ந்தான்.

"பணத்துக்குத்தான் பயமாப் போச்சு குப்பண்ணா. மூக்கனோ நாக்கனோ ஒரு குடிகார நாயி. வந்து பையப் புடுங்கறான். நாணாத் தட்டு மாதிரி இருந்துக்கிட்டு என்ன லோலாயம்ங்கிற. நம்பூருலயா இருந்திருந்தா செவுனியிலயே சாத்தியிருப்பன். அசலூருன்னு பொறுத்துப் போயிட்டன். அவன் இழுத்த இழுப்புக்கு மடியில பணத்த வெச்சிருந்தன்னா அவ்வளவுதான். மடி பொடச்சிக்கிட்டுத் தெரியும். அவுத்துப் புடுங்கீருப்பானுவ. இங்க ஆயரம் ரண்டாயரத்த ஒன்னாச் சேத்துப் பாத்திருக்க மாட்டானுவ. எதாச்சும் காடு பேசி முடிச்சாலும் பத்தரம் எழுதறப்பத்தான் பணம் குடுக்கோனும். அங்க சேத்தூர்ல தெரிஞ்ச ஆள் ஒருத்தரு இருக்கறாரு. அவருகிட்டக் குடுத்து வெச்சிருக்கறம்னு சொல்லீரலாம். இல்லைன்னா பஸ்காரங்கிட்டச் சொல்லி உட்டா ஊர்ல இருந்து பணம் கொண்டுக்கிட்டு வருவாங்கன்னு சொல்லீர லாம். நீ எதாச்சும் வாய உட்ராத குப்பணா" என்று குப்பனை முத்து எச்சரித்தான்.

முத்து எப்போது சொல்லி முடிப்பான் என்று காத்திருந் தவரைப் போலக் குப்பன், 'காட்டையும் காடு குடுக்கற ஆளையும் நான் பாத்துட்டே வந்துட்டங்க சாமி' என்றார் ஓங்கிய குரலில். 'நெசமாவா? எங்கண்ணா. வா வந்து காட்டு' என்று பறந்தான் முத்து. அவன் ஊருக்குள் போயிருந்தபோது என்ன நடந்தது என்று தெரியவில்லை. வெளி உலகமே தெரியாமல் மண்ணை நோண்டிக்கொண்டு கிடந்திருந்தாலும் குப்பனுக்கு விவரம் அதிகம் என்று தோன்றியது. மாட்டை மட்டும் விட்டுவிட்டு முத்து எங்கும் போகமாட்டான். 'போற போக்குல எவனாச்சும் கவத்த அவுத்துக் கையில புடுச்சுக் கிட்டுப் போனாப் போச்சு' என்பான். இப்போது மாடுகூட நினைவில் இல்லை. இருந்தாலும் குப்பன் 'மாடுவ இங்கய மேயட்டும். கண்ணுக்கு எட்டற தூரத்துலதான் காடு' என்று நடந்தார்.

முத்து ஊர்ப்பக்கம் போனதும் களிச்சட்டியையும் பாண்டங்களையும் எடுத்து வண்டியில் வைத்தார் குப்பன். வண்டியின் மேலே ஒரு கூடைக்குள் குடமும் ஆலச்சட்டி ஒன்றும் கயிறும் இருந்தன. அது முத்துவின் ஏற்பாடு. எங்காவது கிணற்றில் தண்ணீர் சேந்த நேரும்போது ஆளைக் கேட்பார்கள். ஆட்கள் யாராவது சேந்திக்கொண்டிருந்தால் குப்பனையே அனுப்பி வைப்பான் முத்து. கூடைக்குள் இருக்கும் குடத்தை யும் கயிற்றையும் கொண்டு அங்கே இருப்பவர்களையே சேந்தி ஊற்றச் சொல்லிவிடலாம். ஆலச்சட்டியில் ஊற்றினால் மாடுகள் குடித்துவிடும். அவர்களையே கூடைக்குள்ளும் எடுத்து வைக்கச் சொல்லலாம். குப்பனை மாடுகளோடு விட்டுவிட்டுக் காடு பார்க்க முத்து போய்விட்டால் இந்த நடைமுறை ரொம்ப வும் பயன்பட்டது. மாடுகளுக்குத் தண்ணீர் காட்ட வேண்டும் என்பதற்காக அந்தக் கூடையைச் சுமந்துகொண்டு மாடுகளை யும் பிடித்துக்கொண்டு குருட்டாம்போக்கில் நடந்தார் குப்பன்.

மேடேறி இறங்கியதும் ஓரிடத்தில் இரண்டு மூன்று தென்னைகள் தெரிந்தன. தென்னை இருந்தால் நிச்சயம் கிணறு இருக்கும். ஆள் இருப்பார்களா என்பதுதான் தெரிய வில்லை. தென்னையை நோக்கிப் போகும் பாதி வழியிலேயே ஓராள் தென்பட்டான். இடுப்பில் பெரிய டவுசர் போட்டுக் கொண்டு நின்ற அவனுக்கு வயது அதிகமிருக்காது. முப்பதுக்குள் இருக்கலாம் என்று குப்பன் மதிப்பிட்டார். உடல் தாட்ரிக்கம் மிகுந்திருந்தது. எந்த வேலையையும் அசட்டையாகச் செய்து விடுபவன் அவன் என்பதை உடல் அசைவுகளைக் கொண்டே கணித்தார். அவனிடம் விஷயத்தைச் சொன்னதும் கிணற்றுக்குக் கூட்டிப்போனான். காட்டில் மேய்வதற்காக நீளமாகக் கயிறு போட்டுக் கட்டியிருந்த இரண்டு மாடுகளைப் பிடித்துப்போக வந்த ஆள்தான் அவன். ‘நீ என்ன ஆளு’ என்றான். சொன்னதும் ‘அப்பிடியா? உங்க ஆளுங்க இந்தப் பக்கம் இருக்கறாங்களா?’ என்று கேட்டான். ‘எனக்குத் தெரியாதுங்க. தெலுங்கு பேசறவங்களும் இருக்கறாங்க. நாங்க தமிழ்தான் பேசுவமுங்க’ என்று குப்பன் விவரித்தார். ஊர்ப்பக்கம் முத்து போயிருக்கிறான் என்பதைக் கேட்டு ‘என்ன ஆளு? மேக்கத்திக் ஆளு?’ என்றான். ‘ஆமாங்க. மேக்க கரட்டூருப் பக்கமிருந்து வர்ரோம்.’

குப்பன் சொன்னவை எல்லாமே அவனுக்குப் புதிதாக இருந்தன. அண்ணன் தம்பிகளுக்குப் பாகப் பிரிவினை நடந்தபோது வெள்ளாமைக்குக் காடு போதவில்லை என்று இந்தப் பக்கம் வந்ததாக மட்டும் குப்பன் தெரிவித்தார். காட்டில் இருந்ததைக் கிணறு என்று சொல்ல முடியாது. ஐந்து ஆள்

முழுகும் ஆழத்தில் இருந்த குழிதான். 'கேணி' என்று அவன் சொன்னான். கொஞ்சமாகத் தண்ணீர் கிடந்தது. ஏற்றம் கிடையாது. இறகூடை போட்டு இறைப்பார்கள் போல. அவனோடு பிறந்தவர்கள் நான்கைந்து பேரென்றும் எல்லாரும் ஒத்துவராமல் சண்டை போட்டுக்கொண்டு வெள்ளாமை சரியாகச் செய்வதில்லை என்றும் சொன்னான். 'அவரு பேரு வெள்ளையனுங்க சாமீ. ஆளு இரும்பு அடிச்சு வெச்சாப்பல ஒடம்பு. ஒராளே இந்தக் காடு முழுக்க ஓட்டி வெள்ளாம செய்யலாம். என்னமோ ஆளப் பாத்தா அழகு வேலயப் பாத்தா எழவுன்னு சொல்றாப்பல இருக்குமாட்டம் பாத்துக் கங்க' என்றார் குப்பன்.

அண்ணன் தம்பிகளில் ஒருவன் தன் மாமனார் வீட்டுக் குப் போகத் துடிக்கிறானாம். இன்னொருவன் இரும்பாலைப் பக்கம் போய் ஏதாவது வேலை தேடப் போகிறானாம். இன்னும் இரண்டு பேருக்கு வெள்ளாமைக்கு முட்டுவழி போடக் கையில் ஒன்றும் இல்லையாம். இப்படி இருப்பதால் கொஞ்சம் காட்டை விற்பது பற்றி யோசிக்கிறார்கள். இந்தத் தகவலைக் கேட்டதும் குப்பனுக்கு மனம் இருப்புக் கொள்ளவில்லை. என்றாலும் வெளியே காட்டிக்கொள்ளாமல் 'மண்ணுப் புடிச்சிருந்தாப் பாக்கலாங்க' என்று குப்பன் சொல்ல நிலத்தைக் காட்டினானாம். 'மாடுவ குடிக்கக் குடிக்க அவரு சலிப்பில்லாத தண்ணியச் சேந்திச் சேந்தி ஊத்துனாரு பாருங்க. அதிலயே அவர எனக்குப் புடிச்சுப் போச்சு. நம்ப மாட்டுவளப் பாத்துட்டு எளைக்க உடாத வெச்சிருக்கறீங்க அப்படீங்கறாரு. எளச்சுத் தேறுன மாட்டப் பாத்ததியும் கண்டுபிடிக்கற மனசன் அவரு' என்று குப்பன் அவனைப் பாராட்டிப் பேசிக் கொண்டே இருந்தார். மாடுகளைப் பார்த்து முடிவு செய்வதைப் போல எந்த ஆளையும் உடலைப் பார்த்துச் சட்டென 'இவர் வெள்ளாமைக்கு லாயக்கா இல்லையா' என்று சொல்லிவிடுவார் குப்பன். நிலத்தைக் காட்டிய பின் முத்துவுக்கும் பிடித் திருந்தால் நாளைக்குப் பேசலாம் என்று சொல்லிவிட்டுப் போயிருக்கிறான். அவன் காட்டிய காட்டில் முத்துவை நிறுத்தினார் குப்பன்.

நல்ல அகலமான வண்டித்தடம் காட்டின் கிழக்கிலும் வடக்கிலுமாக இரண்டு புறத்தில் போயிற்று. வண்டி நிறுத்தி யிருந்த அதே தடம்தான். இங்கே வந்து வளைகிறது. மேற்குப் பக்கம் மேட்டிலிருந்து சரிவாகப் போய் முட்கள் அடர்ந்த பள்ளம் ஒன்றில் முடிகிறது. தெற்கே வெகுதூரம் வரை காடுகள்தான். 'இதுல எதுவரைக்கும் குப்பா?' என்றான் முத்து. 'பத்துக்குழின்னாலும் செரி, நூறுகுழின்னாலும் செரி

குடுக்கறம்' என்றானாம். ஒரு குழி என்பது எட்டு செண்ட்டாம். பன்னிரண்டரைக் குழி சேர்ந்தால் ஒரு ஏக்கர் வரும். தடத்தி லிருந்து தொடங்கி முந்நூறு குழி நிலம் அவர்களுடையது தானாம். விற்பனைக்காகக் காட்டிய நிலத்தில் வெள்ளாமை செய்த மாதிரி சுவட்டையே காணோம். மேடும் பள்ளமுமாய்க் கிடந்தது. அங்கங்கே பாறைகள், கற்கள். பள்ளத்தில் முடியும் பக்கம் பெருமரங்கள். பெரும்பாலும் சீமைக் கருவேல முட்கள். மண் எப்படியோ?

கீழே கிடந்த குச்சி ஒன்றை ஒடித்து மண்ணைக் குத்திப் பார்த்தான் முத்து. செம்மண்தான். கொஞ்சதூரம் உள்ளே போய்க் குத்தி எடுத்தான். லேசான கருமை கலந்த செம்மண். அது பிரச்சினையில்லை. காட்டில் வெள்ளாமை அவ்வளவாக நடக்கவில்லை. சமமாக மண் தெரியும் இடங்களில் ஆங்காங்கே வட்ட வட்டமாய் உழுது விதைத்திருந்த தடம் தெரிந்தது. உழவும் அதிகம் இல்லை. ஒரே உழவு போட்டு விதைத்திருந் தார்கள். வெள்ளவேலா மரங்கள் அங்கங்கே நின்றன. ஒன் றிரண்டு வேம்புகள். பத்துப் பதினைந்து பனைகள் இருக்கும். இரண்டு மூன்று வருசமாய் ஓலை வெட்டாமல் காய்ந்து சடை பிடித்த தலைகளாய்த் தொங்கின. ஒருபனையில் நாரை ஒன்று வாயைத் திறந்தபடி உட்கார்ந்திருந்தது. அருகில் எங்கோ தண்ணீர் வளமாக இருக்கிறது என்று அர்த்தம்.

பெருமா இந்த நிலத்தை ஒத்துக்கொள்வாளா? இங்கிருந்து தார்ச்சாலைக்குப் போக இரண்டு கல் தொலைவு நடக்க வேண்டும். சேத்தூருக்கு ஏழெட்டுக்கல் தொலைவிருக்கும். காடும் திருந்திய நிலமல்ல. எவ்வளவோ வேலை செய்தாக வேண்டும். நான்கைந்து வருசத்தில் ஓரளவு வெள்ளாமை செய்யலாம். பத்து வருசம் போனால் நன்றாகச் செய்யலாம். கிணறு வெட்ட வேண்டும். ஆடு மாடுகள் மேய்க்கலாம். சமாளித்துக்கொள்ள முடியுமா? வரக்காட்டில் கொண்டு வந்து தள்ளிவிட்டாய் என்று பெருமா திட்டுவாளா? ஆனால் காடு அதிகமாகக் கிடைக்கும். குழி இருபது ரூபாய்க் கணக்கு வைத்தாலும் நூறு குழி வாங்கலாம். ஒன்பது ஏக்கருக்கு மேல் கிடைக்கும். பெரிய காடுதான். ஒரு பட்டி ஆடு வைத்து மேய்த்தாலே போதும். நான்கைந்து வருசத்தில் பெரிய பிள்ளைக் குக் கலியாணம் செய்துவிடலாம்.

மஞ்சாமி காட்டிய இடமிதுதான். ஊர்ப்பெயர் கருங்கரடு. அந்தக் கரட்டில் நின்றிருப்பவன் பெயர் கரட்டுச்சாமி என்றிருக்கலாம். இந்தக் காடு கிடைத்தால் நன்றாக இருக்கும்

என்று மனசுக்குப் படுகிறது. இரண்டு பக்கம் வண்டித் தடம் என்பதால் அடுத்த காட்டுக்காரனோடு பிரச்சினை வர வாய்ப்பே இல்லை. இன்னொரு பக்கம் ஓடைப் பள்ளம். புறம்போக்காகத்தான் இருக்கும். அந்தப் பக்கமும் பிரச்சினை இல்லை. ஒரே ஒரு பக்கம் மற்றொரு காடு. அளக்கும்போது முட்டுக்கல் கொஞ்சம் பக்கம் பக்கமாகப் போட்டு வேலி அமைத்துவிட்டால் போதும். யாரும் தெரியாத புது இடம். சின்னப் பிரச்சினை என்றால்கூட பக்கம் நிற்க ஆள் கிடையாது. சொந்த பந்தம் நிறைந்திருக்கும் இடத்திலேயே வரப்புத் தகராறு வந்து வெட்டு, குத்துவரை போகும். சம்பந்தமே இல்லாத இடத்தில் அந்த மாதிரி விஷயங்களில் எச்சரிக்கையாக இருக்க வேண்டும். அதற்குத் தோதான இடம் இது.

காட்டுள் புகுந்து ஒரு சுற்று வந்தார்கள். அங்கங்கே பாறைகள். ஓரிடத்தில் மட்டும் வட்டமான பெரும்பாறை. இரண்டு மூன்று இடங்களில் உயரமான பாறைக்கற்கள். சின்னச் சின்ன வட்டப்பாறைகளும் அங்கங்கே இருந்தன. வீடுகட்ட விரும்பினால் கல்லுக்குப் பஞ்சமிருக்காது. வட்டப் பாறையைத் தவசம் காயப்போடப் பயன்படுத்தலாம். ஆவாரஞ் செடிகள் குத்துக்குத்தாக முளைத்திருந்தன. ஓரிடத்தில் ஆவாரஞ் செடி ஒன்று மரமாக வளர்ந்திருந்தது. ஒல்லியான ஆள் கைகளை வளைத்துத் தூக்கிக்கொண்டு நிற்பதைப் போலத் தெரிந்த அதை ஆசையோடு தொட்டான் முத்து. எல்லாம் வெட்டிச் சரிப்படுத்தும்போது இந்த ஆவாரமரத்தை மட்டும் விட்டுவிடலாம். இது அதிசயம். காட்டில் அதிசயம் ஒன்று இருக்க வேண்டும். நாலு பேர் வந்து பார்க்கும்போது இதைப் பற்றிக் கேட்காமல் இருக்கமாட்டார்கள். இப்போதே காடு கைக்கு வந்துவிட்ட மாதிரி யோசிப்பதை நினைக்கச் சிரிப்பு வந்தது.

இந்தப் பக்கத்துக் காடுகள் எல்லாம் பார்த்தவரையில் இப்படித்தான் இருக்கின்றன. போனதும் வெள்ளாமை செய்யலாம் என்னும்படி எந்தக் காடுமில்லை. காட்டுக்குள்ளே ஒற்றை வீட்டைக்கூடக் காணோம். காட்டுக்குள் குடியிருக்காமல் எப்படி வெள்ளாமை எடுப்பது? அதுதான் வெறும் சாமையும் வரகும் மட்டும் போடுகிறார்கள். அவன் மனதில் அந்தக் காட்டை எட்டிய மட்டும் சமபரப்பாகக் கற்பனை செய்து ஆரியம், சோளம், கம்பு, பருத்திப் பயிர்களை வளர்த்துப் பார்த்தான். கிணறு அமைந்தால் நெல்கூட நடலாம். நெல்லம் பயிர்கள் தளதளவென்று காற்றில் அசைந்து அந்தக் காற்று அப்படியே அவன் முகத்தில் வந்து மோதிற்று. தலையை

அண்ணாத்திக் கண்களை மூடிக் காற்றை இழுத்தான். அடடா இப்படியும் ஒரு சுகம் இருக்குமா? இது நடக்குமா? அவன் முகம் முழுவதும் பூத்து ஒளிர்ந்தது.

படலூர் பக்கம் போய் வயக்காடு குத்தகைக்குப் பிடித்து இரண்டு மூன்று வருசம் நெல் பயிரிட்ட அனுபவம் முத்துவுக்கு உண்டு. முத்துவும் பொங்கியும்தான் வயக்காட்டி லேயே கிடந்தார்கள். காளி ஊருக்கும் வயக்காட்டுக்கும் போகவும் வரவும் இருந்தான். பெரியண்ணன் எப்போதாவது வந்து பார்த்தார். இரண்டு மூன்று வருசமும் நெல்லஞ்சோறும் புட்டும் வாரம் ஒருமுறையாவது குடும்பமே சாப்பிட்டது. அதற்காக இரண்டு பேர் ஆறு மாத காலம் வயக்காட்டில் சின்னக் குடிசைக்குள் கிடக்க வேண்டியிருந்தது. மாடுகளுக்கு வைக்கோலும் கிடைத்தது. தூரமும் தங்கலும் ஒத்துவராமல் அதை விட்டார்கள். அப்போது சுவாசித்த நெல்லங்காற்று அவன் மனசுக்குள் இன்னும் பசுமையாக இருந்தது. சிறு பிள்ளைக்கு வெட்டிவிடும் வட்டுக்கிராப்புப் போலச் சீவிய வரப்பில் எச்சரிக்கையாகக் காலை வைத்துக்கொண்டு காலை யிலும் மாலையிலும் இப்படிக் காற்றை இழுப்பான் முத்து. 'டேய் காத்தக் குடிக்கறவன் நீதாண்டா' என்று பொங்கி கேலி செய்வான்.

தண்ணீர் இருந்தால் நெல் நடுவது பெரிய காரியமல்ல. கொளுஞ்சிச் செடிகள் இந்தப் பக்கம் நிறையவே முளைத்திருக் கின்றன. இந்தக் கானலிலும் அவை மெலிந்த செந்நிறப் பூக்களைக் கொண்டு நிற்கின்றன. நெல்லங்காட்டுக்கு அதைப் போல அருமையான உரம் வேறில்லை. அவனுக்குப் பேச்சே வர வில்லை. காட்சிகள் ஓடிக்கொண்டிருந்தன. இரவுக்குச் சோறே வேண்டியதில்லை. வயிறும் மனமும் நிறைந்து குளுமையாக இருந்தன. பொழுது அரைக்கண்ணால் பார்க்கும் அளவு இறங்கிவிட்டது. இருவரும் தடத்திற்கு வந்தார்கள். முத்துவின் முகத்தை உற்றுப் பார்த்தார் குப்பன். ரொம்பவும் யோசிப்பது போலத் தெரிந்தது. இருக்கும். சட்டென்று தீர்மானித்துவிட முடியுமா. காலகாலத்திற்கும் இருந்து வாழப்போகிற இடம்.

'சாமி' என்று முத்துவின் கவனத்தைக் கலைத்தார் குப்பன். 'ம். குப்பணா நீ என்ன சொல்ற? உனக்குப் புடிச்சிருக்குதா?' என்று கேட்டான். குப்பன் 'புடிச்சிருக்குதுங்க சாமி. நல்ல மண்ணு. தண்ணி கட்டாயம் கெடைக்கும். ஒருவருசம் ரண்டு வருசம் ஒழச்சுக் காட்டத் திருத்துனம்னா வெள்ளாமைக்கு

ஏத்த மாதிரி ஆக்கிரலாம். பண்ணயக்காரிச்சிக்கும் புடிக்குங்க சாமி. வெலயும் சகாயமாக் கெடைக்குமாட்டம் இருக்குது. நீங்க வெச்சிருக்கற காசுக்கு நெனச்சதோட எச்சாவே காடு வாங்கீரலாம்' என்றார். கிராக் என்று கட்டைக்குரலில் கத்தும் பறவையைச் சட்டெனத் திரும்பிப் பார்த்தான் முத்து. பனங்காடைதான். பெரிய பனை ஒன்றில் கமுக்கமாக உட்கார்ந்து கொண்டு அவர்களையே பார்ப்பதுபோல் இருந்தது. நல்ல சகுனம்.

16

முத்து நினைத்ததையே குப்பன் சொல்வதாகப் பட்டது. இந்தப் பத்துநாள் வண்டிப் பயணத்தில் குப்பனின் அனுபவத்தையும் எதையும் நிதானமாகச் செய்யும் பக்குவத்தையும் முத்து உணர்ந்திருந்தான். முத்து குடிக்கவில்லை என்றதும் குப்பனும் கையால் தொட வில்லை. அவனுக்குத் தெரியாமல் குடிக்க வேண்டும் என்றுகூட முயலவில்லை. குப்பனைத் தெரியுமே தவிர அவரது வேலை பற்றி முத்துவுக்கு எதுவுமே தெரியாது. முத்துவின் மாமனார் வீட்டில் சின்ன வயதிலிருந்து ஆளுக்காரப் பையனாக இருந்தவர் குப்பன். அப்படியே அவர்கள் பண்ணயம் கட்டும் ஆளாகி அந்த வீட்டோடே இருந்துவிட்டார். மாமனார் வீட்டுக்குப் போகும்போது கண்ணில் படுவார். அவரைப் பொருட்படுத்திக் கொண்ட தில்லை. அவரும் 'சாமீ' என்று துண்டை இக்கத்தில் வைத்துக்கொண்டு குனிந்து கும்பிடுவார். தன் பண்ணயக்காரரர் வீட்டு மாப்பிள்ளை என்னும் மரியாதை. அவர் முகம்கூட முழுதாக மனதில் பதியவில்லை முத்துவுக்கு.

வருசக்கூலி தவசமாகக் கொடுத்துவிடுவார்கள். குப்பன் விரும்பினால் அவருடைய வீட்டுக்குப் போவார். மூன்று வேளையும் பண்ணயக்காரர் வீட்டிலேயே சாப்பிட்டுக்கொண்டும் இருப்பார். வளவுக்குள் அவரைப் பார்த்தவர்கள் குறைவு. சிறுபிள்ளைகளாக இருந்து வளர்ந்த பையன்கள் அவரை அந்நியமாகவே பார்ப் பார்கள். எப்போதாவது வளவில் தலை தென்பட்டால் ஏதோ வீட்டுக்கு விருந்தாளி வந்திருக்கிறார் போல என்று நினைப்பார்கள். பண்ணயக்காரர் வீட்டில் எந்த

வேலையையும் செய்வார். கல்யாணமாகி இரண்டு மூன்று குழந்தைகள் ஆன பின்னும் அப்படித்தான். அவர் மனைவி தங்காள் பயந்த சுபாவி. வேலை இருந்தால் காட்டுப்பக்கம் வருவாள். இல்லாவிட்டால் பிள்ளைகளைப் பார்த்துக்கொண்டு வீட்டோடு இருப்பாள். வேறு காடுகளுக்கு வேலைக்குப் போகக் கூடாது என்பது குப்பனின் கட்டளை. காட்டில் விளையும் பொருள் எதையும் அவர் வீட்டுக்குக் கொண்டு போகலாம். இரவும் பகலும் காட்டிலேயே கிடந்து உழைப்பதால் குப்பனுக்கு அப்படிச் சகாயம்.

முத்துவின் மாமனார் இப்படிச் சொல்வார்.

"கலியாணமாகி ஒருமாசம் குப்பனக் காட்டுப்பக்கமே காணாம். சரி, அவ்வளவுதான் ஆளு. காணாததக் கண்டுட்டான். பித்துப் புடிச்சுக்கும். கண்ட பக்கம் வேலக்கிப் போயிருவான்னு நெனச்சன். போவுலியே. ஒருமாசத்திக்கி அப்பறம் கோமணத்த இறுக்கிக்கிட்டுக் காட்டுக்கு வந்துட்டான். அப்பறம் பாத்தா தங்கா மாசமாயிட்டா. மொதக்கொழந்த பொறந்து கொஞ்ச நாள் இருக்கும். அப்பறம் ஒருமாசம் குப்பனக் காணாம். அடுத்ததத் தயார்ப் பண்ணப் போயிட்டாரு. ஒருமாசம் ஆள் வரலீன்னா தங்கா பாவம்னு அர்த்தம். ஆட்டுக்கு மாட்டுக் கெல்லாம் இருக்கறாப்பல குப்பனுக்கும் பருவமுண்டப்பா."

"ஆமாங்க சாமீ. வருசம் முழுக்க நேரங்காலம் இல்லாத எப்பப் பாத்தாலும் தூக்கிக்கிட்டுத் திரியறவன் இந்த மனசந் தான் சாமீ. குருவி காக்காய்ங்க, ஆடு மாடுவ இதெல்லாம் அந்தந்தப் பருவத்துக்கு அததச் செய்யும். அப்பிடித்தான் இருக்கோனும். மனசனும் அப்பிடி இருந்தான்னா வேற வேலய ஒழுங்காப் பாப்பான் சாமி. இல்லீனா எப்பப் பாரு மனசுலயும் இதே ஓடிக்கிட்டுத்தான் இருக்கும் பாத்துக்கங்க" என்று பதில் வரும்.

குப்பன் இளைஞனாக இருந்தபோது இதைச் சொல்லச் சொல்லிக் கேட்டு எல்லாரும் சிரிப்பார்கள். 'காடுமேட்டுல கெடந்துக்கிட்டு எப்பப்பா இதெல்லாம் கத்துக்கிட்ட?' என்றால் சளைக்காமல் 'காடு மேட்டுலதான் சாமீ. அங்கதான காக்கா குருவீங்கல்லாம் குடும்பம் நடத்துது' என்று பதில் வரும்.

"எனக்கு மனசங்க குடும்பத்தவிடக் குருவீங்க குடும்பத்தத் தான் நல்லாத் தெரீம். ஆடு மாட்டுவள அதுக்கப்பறம் தெரீம். அதுங்க வாழ்றதுதான் எனக்குப் புடிச்சிருக்குது. மனசனும் ஒருகாலத்துல இப்பிடித்தான் இருந்திருக்கோணும்னு தோனுது.

இப்ப எல்லாம் மாறிப் போச்சுங்க. ஏதோ எப்பிடியோ போவுது. காக்கா குருவீங்களாட்டம் காத்தால எந்திரிச்சு எர தேடற வேலயப் பாத்துக்கிட்டுக் காலத்த ஓட்ட வேண்டீதுதான்" என்று விளக்குவார்.

பணத்தைத் தயார் செய்துகொண்டு பரதேசம் கிளம்ப முத்து புறப்பட்டபோது அவனை மட்டும் தனியாக அனுப்பப் பயந்தாள் பெருமா. அவள் அப்பனுக்கும் அண்ணனுக்கும் காட்டிலேயே நிறைய வேலை. ஒரே பையன் என்பதால் பிரிபடாத காடு. ஏற்றம் இறைக்கிற வேலை தினந்தோறும் இருக்கும். தன் புருசனைத் தனியாக அனுப்புவது பற்றி யோசித்துக்கொண்டு திண்ணையில் இருந்தாள் பெருமா. அவளை அறியாமல் கண்ணீர் வடிந்தது. ஏதோ வேலையாய் வாசலுக்கு வந்த குப்பன் அவளையே பார்த்தார். சிறு குழந்தையிலிருந்து அவர் தோளில் தூக்கி வளர்த்த பிள்ளை பெருமா. தன் மகளைப் போலவே அவளை நினைப்பார். 'எல்லாம் கூடி வருதே தாயி, அப்பறமும் கண்ணீரு ஏனாயா?' என்றார் வாஞ்சையுடன். 'கூடி வருது குப்பா. கூட வரத்தான் ஆருமில்ல' என்று அவள் சொல்லும்போதே குரல் உடைந்து அழுகை கூடிவிட்டது.

அவள் கவலையைப் புரிந்துகொண்டு 'நான் கூட வர்றன் தாயி. எனக்கு என்ன இருக்குது இங்க. பசவளுக்குக் கலியாணம் பண்ணியாச்சு. அவனவன் பாத்துக்கறான். தங்காளுக்குச் சோறுதான. எந்தப் பசவ ஊட்டுக்குப் போனாலும் வட்ட நெறையப் போட்டு வெச்சிருவாங்க. பிள்ளைவளும் அப்பிடித்தான். தங்களுக்கு இல்லீன்னாலும் தாய் தகப்பனுக்கு இல்லீங்க மாட்டாங்க. அப்பிடியே இல்லாட்டியும் இங்க வாசலுக்கு வந்தா அம்மா ஒருவாய் போடாதயா போயிருவாங்க. சாமியோட நான் போறன் தாயி. இதுநாள் வரைக்கும் கெணத்துக்குள்ளயே கத்திக்கிட்டுக் கெடந்தன். இப்பத்தான் கொஞ்சம் ஏரி ஆறுன்னு பாக்கறனே' என்றார். குப்பன் போகிறேன் என்று சொன்ன பின்னால்தான் பெருமாவுக்கு உயிர் வந்த மாதிரி இருந்தது. வண்டி கட்டி எல்லாவற்றையும் எடுத்துப் புறப்படும்போது 'அவரப் பத்தரமா பாத்துக்க குப்பா' என்று சொன்னாள். முத்துவுக்குச் சிரிப்பான சிரிப்பு.

ஊரை விட்டுக் கிளம்பும்போது முகத்தைத் தூக்கி வைத்துக் கொண்டு இருக்கக்கூடாது என்பதற்காக பெருமா இப்படிச் சொல்கிறாளோ என்றுகூட நினைத்தார். குப்பன் பேரன் பேத்திகள் எடுத்த மனுசன். முத்து இப்போதுதான் வாழத் துடிக்கிறவன். யார் யாரைப் பார்த்துக்கொள்வது? முத்து

பல ஊர் சுற்றிப் பலதையும் கண்டு வந்தவன். குப்பன் ஒரு ஊரையும் பார்த்ததில்லை. ஆனால் பெருமா சொன்னது போலக் குப்பன் இல்லாவிட்டால் முத்து கஷ்டப்பட்டிருப்பான். சோறாக்கிக் கொடுப்பதிலிருந்து ஒவ்வொன்றிலும் குப்பனின் உதவி முத்துவுக்கு அனுசரனையாக இருந்தது. வெளியே எங்கும் போய்ப் பழக்கமில்லை. பிறந்தது முதல் பண்ணயக்காரர் வீட்டுக் காடே கதி என்று கிடந்தவர். அதனால் மண்ணோடும் ஆடு மாடுகளோடும் வெள்ளாமையோடும் அவருக்கிருந்த அனுபவம் மிகுதி. ஆனாலும் அவர் ஒருவருசம், இரண்டு வருசத்தில் காட்டைத் திருத்திவிடலாம் என்று சொல்வது பரவசம்தான்.

நிறையப் பணம் கையிலிருந்து ஆட்களை வேலைக்கு வைத்தால் அது நடக்கும். காட்டுக்குக் காசைக் கொடுத்து விட்டால் அப்புறம் இருப்பது வெறுங்கைதான். அதைக் கொண்டு குடும்பமே உழைத்தால் ஒருவருசத்தில் சோத்துக்குப் பஞ்சமில்லாமல் பார்த்துக்கொள்ளலாம். அதற்கு மேல் வருசா வருசம் கூடிப் பத்து வருசத்தில் முழுப் பலனை எதிர்பார்க்க லாம். அதுவரைக்கும் பொறுத்துத்தான் ஆகவேண்டும். ஆடுமாடு, கோழிகொக்கு என்று எதையாவது வளர்த்தால் சமாளிக்கலாம். இந்தக் காடு கொஞ்ச நாளைக்கு எதைக் கொடுத்தாலும் ஆவென்று வாயைத் திறந்து விழுங்கிவிடும். ஒன்றையும் வெளியே விடாது. கர்ப்பம் தரிப்பது போலத்தான். பத்து மாதம் பொறுத் திருக்க வேண்டும். காட்டுக்குப் பத்து வருசம்.

❀

17

ஊர்ச்சாவடிப் பக்கம் வண்டியை நிறுத்தினார்கள். மாடுகளை அவிழ்த்து வண்டியின் முன்பக்க நுகக்காலில் ஒன்றையும் பின்பக்கச் சக்கர ஆரக்காலில் ஒன்றையும் கட்டினார்கள். சக்கரத்திற்கு இரண்டு பக்கமும் பெரிய கற்களை வைத்தார்கள். மாடுகளுக்குத் தண்ணீர் காட்டி விட்டுக் குப்பன் வெட்டிச் சேர்த்த புல் கத்தை ஒன்று இருந்தது. அதை அவிழ்த்துப் பாதி பாதியாக இரண்டுக்கும் போட்டார்கள். ராத்திரி வேளைக்குப் போட வண்டியில் சோளத்தட்டு கொஞ்சம் இருந்தது. வண்டி மேலேயே குப்பன் படுத்துக்கொள்வார். பத்திரமாக இருக்கச் சொல்லிவிட்டு முத்து நாட்டாமைக்காரர் வீட்டை நோக்கி நடந்தார். சாவடியில் அந்த நேரத்திலும் இரண்டு மூன்று பேர் தூங்கிக்கொண்டிருந்தார்கள். பொழுதிறங்கி நேரத்தில் தூங்கினால் பீடை பிடிக்காதா?

நாட்டாமைக்காரரிடம் விஷயம் சொல்லிவிட்டுத் திரும்ப வந்து களியைத் தின்றுவிட்டுப் போக வேண்டும். படுக்கை எப்படியும் நாட்டாமைக்காரர் வீட்டில்தான். தெருவெங்கும் குழந்தைகள் குதித்து விளையாடிக்கொண் டிருந்தார்கள். அதைப் பார்க்கவே சந்தோசமாக இருந்தது. சின்னச் சின்ன வீடுகள். பெரும்பாலும் ஓலை வேய்ந்தவை. இவ்வளவு குழந்தைகளை ஒருசேரப் பார்க்கப் பிரமிப்பா யிருந்தது. ஊராகக் குடியிருப்பதன் மகிழ்ச்சி இதுதானோ? உலகமே குழந்தைகளில் நிறைந்துவிட்ட மாதிரி இருந்தது.

முத்துவின் குழந்தைகளும் விளையாடுவார்கள். குடும்பம் ஒன்றாக இருந்தபோது அண்ணன் வீட்டுப் பிள்ளைகளும் சேர நல்ல கூட்டம் இருக்கும். ஆனால் அங்கே இவ்வளவு குதூகலமும் உற்சாகமும் இல்லை.

அண்ணன் தம்பிகளின் குழந்தைகள் என்பதால் ஒரே வயதில் இருக்கும் குழந்தைகள் குறைவு. பெரியண்ணனின் மூத்த மகனுக்கு இருபது வயது. முத்துவின் கடைசிக் குழந்தை பொன்னையனுக்கு ஆறு வயது. ஒரே வயதில் இருக்கும் குழந்தைகள் ஒன்றாகச் சேர்ந்தால்தான் அவர்களுடைய விளையாட்டு உருவாகும். வெவ்வேறு வயதுக் குழந்தைகள் சேர்கையில் விரைவில் விளையாட்டு முடிந்துபோகும். முத்து வுக்கு அந்த வாய்ப்புக்கூட இல்லை. அவன் பிறந்தபோது வீட்டில் வேறு குழந்தைகளே இல்லை. அவன் பெரியவர்களோடு தான் வளர்ந்தான். எல்லாரும் கொஞ்சுவார்கள். தூக்கி வைத்துக் கொள்வார்கள். சேர்ந்து விளையாடுவது என்பது மேட்டாங் காடுகளில் ஆடு மேய்க்கும் பையன்களுடன்தான். இங்கே இத்தனை குழந்தைகள் விளையாடுவதும் அவர்கள் மரமடை யும் பறவைகள் போலக் கூச்சலிட்டுக் கத்துவதும் பார்க்க ஆச்சர்யமாக இருந்தது. ஓர் இழப்பு இருந்தால் இன்னொரு கொடுப்பினை இருக்கும்.

கும்மாளக் குரல்களால் நிறைந்திருந்த தெருவைக் கடப்பது எளிதாக இல்லை. அவன் அந்தத் தெருவுக்குப் புதியவன் என்பதைக்கூட எந்தக் குழந்தையும் கவனித்த மாதிரி தெரிய வில்லை. அவன்மேல் வந்து மோதிவிட்டு ஓடினார்கள். இடித்தார்கள். கருமேனியில் பெரும்பாலும் ஆடையற்றுத் திரிந்த குழந்தைகளை அள்ளிக் கொஞ்ச வேண்டும் போலிருந்தது. ஆட்டூரிலும் ஊர் என்று பேருக்குச் சில வீடுகள் இருக்கும். அங்கே கிழடு கிண்டுகள் படுத்துக் கிடக்கும். ஊரை ஒட்டியே காடுகளைக் கொண்ட சிலருடைய வீடுகளில் மட்டும் அரவம் இருக்கும். பேருக்கு ஊருக்குள் இருக்கும் வீடுகளில் தவச மூட்டைகளையோ அடுக்கு மொடாக்களையோ அடுக்கி வைத்திருப்பார்கள். நோம்பி நாட்களில் போய்க் கூட்டி வழிப்பது நடக்கும். எத்தனையோ வீடுகள் அப்படிப் பூட்டிக் கிடக்கும்.

கருங்குன்னு அவனுக்கு வித்தியாசமாக இருந்தது. சனங்கள் சந்தோசமாக இருக்கிறார்கள். வெள்ளாமையில் அவ்வளவு கவனம் இல்லை. உழைப்பும் குறைவாகத்தான் இருக்கும். உழைப்பு இருந்தாலும் கருத்துடனான உழைப்பு இருக்க வாய்ப்பில்லை. ஆனால் என்ன? தெருவெங்கும் சந்தோசம் நிறைந்திருக்கிறது. ஓங்கிக் குரல் கொடுக்காமலே பக்கத்து வீட்டில் இருப்பவர்களோடு சகஜமாகப் பேசுகிறார்கள். ஒன்றிரண்டு மாடுகள், ஆடுகள் கட்ட வீட்டுக்குப் பின்வெளியில் இடமிருக்கிறது. எல்லாரும் சாவகாசமாக உட்கார்ந்திருந்து பாடுபழமைகள் பேசுகிறார்கள். வெற்றிலை போடாத வாயைப் பார்க்க முடியவில்லை. தோளுயரம் வளர்ந்த பையன்களும்

ஆளண்டாப் பட்சி 133

பிள்ளைகளும்கூட வாய் சிவக்கத் திரிந்தார்கள். இவர்கள் கட்டுப் பொண்ணு கட்டுபவர்கள் என்பது தெரிந்தது. வெள்ளைச் சேலையில் ஒரு பெண்ணையும் காணோம். கையில் தொங்கும் பைமீது மிகுந்த கவனத்தோடு ஊரையும் தெருவையும் பார்த்துக்கொண்டே போனான்.

நாட்டாமைக்காரர் வீடும் ரொம்பச் சின்னதுதான். அவர் குடும்பமும் பெரிய வசதியோடு இருப்பதாகத் தெரிய வில்லை. தெருவில் கட்டிலைப் போட்டு அவர் உட்கார்ந் திருந்தார். கட்டில்கூட வேறு மாதிரி இருந்தது. குத்துக்கால்கள் முழம் உயரம்தான். இரட்டைக் கயிற்றுப்பிணிகள். வீட்டுக்கு ஒன்று அல்லது இரண்டு வீதம்தான் இருப்பது மாதிரி தெரிந்தது. முத்துவுக்குத் தன் வீட்டு நினைப்பு வந்தது. அங்கே ஆளுக் கொரு கட்டில் உண்டு. பிள்ளைகள் கொஞ்சம் வளர்ந்து விட்டால் தனிக்கட்டில். வேனல் காலத்தில் எல்லாக் கட்டில் களும் வாசலுக்கு வந்துவிடும். இருபதுக்கும் மேலான கட்டில்கள் வரிசையாகப் போடப்பட்டிருக்கும். குழந்தைகள் தங்கள் கட்டிலை யாருக்கு அருகில் போட்டுப் படுத்துக்கொள்வது என்று சண்டையிடுவார்கள். அப்படி ஒருஇரவில் அந்தப் பக்கம் வந்த பன்னாட்டுப் பாட்டார் ‘இதென்னப்பா... கட்டக்கட வெச்சு ஏவாரம் தொடங்கீட்டீங்களா?’ என்றார். எல்லாரும் சிரித்தபோது ‘இந்தக் கட்ட வரிசயப் பாத்தாலே சந்தோசமா இருக்குதப்பா. வேற ஆரும் பாத்தாக் கண்ணுப் பட்டுப் போயிரும். அதென்ன எங்கண்ணே பட்டாலும் பட்டுரும். தேவக்கா . . . எல்லாருத்துக்கும் மொளவா சுத்திப் போடாயா’ என்று முத்துவின் அம்மாவிடம் சொல்லிவிட்டுப் போனார். யார் கண் பட்டதோ தெரியவில்லை. வாசல் இருக்கிறது. கட்டில்கள் இல்லை.

நாட்டாமைக்காரருக்குக் கிழடு தட்டிய வயதுதான். அவர் ஒன்றும் வேலை செய்வது மாதிரி தெரியவில்லை. பையன்கள் காட்டைப் பார்த்துக்கொள்வார்கள். அவர் மேம்போக்காகத் திரிந்து கொண்டிருப்பார் போல. இத்தனை கூட்டம் குடியிருக்கும் இடத்தில் எப்படியும் வம்பு வழக்கு களுக்குப் பஞ்சமிருக்காது. தினம் ஒன்று வந்தாலும் அதைப் பேசித் தீர்க்கவே அவருக்கு நேரம் சரியாக இருக்கும். அதற்கெனத் தனியாக அவருக்குத் தட்சிணை கொடுக்கும் வழக்கமும் இருக்கலாம். வீட்டின் மண் சுவர் அங்கங்கே பெயர்ந்து தெரிந்தது. சாணம் போட்டு வழித்துவிட்ட மாதிரி தெரிய வில்லை. சுண்ணாம்புக் கரையைக் காணோம். வீடு வழித்தால் சுவரும் தரையும் நன்றாக இருக்கும். பெயரும் இடங்களை

அவ்வப்போது சரி செய்யலாம். இங்கே அந்தப் பழக்கமே இல்லை போல.

அவருக்கு எதிரில் எங்கிருந்தோ இன்னொரு கட்டிலை எடுத்து வந்து போட முத்து உட்கார்ந்தான். குப்பன் காட்டிய நிலத்தைப் பற்றிச் சொன்னதும் யாருடையது அது என்பது அவருக்குப் புரிந்துவிட்டது. தெருவில் விளையாடிக்கொண்டிருந்த பையனைக் கூப்பிட்டு 'வெள்ளையனக் கூட்டிக்கிட்டு வா' என்று சொல்லியனுப்பினார். நாட்டாமையிடம் முத்து தெளிவாகக் கேட்டுக்கொண்டான். குழி பத்து ரூபாய் தொடங்கி இருபது ரூபாய் வரைக்கும்தான் போகிறது. அவர்களோடு பேச்சு வார்த்தை நடத்திப் பார்த்தால் தெரியும். காடு பேசி முடித்து அச்சக்கெரயம் கொடுத்துவிடலாம். பத்து இருபது ரூபாய் மட்டும் கொடுத்துவிட்டு ஓரிரு நாளில் நேரடியாகக் கிரயமே செய்துகொள்ளலாம். ஊருக்குப் போகிற பஸ்ஸில் சொல்லிவிட்டால் பணத்தை எடுத்துகொண்டு ஆள் நேரில் வந்துவிடுவார்கள் என்றும் சொல்லி வைத்தான்.

நாட்டாமைக்காரர் பேச்சுக்கு அங்கே கொஞ்சம் மதிப்பு இருக்கும் போலத்தான் தெரிந்தது. காடு வெள்ளாமைக்கு ஏற்ற மாதிரி இல்லை என்றும் ஆடு மாடு மேய்க்கத்தான் ஆகும் என்றும் சொல்லி முடிந்தளவு குறைத்துப் பேசி வாங்கித் தரச் சொன்னான். அவர் சிரித்தார். அவருக்கு ஐந்தோ பத்தோ கொடுக்கத் தயாராக இருப்பதாகவும் சொன்னான்.

'உங்களுக்குச் சம்பந்தமில்லாத ஆளு நான். தூர தேசத்தில இருந்து வர்றன். மத்தியானந்தான் உங்களப் பாத்தன்னாலும் நல்லாப் பேசி ஊட்டுக்கே வந்து தங்கிக்கச் சொன்னீங்க. அப்பவே உங்க நல்ல மனசத் தெரிஞ்சுக்கிட்டன். எங்க போனாலும் மனசந்தானுங்க வேணும். நீங்கதான் பேசி முடிச்சுத் தரோனும். உங்க வார்த்தைக்குக் கட்டுப்படறன். அந்தக் கரட்டுச்சாமியே நேர்ல வந்து பேசுனாப்பல நெனச்சுத் தட்சணையா உங்களுக்கு எஞ்சக்திக்குத் தக்கன குடுத்தர்றன். வேண்டாங்கக் கூடாது' என்றான்.

'நீ அதெல்லாம் தரவேண்டாம். பேசறது பேசி உடறன்' என்று மறுத்தார். 'இல்லீங்க. தூரம் பொறத்தியானுக்கு உதவி செய்யற உங்களுக்கு எதும் செய்யலீனா எம்மனசுக்கு ஒப்பாதுங்க. கோயிலுக்குப் போனா வேண்டுதல வெச்சு உண்டீல ரண்டு காசு போட்டுட்டு வந்தாத்தானுங்க மனசுக்கு நெறவா இருக்குது. அதுமாதிரி எந்திருப்திக்கு அஞ்சோ பத்தோ. செஞ்சு குடுங்க. அதுக்காவ எம்பக்கம் பேசோனும்னு

சொல்லுல. ஞாயப்படி செஞ்சு குடுங்க' என்று சொல்லிவிட்டு அவர் முகத்தைப் பார்த்தான்.

கண் கட்டும்படியான இருள் பரவிவிட்டது. முகக்குறிப்பு ஒன்றும் தெளிவாகவில்லை. அவர் மூலமாகவே முடிந்துவிடும் என்று நம்பிக்கை வந்தது. பத்து ரூபாய் என்பது அவருக்குப் பெரிய தொகையாகத்தான் இருக்கும். ஒரு குழி நிலத்திற்கான தொகையாகிவிடுகிறது. பத்து ரூபாய் நன்றாக வேலை செய்யும் என்று நினைத்தான். போன பையன் வெள்ளையனோடு வந்தான். கிட்டத்தட்ட முத்துவின் வயசுதான் இருக்கும். அவனைப் பார்த்ததும் கட்டிலை விட்டு எழுந்து கைகூப்பி 'எம்பேரு முத்துங்க. மேக்கருந்து வர்றங்க' என்றான். வெள்ளையன் ஒற்றைக் கையை லேசாக உயர்த்தினான். அதற்குமேல் கை வரவில்லை. 'ம்' என்றான். கை கூப்பி வணங்கும் பழக்கமே இந்தப் பக்கம் இல்லை போல. இன்னும் என்னென்ன இருக்காதோ.

அவனிடம் விஷயத்தைச் சொல்லி 'இப்பவே அண்ணன் தம்பி எல்லாம் வந்தீன்னா பேசி முடிச்சர்லாம்' என்றார் நாட்டாமை. போய் எல்லாரையும் கூட்டி வருவதாகச் சொல்லி விட்டு அவன் போனான். முத்துவைத் திண்ணைக்குக் கூப்பிட்டார். சின்னக் காடாவிளக்கு ஒன்று திண்ணையின் மேல் வைக்கப்பட்டிருந்தது. தை மாசி மாதங்களில் போர்வை கொண்டு வந்து ஏலம் விடும் ஏலக்காரர் வைத்திருக்கும் விளக்குப் போல இருந்தது. மடியிலிருந்த பையை எடுத்துச் சுவர்ப்பக்கம் வைத்து அதன் மேல் சாய்ந்துகொண்டான் முத்து. எந்நேரமும் மடியிலேயே பையிருந்தால் சந்தேகம் வந்துவிடும். வீட்டில் உள்ளவர்களைப் பற்றி நாட்டாமை விசாரித்தார். விவரம் சொன்னான் முத்து.

உள்ளே இருக்கும் பிரச்சினைகளைப் பற்றி எதுவும் காட்டிக் கொள்ளவில்லை. வெள்ளாமைக்கு நிலம் போதவில்லை என்று மட்டும் தெரிந்தால் போதும். அதுவும் உண்மைதான். பதினோரு ஏக்கரை நான்காகப் பாகமிட்டு இப்போது எப்படியோ பிழைத்தாலும் பையன்கள் காலத்தில் அது முடியாது. பெரியண்ணனுக்கு இரண்டு பையன்கள், இரு பிள்ளைகள். காளியண்ணனுக்கு மூன்று பிள்ளைகள் ஒரு பையன். பொங்கிக்கு மூன்றும் பையன். முத்துவுக்கு இரண்டு பிள்ளைகள், ஒரு பையன். பிள்ளைகளைக் கட்டிக் கொடுத்துத் தாட்டி விடலாம். பையன்களை மட்டும் கணக்கெடுத்தாலும் ஏழுபேர். பதினோரு ஏக்கர் எப்படிப் போதும்? உள்ளூரில் காடு தருபவர்கள் யாரும் இல்லை. தந்தால் வாங்கிக்கொள் வார்கள்.

❈

18

அவர்கள் பேசிக்கொண்டிருந்த சமயத்தில் திமு திமுவென்று நான்கைந்து பேர் வந்தார்கள். நாட்டாமைக் காரர் கட்டிலில் ஒருவன் உட்கார்ந்தான். கீழேயும் சிலர் உட்கார்ந்தனர். சிலர் நின்றுகொண்டிருந்தனர். ஐந்து பேர் இருப்பதாக ஊகித்தான் முத்து. முகம் காணவியலாத அளவு இருள். 'குழி ஆயரம் ருவா. சும்மா இல்ல' என்றொரு குரல் கேட்டது. மத்தியானம் பிரச்சினை செய்த மூக்கன் குரல். அண்ணன் தம்பிகளுள் அவனும் ஒருவன் போல. அந்த விதண்டாவாதத்தைச் சமாளிக்க வேண்டும். ஐந்து பேர் இருக்கும்போது ஏன் காட்டை அப்படிப் போட்டு வைத்திருக்க வேண்டும்? ஒரு குடும்பம் தாராளமாகப் பத்து ஏக்கரில் பயிர் செய்யலாம். சோம்பேறிக் கூட்டமாக இருக்கும் போல. அவனுக்கு அவர்கள் மேல் நல்லபிப்ராயம் தோன்றவில்லை.

ஊருக்குள் நுழைந்தபோதே பிரச்சினை செய்த மூக்கன் குடும்பம். ஆட்கள் எப்படியோ இருக்கட்டும். காடு நன்றாக இருந்தால் போதும். முத்து எதுவும் பேசவில்லை. நாட்டாமையே தொடங்கினார். 'குழி என்ன வெல சொல்ற ? எத்தன குழி குடுக்கற? எடம் எது? எல்லாம் தெளிவாச் சொல்லீரு வெள்ளையா' என்றார். 'குழி ஆயரம் ரூவா' என்றான் மூக்கன். 'மூக்கா கம்முனு இருக்க மாட்ட? அவரு இங்க வந்தப்பவே அவருகிட்ட உன் வேலயத் தொடங்கீட்ட. அதும் இதும் பேசுனா காடு வேண்டாம்னு சொல்லிருவாரு' அதட்டினார் நாட்டாமை. 'எந்த மயரானா இருந்தாலுஞ் செரி. குழி ஆயரந்தான்' என்றான் அவன். 'அவங்

கெடக்கறான். நீ சொல்லு' என்றான் வெள்ளையன். 'நான் என்ன சொல்றது? வெலயச் சொல்லு நீ' என்றார் நாட்டாமை.

குழி இருபத்தைந்து ரூபாய் என்றான் அவன். நூறு குழி வரை கொடுக்கத் தயார். இடம் குப்பனிடம் காட்டிய அதேதான். இரண்டு பக்க மண்தடத்திலிருந்து அளந்து கொடுத்துவிடலாம். விலை படிவதைப் பொறுத்து எத்தனை குழி வாங்கிக்கொள்வது என்பதைச் சொல்வதாக முத்து சொன்னான். எப்படியும் ஐம்பது குழிக்குமேல் வாங்கலாம் என்பது தன் திட்டம் என்றான். குழி இருபத்தைந்து மிக அதிகம் என்றும் அந்தக் காடு வெள்ளாமைக்குப் பயன்படாது என்றும் ஆடு மாடுகள் மேய்த்துப் பிழைத்துக்கொள்ளும் எண்ணத்தில்தான் வாங்க இருப்பதாகவும் சொன்னான். இருபதுக்கும் கீழே ஒரு விலையைச் சொன்னால் மேற்கொண்டு பேசலாம் என்றான். தான் பேசியதைப் பற்றி முத்துவுக்கே ஆச்சர்யமாக இருந்தது.

குடும்பத்தில் அவனுக்கு எந்தப் பொறுப்பும் இருக்கவில்லை. கணக்கு வழக்கு, போக்குவரத்து, நல்லது கெட்டது எல்லாம் அண்ணன்கள் பார்த்துக்கொள்வார்கள். ஏதாவது பேச்சு வார்த்தை, ஞாயம் நடக்கும்போது பார்த்த அனுபவம்தான். இன்றைக்கு அவனே பேச நேர்ந்திருக்கிறது. எதை எப்படிப் பேச வேண்டும் என்பதைப் பெரியண்ணனைப் பார்த்துத் தெரிந்துகொண்டதுதான். அழுத்தம் திருத்தமாகவும் எந்தப் பக்கமும் பிரச்சினை வராதபடியும் பேசுவார். எல்லாம் சரிதான். பெருமாவிடம் அவர் நடந்துகொண்ட முறைதான் முழுமோசம். ரொம்பவும் வற்புறுத்திப் பெருமாவின் மாரைப் பார்த்தபோது அவனுக்கே அழுகை வந்துவிட்டது. மனதின் வெறி கைகளில் ஆங்காரமாகச் செயல்பட்டிருக்கிறது. கன்றிப்போன அவள் மாரைப் பார்த்த பிறகுதான் அடச்சீ இனி அந்த ஊரே ஆகாது எனத் தீர்மானமாக ஒத்துக்கொண்டான்.

அவன் கைகளையே முரடு என்பாள் பெருமா. மாரை ஆசையோடு தடவுவதை விரும்புவாள். வேகத்தில் அழுத்திப் பிடித்துவிட்டாலோ கசக்கினாலோ உடனே தள்ளிவிடுவாள். 'இதென்ன தேர்க்கடப் பந்தா? வலிக்காதா எனக்கு?' என்று அழுவாள். அவள் மேல் நாயைப் போல மசை பிடித்துத்தான் இத்தனை நாள் திரிந்திருக்கிறான். சந்தர்ப்பம் வாய்க்கவில்லை. எப்படியோ பெரியண்ணன் செய்தது நல்லதுதான். ஒரு ஏக்கருக்குள் உழன்று கிடக்காமல் வெளியேறி அவனைவிடவும் அதிகமான காட்டிற்குச் சொந்தமாகப் போகிறான். வெள்ளையன் கூட்டம் அவர்களுக்குள்ளே பேசிக்கொண்டார்கள். அப்புறம்

அவர்களைத் தெருவுக்கு அழைத்துப்போய் நாட்டாமை குசுகுசுவென்று பேசினார்.

'இந்த ஊர்ல பத்துருவா குழிக்குக் குடுத்து வாங்கறதுக்கே ஆளில்ல. அதும் ஒன்னுக்கும் ஆவாத காட்ட ஆரு வாங்குவா? வெளியூர்க்காரன் தெரியாத வாங்கறான். எறங்கி வந்தா உங்களுக்கு நல்லது. இல்லைன்னா வேற பாக்கறாரு. இரவது ரூவா குடுத்தா நெறயப் பேரு குடுக்க வருவான். எங்காட்டு லயே பத்துக்குழி குடுப்பன். இந்த ஊர்ல உங்ககிட்டத்தான் எச்சா இருக்குது. நூறு குழி குடுக்க முடியுது. அதான் பாக்கறன்' என்ற மாதிரி பேசியிருப்பார் போல.

முத்து கொடுப்பதாகச் சொல்லியிருக்கும் பத்து ரூபாய்க்கு இதுகூடப் பேசமாட்டாரா? சந்தையில் மாட்டுத் தரகு போல அந்தப் பக்கமும் பத்து ரூபாய் வாங்கிக்கொள்வாரா? அந்தக் கூட்டத்திடம் ஒரு பைசா அவரால் வாங்க முடியாது என்று நினைத்தான். ஆலோசனை முடிந்து வந்தவர் 'குழி இரவதுக்கு கொறச்சுத் தர முடியாது, செரியா இரவது தரட்டும்னு சொல்றானுவ' என்றார். மறுபடி தன் பேச்சுத் திறனைப் பரிட்சித்துப் பார்க்க முத்து விரும்பினான்.

'இரவது குடுக்கலாம் தப்பில்ல. ஆனா காடு வெள்ளாம செய்யறதுக்கு இல்லயே. பாறையாக் கெடக்குது. தண்ணி வசதி ஒன்னுங் கெடையாது. மேக்க இருந்து நான் வந்தாலும் எனக்கும் கஷ்டப்பட்டுத்தான காசு வருது. பாறையில அள்ளித் தெளிச்சற முடியுங்களா சொல்லுங்க. பதிமூனு பதினாலு ரூவா தரலாம். பாத்துச் சொல்லுங்க' என்றான்.

'பதிமூனுக்கா கேக்கற. டேய் . . . குழி ஆயரம்டா ஆயரம்' என்று கத்தினான் மூக்கன். இன்னொருவன் அவன் கன்னத்தில் பளீரென்று அறைந்து 'பேசாத இரு' என்றான். கீழே உட்கார்ந்து குரலைத் தாழ்த்திக்கொண்டு 'குழி ஆயரம்' என்று முனகினான். இரண்டு மூன்று முறை வீதிக்குப் போய்ப் பேசிவிட்டு வந்து முத்துவிடம் பேசிப் படிப்படியாக இறங்கி வந்தார்கள். முத்து ஏறிப்போனான். அவர்கள் பத்தொன்பது சொல்ல அவன் பதினைந்தில் நின்றான். அவர்கள் பதினெட்டுச் சொல்ல முத்து பதினாறுக்குப் போனான். பதினெட்டு, பதினாறில் அப்படி அப்படியே நின்றார்கள். பதினேழுக்கு இறங்கி வந்தால் முத்து பதினாறிலேயே நின்று விட்டால் என்ன செய்வது? பதினேழுக்கு ஏறிப்போனால் அவர்கள் பதினெட்டிலேயே நின்றுவிட்டால் என்ன செய்வது? இருபக்கமும் ஒரே மாதிரி யோசனை.

இந்தச் சமயத்தில்தான் நாட்டமைக்காரர் வேலை. 'யாருக்கும் நான் சொல்லல. பொதுவாச் சொல்றன். பதினேழுன்னு முடிச்சிரலாம். இவ்வளவு தூரம் வந்துட்டு ஒரு ருவாய்ல நின்னுரக் கூடாது' என்றார். கொஞ்சம் முணுமுணுத்துக் குழி பதினேழு ரூபா என்று ஒத்து மேற்கொண்டு விஷயங்களைப் பேசலாம் என்று தொடங்கும் போது தெருவில் இருளைக் கிழித்துக்கொண்டு 'அய்யோ அய்யோ' என்னும் கத்தலோடு பெண்கள் ஓடி வந்தார்கள். அவர்களோடு நண்டும் சிண்டுமாய்க் குழந்தை குட்டிகள். 'காட்ட விக்க உடமாட்டன்', 'குடிச்சே அழிச்சிருவானுங்க', 'பிள்ள குட்டியோட செத்துப் போயிருவம்' என்று என்னென்னவோ கத்திப் புலம்பினார்கள். பதிலுக்கு ஆண்கள் கத்த, அடிக்க ஓட என்று பெரிய கலவரம் போலத் தெரிந்தது. காக்காக் கூட்டம் கத்திக்கொண்டு தங்களுக்குள் சண்டை போட்டுக் கொள்ளும் காட்சி முத்துவுக்கு நினைவு வந்தது.

இந்தக் கூட்டத்துடன் சேர்ந்து பிழைக்க முடியுமா என்று மலைத்தான். எல்லாம் முடிகிற நேரத்தில் 'அய்யோ' என்று கத்தல் வேறு. இது சரிப்பட்டு வராது என்று சொல்லி எழுந்து விடலாமா? மூக்கன் பெண்டாட்டி தலைவிரி கோலமாய்த் தெருவில் விழுந்து கதறினாள். அவளைச் சுற்றிச் சுற்றி வந்து அடித்தான் அவன். எல்லா வீடுகளில் இருந்தும் காடா விளக்குகளுடன் வேடிக்கை பார்க்கத் தெருவுக்கு வந்துவிட்டார்கள். பெண்களுக்கு ஆதரவாகவும் எதிராகவும் குரல்கள் கேட்டன. முத்துவுக்குப் பெரும் சங்கடம். நாட்டாமைக்காரரும் இன்னும் சிலரும் சேர்ந்து சத்தம் போட்டு ஏதேதோ பேசிச் சமாதானம் செய்தார்கள். எல்லாம் அடங்க ஒரு மணி நேரத்திற்கும் மேல் ஆகியிருக்கும்.

'குடும்பத்துல ஒத்து வரலீன்னா வேண்டாங்க' என்றான் மெதுவாக முத்து. 'குடிகாரப் பசங்க. எல்லாம் குடிச்சே அழிச்சிருவானுகன்னு பொம்பளைவ பயப்படறாளுவ. அதான் காச உங்க கையில வாங்கிக் குடுக்கறன்னு பேசியிருக்கறன். மொத்தம் எரநூறு குழிக்கு மேல காடு இருக்குது. மிச்சத்த வெச்சுப் பொழச்சிக்கலாம்' என்றார் நாட்டாமை.

அவருடைய பத்து ரூபாய்க்குப் பங்கம் வந்து விடுமோ என்று பயந்திருப்பார். மேற்கொண்டு பேச்சு நடந்தது. நாளைக்கே மணியக்காரரைப் பார்த்து விஷயம் சொல்லி அளவு போடவும் பத்திரம் பதியவும் ஏற்பாடு செய்வதென முடிவாயிற்று. நாளைக்குக் காலையில் பத்து ரூபாய் மட்டும் முன்பணம்.

பதினேழு ரூபாய்க்கு முடிந்ததால் நூறு குழியையும் வாங்கிக் கொள்வதாக முத்து சொல்லிவிட்டான். கைநாட்டு வைக்க எல்லாரும் வரவேண்டும் என்பதைப் பலமுறை வற்புறுத்திச் சொன்னான். மூக்கனைப் பற்றிக் கொஞ்சம் சந்தேகம் இருந்தது. 'அந்த நாயி ஒரணாக் கையில குடுத்தா நாக்கத் தொங்கப்போட்டுக்கிட்டு வந்திரும்' என்றார் நாட்டாமை.

❋

19

எல்லாம் முடிந்தபின் அவர் வீட்டிலேயே சாப்பிட்டான் முத்து. ரொம்பவும் வற்புறுத்தல். வண்டியில் சோறு இருக்கிறது என்று சொல்லியும் விடவில்லை. சாமைச்சோறும் தும்பைச் சாறும். தும்பையில் சாறு காய்ச்சுவார்கள் என்பது இதுவரை தெரியாது. அதன் பக்குவம் எப்படி என்று கேட்டான். நாட்டாமை மருமகள் சிரித்துக்கொண்டே சொன்னாள். பண்ணைக்கீரை கடைசல் போலத்தான். 'ரொம்பச் சூடு. அதிகம் தின்னக் குடாது' என்றும் எச்சரித்தாள். சோற்றுக்கு ருசி சாற்றால் தான் கிடைக்கிறது. பொலபொலவென்று உதிர்ந்த சாமைச்சோற்றுடன் தும்பைச் சாறு சேர்ந்ததும் ருசியே மாறிவிட்டது. ஆரியக் களியையே தின்றுகொண்டிருந்தவனுக்கு அந்த உணவு அருமையாக இருந்தது. குப்பன் களித் தின்னாமல், அவன் வரட்டும் என்று காத்துக் கொண்டிருப்பார். விஷயத்தை அவரிடம் சொல்லிவிட்டு வந்தால் நல்லது எனப் புறப்பட்டான். நாட்டாமை உடன் வருவதாகச் சொன்னார். இருட்டில் அவர் வேண்டாம் என்று தடுத்தான். சின்ன லாந்தர் ஒன்றைக் கொடுத்தனுப்பினார்.

ஒரு கையில் பை. பையை இங்கேயே வைத்து விட்டுப் போங்கள் என்று அவர் சொல்லிவிடுவாரோ எனப் பயந்து பை இருளுக்குள் இருக்கிற மாதிரி தொங்க விட்டுக் கொண்டான். தெருவெங்கும் இருள் அடர்ந்திருந்தது. மதியம் முடிந்து தேய்பிறை தொடங்கிச் சில நாட்கள். இன்னும் சிறிது நேரத்தில் நிலாக் கிளம்பும். தேய்பிறைக் காலம். பேசி முடிக்கும் தருணத்தில் அய்யோ என்ற அலறல். எல்லாம் அவன் மனதில் சஞ்சலத்தை

உண்டாக்கின. காலம் என்ன செய்யும்? அப்படிப் பார்த்தால் தேய்பிறை முடிய இன்னும் பன்னிரண்டு, பதின்மூன்று நாட்கள் உள்ளன. அதுவரைக்கும் பொறுத்திருக்க முடியுமா? ஊரை விட்டுக் கிளம்பி இன்றோடு பதினொன்றாம் நாள் முடிகிறது. புறப்பட்டுப் போன ஆள் என்ன ஆனானோ என்று தினமும் பெருமா புலம்பித் தவிப்பாள்.

அலைந்து திரியும் அலுப்பால் எங்கே படுத்தாலும் அவனுக்குத் தூக்கம் வந்துவிடுகிறது. பெருமா வீட்டு விட்டத்தைப் பார்த்துக்கொண்டே கிடப்பாள். சிறு பிரச்சினை களையே அவளால் தாங்கிக்கொள்ள முடியாது. அடுத்தடுத்துப் பெரிய விஷயங்களாக நடந்துவிட்டன. இதில் முத்து ஊரில் இல்லை என்றால் எல்லாவற்றையும் பூதாகரமாக்கி யோசிப் பாள். அப்படி நடந்துவிடுமோ இப்படி நடந்துவிடுமோ என்று குழம்பித் தவிப்பாள். பிரச்சினை இல்லாமல் எப்போதும் வாழ முடியாது. காடு பேசிவிட்டாலும் கிரயமெல்லாம் முடிந்து ஊர் போய்ச் சேதி சொல்ல இன்னும் ஒருவாரம் ஆகிவிடும். என்னவாயிற்றோ ஏதாயிற்றோ என்று அதுவரை அவளுக்குக் கஷ்டம்தான். பாதியில் விட்டுவிட்டுப் போக முடியாது. காடு பேசிமுடிக்கும்போதே சிக்கல் உண்டாக்கு பவர்கள், இடைவெளி விட்டால் அவ்வளவுதான். கையோடு கையாக ஒன்றிரண்டு நாட்களில் வேலையை முடித்துக் காட்டில் போய் உட்கார்ந்துவிட வேண்டும். அய்யோ என்று அந்தப் பெண்கள் கத்திக்கொண்டு வந்தபோது குலை நடுங்கியது உண்மைதான். அப்படிச் சகுனம் பார்த்துச் செய்ய அவகாசம் ஒன்றுமில்லை. பலவாறு யோசித்து ரொம்பநாள் திட்டமிட்டுச் செய்யும் வேலையைவிட நிர்ப்பந்தத்தினாலும் நெருக்கடியாலும் சட்டெனத் தொடங்குகிற வேலை வேகமாகவும் திருப்பதியுட னும் முடிந்துவிடும். எல்லாம் கூடி வந்து வாழ்பவர்க்குச் சகுனம் பார்த்துச் செய்ய முடியும். ஓட்டாண்டியாக நிற்பவன் அண்டக் கிடைத்தால் போதும் என்று எதையாவது பற்றிக் கொண்டால்தான் முன்னேறி வரமுடியும்.

யோசனையும் பெருமூச்சுமாய் நடந்தான். தெரு அங்கங்கே முட்டி நின்று வளைந்து தொடங்கியது. பெரும்பாலான வீடுகளில் அரவமே இல்லை. விளக்குகளையும் அணைத்திருந் தார்கள். காடா விளக்குகளும் சின்னச்சின்ன லாந்தர்களுமே வைத்திருந்தார்கள். சீமெண்ணெய் வாங்கி ஊற்றிக் கட்டுபடி ஆகுமா? பாரவண்டியின் அடியில் தொங்கவிட முத்து வைத்திருந்த லாந்தர்களுக்குச் சீமெண்ணெய் ஊற்றவே கஷ்டப்பட்டான். கிடைக்கிற சொற்பக் கூலியில் தினம்

எட்டணா சீமெண்ணெய்க்குப் போய்விடும். பார வண்டிக் காரர்கள் எல்லாரும் சேர்ந்து மண்டிக்காரரிடம் கேட்பார்கள். அரிசிப்பாரம் ஏற்றும் நாளில் வண்டிக்குப் பின்னும் முன்னும் காவலுக்காக ஆட்களை அனுப்புவது மண்டிக்காரர் பொறுப்பு. மண்டியின் செலவுதான். அது போல லாந்தருக்குச் சீமெண்ணெய்யும் மண்டிச் செலவிலேயே ஊற்ற வேண்டும் என்றார்கள். அவர் 'பார்க்கலாம்' என்றாரே தவிர ஒன்றும் நடக்கவில்லை.

வீட்டில் விளக்கெண்ணெய் ஊற்றி மண்விளக்குப் போட்டால் கஷ்டம் தெரியாது. ஆனால் இந்தப் பக்கம் கொட்டமுத்து விளைச்சலும் இருப்பதாகத் தெரியவில்லை. வெறும் வரகும் சாமையும் போட்டே வருசம் முழுவதையும் எப்படி ஓட்டுகிறார்கள்? சாவடியிலிருந்து கொஞ்சம் தள்ளி வண்டி நின்றிருந்தது. சாவடி மரத்தடியில் சில உருவங்கள் அசைந்தன. பேச்சுக் குரல்கள் கேட்டன. விளக்கோடு நடக்கும் முத்துவை நோக்கி 'யாரு' என்றான் ஒருவன். குரலைக் கேட்டால் நடுத்தர வயதிருக்கும் என்று தோன்றியது. 'நான்தாங்க' என்றான். 'நான்னா யாரு? பேரில்ல?' இந்த அதட்டலுக்கு ஒன்றும் குறைச்சலில்லை என்று மனதில் நினைத்துக்கொண்டு, 'மேக்கத்திக் ஆளுங்க. நாட்டாம ஊட்டுல இருந்து வர்றன்' எனக் குரல் கொடுத்தான். 'வெள்ளையன் நெலத்தப் பேசீட்டியா?' 'ஆச்சுங்க' 'குழி என்ன வெல?' அதற்குப் பதில் சொல்லலாமா வேண்டாமா என்று யோசித்தான்.

வெள்ளையன் வீட்டில் ஐந்து பேர். காடு விற்பது பற்றிச் சண்டையும் நடக்கிறது. இந்நேரம் விஷயம் பரவியிருக்கும். அதனால் மறைத்துப் பயனில்லை. முத்துவின் ஊரில் கிரையம் முடியும் வரைக்கும்கூட என்ன விலை என்பது மற்றவர்களுக் குச் சரியாகத் தெரியாது. அவர்களுக்குள் பேசியது ஒரு விலையாகவும் வெளியே சொல்வது ஒருவிலையாகவும் இருக்கும். வாங்கியவர் சொல்லும் விலை குறைவாக இருக்கும். விற்றவர் சொல்லும் விலை அதிகமாக இருக்கும். இரண்டுக் கும் இடையில் ஏதோ ஒருவிலை என்று ஊகித்துக்கொள்ள வேண்டும். ஆளாளுக்கு ஒன்று சொல்லி மனதைக் கலைத்து விடக் கூடாது என்று அந்த ஏற்பாடு. இங்கே அப்படி ஒன்றும் நுட்பம் இருப்பதாகத் தெரியவில்லை.

கொஞ்சம் யோசித்துப் பின் 'ஏக்கரா எரநூறுக்கு மேல வருதுங்க' என்றான். அவர்களுக்குச் சட்டென புரியாமல்

'குழி எவ்வளவு?' என்றான் ஒருவன். 'குழு பதினேழு ரூவாய்ங்க'. 'அடேங்கப்பா குழி பதினேழாடா? அப்படீன்னா நாங்ககூடப் பத்துக் குழி கொடுக்கலாமாட்டம் இருக்குதே' என்று இருளி லிருந்து ஒருகுரல் வந்தது. 'மேக்கத்தியானுங்க பணத்துல பெருத்த கையிதான்' என்றொரு குரல் பேசிற்று. 'காட்டுல பொதையல் எதும் இருக்குதுன்னு ஆரும் சொல்லீருப்பாங்க.' இது இன்னொரு குரல். 'இதே இந்த வெலைன்னா, வாய்க்காத் தண்ணி பாயற எடமா இருந்தா இன்னம் எவ்வளவுக்குப் போவும்?' என்று யோசித்தது மற்றொரு குரல். இடைவிடாத குரல்களின் ஒலி காதுகளை மொய்க்கத் தடுமாறிப் போனான் முத்து.

'மொத்தம் எத்தன குழி நீ பேசியிருக்கற?' என்று அவனை நோக்கி எழுந்து வந்த குரலொன்று கேட்டது. 'நூறு குழிங்க' என்றதும் நூறு குழிக்கு எவ்வளவு என்று அவர்கள் கணக்குப் போடத் தொடங்கிவிட்டார்கள். அவர்கள் பேசுவதைப் பார்க்கும்போது அதிகம் கொடுத்துவிட்டோமோ என்று தோன்றியது. கேட்பவர்களின் நாக்கு எப்படியும் பேசும். வெள்ளையன் குடும்பத்தாரிடம் போய் 'இரவது ருவாகூட இல்லாமா குடுத்திட்டயே' என்பார்கள். அதைக் கேட்டு மூக்கன் குறுக்கே திரும்பிக்கொண்டாலும் ஆச்சர்யமில்லை. கிரையம் முடிகிற வரைக்கும் மனசு பக்பக்கென்று அடித்துக் கொண்டேதான் கிடக்கும். பதினேழுவரைக்கும் போனதால் தான் காரியம் சட்டெனெ முடிந்தது. இருக்கிற அரிபரிக்கு இன்னும் யோசித்துக்கொண்டிருந்தால் அவ்வளவுதான். தலையில் தீப்பிடித்து எரிகிறது. குளத்தில்தான் தலை முழுகு வேன், ஆற்றில்தான் தலைமுழுகுவேன் என்று சொல்லிக் கொண்டு இருக்க முடியுமா? குடத்து நீரை எடுத்துச் சட்டெனக் கொட்டினால்தான் ஆகும்.

அவர்களுக்குள் பேசிக்கொள்ளத் தொடங்கியதும் முத்து வண்டிக்கு நகர்ந்தான். பகல் இரவு எப்போதும் சாவடித் திட்டு ஆட்களால் நிறைந்து கிடக்கிறது. கோயில் திருநாள் சாட்டலாம் என்று ஊர்க்கூட்டம் போட்டால்கூடப் பட்டிக்குப் படுக்கப் போக வேண்டும், நாய்க்குச் சோறூற்ற வேண்டும் என்று சாக்குப்போக்குச் சொல்லிக் கழன்றுகொள்ளும் தன் ஊர் ஆட்களை நினைவில் கொண்டான். இங்கே எப்போதும் ஊர்க்கூட்டம்தான். ஏதாவது அவரச ஆத்திரத்திற்குக் காட்டு வேலை செய்ய ஆளாவது கிடைக்குமா?

'சாமி... பேசிட்டீங்களா?' என்று ஆவலோடு குப்பன் கேட்டார். சாவடிப் பேச்சு குப்பனின் காதிலும் விழுந்திருக்கும். குப்பனிடம் எல்லா விவரங்களையும் சொன்னான். சாவடியில் நடக்கும் ஆரவாரப் பேச்சில் முத்துவின் குரல் கேட்காது என்றாலும் காதில் கிசுகிசுப்பது போல மிக மென்மையாகவே பேசினான். தான் சாப்பிட்டுவிட்டதைச் சொல்லிப் பத்திரமாக இருக்கும்படி குப்பனை எச்சரித்து விட்டு விரைவில் நாட்டாமை வீட்டுக்குத் திரும்பிவிட்டான் முத்து.

20

இருள் பிரியும் முன்னே குப்பனை எழுப்பினான் முத்து. மாடுகள் அசை போட்டபடி படுத்திருந்தன. அவற்றை எழுப்பியதும் பொதபொதவென்று சாணி போட்டன. சாணி மொத்தை கல் குட்டானாய்த் தரையில் தெரிந்தது. வண்டியின் முன்னும் பின்னும் மாடுகள் போட்டிருந்த சாணி ஏழெட்டு மொத்தைகள் கிடந்தன. அப்படியே விட முத்துவுக்கு மனசில்லை. சுற்றிலும் பார்த்தான். சாவடியில் வேட்டியைப் போர்த்திப் படுத்துத் தூங்கும் உருவங்களிடம் இப்போதைக்கு அசைவிருக்காது என்று தோன்றியது. வண்டியின் அடிக் கோதானத்தில் இருந்த கூடையை எடுத்துச் சட்டெனச் சாணியை அள்ளி அதில் போடத் தொடங்கினான். அப்போதுதான் போட்ட சூடான சாணியை அள்ளும்போது கையில் வெதுவெதுப்பை உணர்ந்து சிலிர்த்தான். முத்துவின் எண்ணம் புரிந்த குப்பனும் வந்தார். 'நீ வண்டியக் கட்டு குப்பணா' என்று சொல்லி விட்டான்.

கொறக்கூடையில் பாதியளவு சாணி வந்தது. வண்டியின்மேல் தூக்கி வைத்தபோது எப்போதும் காலை நேரத்தில் கட்டுத்தரை சுத்தம் செய்தால் ஏற்படும் மனத் திருப்தி உண்டாயிற்று. வண்டியைக் குப்பனை ஓட்டச் சொன்னான். அதிசயம். அவன் ஏதோ யோசித்துக் கொண்டிருப்பதைக் கலைக்கக்கூடாது என்று ஏதும் பேசாமல் வண்டியை ஓட்டினார் குப்பன். வண்டி அந்தக் காட்டுப் பக்கத்தில் போனபோது நிறுத்தச் சொன்னான். சாணிக்கூடையைத் தூக்கிப்போய்க் குழியாக இருந்த இடம் ஒன்றில் கொட்டிவிட்டுப் பக்கத்தில்

இருந்த ஆவாரங்கோல்களை ஒடித்து அதன் மேல் போட்டான். பக்கத்தில் வந்து உற்றுப் பார்த்தால்தான் சாணி தெரியும். அப்படி யார் இங்கே வரப் போகிறார்கள்? காடு பேசி முடித்ததும் முதலில் சாணியைக் காட்டில் போட்டது சந்தோசமாக இருந்தது. யாரும் பார்த்தால் 'கெரயங்கூட ஆவுல, அவசரம் பாரு' என்பார்கள். அதற்காகச் சாணியை வீணடிக்க முடியுமா? பத்து நாட்களாக மாடு போட்ட சாணி பத்துக்கூடை இருக்கும். அங்கங்கே மனசில்லாமல்தான் விட்டுவர வேண்டியதாயிற்று. ஊர்ச்சாவடியில் இரவு போடும் சாணியை எடுத்துப் பக்கத்தில் இருக்கும் காட்டுக்குள் வீசிவிட்டு வந்தார்கள். சாவடியைச் சுத்தம் செய்யவில்லை என்று யாரும் சொல்லிவிடக் கூடாது என்பதால் அந்த வேலை. பத்துக்கூடை சாணி ஒரு செரவுக்கே எருவாகி இருக்கும்.

நிழல் போன்ற வெளிச்சத்தில் காட்டைப் பார்த்தான். இன்னும் ஒரு வாரம்தான் வந்துவிடுகிறேன் இரு என்று காட்டிடம் பேசுவது போல மனதிற்குள் சொல்லிக்கொண்டு திரும்பி வண்டியில் ஏறியபின் இயல்பானான். வண்டியைக் கரட்டுக்கு விடச் சொன்னான். 'சாமிக்கு ஒரு கும்பிடு போட்டுட்டு வந்து வேலயத் தொடங்கலாம். அவருதான் இந்த எடத்தக் காட்டுனவரு. எல்லாத்தையும் நல்லபடியா நடத்திக் குடுக்கறது அவரு கையிலதான் இருக்குது' என்றான். 'நல்லா நடக்குங்க. அப்பறம் ஒருநாளைக்குச் சாமிக்கு மனங்குளிரச் செஞ்சிரலாம்ங்க' என்று குப்பன் ஆர்வமாய்ச் சொன்னார். பொழுது கிளம்பாத அந்தப் புலர்காலையின் ஈரக்காற்று முத்துவின் முகத்தில் படிந்து குளிர்ச்சியைக் கொடுத்தது. ஒருவாரம் பத்துநாளில் மழை பெய்தால் பரவாயில்லை, காடு முழுவதையும் ஓர் உழவு போட்டு விடலாம். விதைப்பதற்கு முன் நான்கைந்து உழவு போட்டாக வேண்டும். காடு கிராய் பிடித்துக் கிடக்கிறது. கீறிக்கீறித்தான் விதைப்பார்கள் போல.

கருங்கரடு அங்கிருந்து எட்டிப் பிடிக்கும் தூரம்தான். ஒரு கல் தொலைவைக் கடப்பது பெரிதல்ல. நினைத்தபோது வந்து போகலாம். கரட்டூர் கரடுகூட முத்துவின் காட்டி லிருந்து ஐந்து கல் தொலைவு வரும். ஆனாலும் அவர்கள் வீட்டின் சார்பாக அமாவாசை தவறாமல் யாராவது ஒருவர் கரடேறிச் சாமியைப் பார்த்து வருவார்கள். பெரும்பாலும் முத்துதான் போவான். வேலை அவ்வளவாக இல்லாத சமயத்தில் பொங்கியும் உடன் வருவான். இரண்டு பேரும் போட்டி வைத்துக்கொண்டு ஏறுவார்கள். முத்துவை மிஞ்ச முடியாமல் ஏதாவது மண்டபத்தில் உட்கார்ந்துகொள்வான்

பொங்கி. அந்தக் காலம் இனிமேல் எங்கே வரப்போகிறது? பொங்கி கொஞ்சநாள் காளியோடு சேர்ந்துகொண் டிருந்தாலும் கடைசியில் அவனால்தான் கிழவியிடமிருந்து ஐந்நூறு ரூபாய் கிடைத்தது.

உள்மனதில் பொங்கிக்குப் பாசம் இருக்கிறது. காடு ஓரளவு வெள்ளாமைக்குத் தயாராகிவிட்டால் பொங்கியையும் இந்தப்பக்கம் கூட்டி வந்துவிடலாம். மூன்று பையன்களுக்குப் பிரித்துக் கொடுத்தால் அங்கே இருக்கிற நிலம் எந்த மூலை? திடீரெனக் குப்பனிடம் 'இன்னும் ஒரு பத்துப் பாஞ்சு குழி கேட்டிருந்தாலும் குடுத்திருப்பானுவளா?' என்றான். முத்துவின் மனதில் ஓடும் எண்ணத்தை நினைத்துக் குப்பனுக்குச் சிரிப்பு வந்தது. 'பண்ணயக்காருரூட்டுக்கு எவ்வளவு மண்ணுக் கெடச்சாலும் மனசு நெறையாது' என்று நினைத்துக்கொண்டார். 'போகப் போகக் கொஞ்சம் கொஞ்சமாச் சேத்து வாங்கீரலாம் சாமீ... எங்க போயிரும்? இந்தப் பக்கந்தான் எக்கச்சக்கம் காடு கெடக்குது பாத்துக்கங்க' என்றார்.

கரட்டை ஒட்டிப் பெரும் பரப்பளவு மேய்ச்சல் நிலமாகக் கிடந்தது. அது எவ்வளவு தூரம் இருக்கிறது என்றே தெரியவில்லை. விடியலின் நிழல் படர்ந்து காடு முழுக்கப் போய்க்கொண்டே இருந்தது. இந்த வேனலிலும் பசுமை மாறவில்லை. அங்கங்கே பெரிய பெரிய மரங்கள் நின்றன. வெள்ள வேலா மரங்கள் அதிகம். ஆட்டூரில் இந்த மரங்களையே பார்க்க முடியாது. எல்லாம் கருவேல மரங்கள் தான். வேம்பும் சில தெரிந்தன. நெட்டாக வளர்ந்து வாது களைப் பரப்பி நின்ற வாகையை அடையாளம் கண்டான். ஒல்லியாய் உயரமாய் வளர்ந்திருக்கும் மனிதர்களை எப்போதும் நினைவுபடுத்தும் வாகை. இது மலையை ஒட்டிய புறம்போக்கு நிலமாக இருக்கும். சுற்றி இருக்கும் ஊர்களுக்கெல்லாம் இதுதான் மேய்ச்சல் நிலம் போல. ஒரு பட்டி ஆடுகள் என்றாலும் அலைச்சல் இல்லாமல் மேய்க்கலாம். காட்டிலிருந்து தூரமும் இல்லை. குடும்பத்தைக் கூட்டி வந்ததும் ஆடுகளுக்கு ஏற்பாடு செய்துவிட வேண்டும் என எண்ணமிட்டுக்கொண்டான். இங்கே மேய்ச்சலுக்குச் செம்மறிதான் சரி. செம்மறி என்றால் பட்டி வேண்டும். காட்டில் பெரும்பட்டியில் செம்மறிகள் அடைந்து கிடக்கும் காட்சி அவன் மனதில் ஓடிக்கொண்டிருந்த போது கரடு வந்துவிட்டது. நேற்றுத் திடுமெனக் காட்சியான கரடு இன்று மிகவும் பரிச்சயமானதாகத் தோன்றியது. இருப்புக்கு ஏற்றதான இடம் கிடைத்துவிட்டால் சுற்றி இருக்கும் எல்லாம் பிடித்துவிடும்.

குப்பனை வண்டியிலேயே விட்டுவிட்டு அடிவாரக் கிணற்றில் குளித்தான். பனிக்குளிரே தெரியாமல் நீர் வெது வெதுப்பாக இருந்தது. வாய் கொப்பளிக்கும்போது வெல்லம் போல இனித்தது. குப்பன் கொண்டு வந்து வைத்த ஆலச்சட்டி யில் நீர் நிரப்பினான். அது குப்பன் குளிக்க ஆகும். கரடேறி இறங்கும் வரை மாடு மேய்ந்தால் பிறகு அவற்றிற்குத் தண்ணீர் காட்டலாம். ஏறும் போதும் முத்துவுக்குக் காட்டின் நினைவுதான். நூறு குழியென்றால் எட்டு ஏக்கர் வரும். இன்னும் ஒரு இருபது, இருபத்தைந்து குழி சேர்த்து வாங்கி யிருந்தால் மொத்தமாகப் பத்து ஏக்கர் அளவுக்கு வந்திருக்கும். நூறு குழி ஆயிரத்து எழுநூறு ஆகிறது. இன்னும் எட்நூறு ரூபாய் மிச்சம் இருக்கிறது.

நிலம் கைக்கு வந்துவிட்டால் எல்லாம் வந்துவிடுமா? முட்டுவழிச் செலவு இருக்கிறது. ஆடு, மாடு வாங்கவும் பட்டிப் படல் கட்டவும் ஏரும் கலப்பையும் செய்யவும் கிணறு வெட்டிப் பார்க்கவும் ஓலை வெட்டிக் கொட்டாய் வேயவும் என்று எத்தனையோ செலவுகள் இருக்கின்றன. என்னதான் உடல் வளைந்து உழைத்தாலும் செலவு செய்யாமல் முடியுமா? இன்னும் கிரயச் செலவு இருக்கிறது. கொஞ்சம் கடன் உடன் வாங்கிப் போட்டிருந்தால் பத்து ஏக்கர் கிடைத்திருக்கும். ஆனால் இந்தப் பணத்தைப் புரட்டவே பெரிய சிரமப்பட வேண்டியதாயிற்று. அஞ்சு, பத்து என்று இருந்ததை எல்லாம் சுரண்டி எடுத்தாயிற்று. மாமனாரிடம் கேட்டிருக்கலாமோ. நான்கு பிள்ளைகளுக்குக் கலியாணம் செய்து கொடுத்து நொந்துபோய்க் கிடக்கிறார். ஏதோ உடனிருந்து ஆறுதலாக நாலு வார்த்தை சொல்வதே பெரிது. நூறு குழி போதும். குப்பன் சொன்னது போலச் சாகாமல் பிழைத்துக் கிடந்தால் ஆயுசில் இன்னும் நூறு குழி வாங்க முடியாமலா போகிறது?

நாட்டாமைக்குப் பத்து ரூபாய் கொடுக்க வேண்டும். காட்டை அளந்தெடுக்க வரும் ஆட்களுக்கும் மணியக்காரருக் கும் குறைச்சலாக வைத்துக்கொண்டால்கூட ஐம்பது ரூபாய் ஆகும். முட்டுக்கல் வாங்கவும் நடவும் செலவிருக்கிறது. குடும்பத்தை இங்கே கொண்டுவர வேண்டுமானால் சின்ன கொட்டாயாவது போட வேண்டும். காட்டிலிருந்து ஏதாவது வருமானம் வருகிற வரைக்கும் ஐந்தாறு சீவன்களுக்குச் சோற்றுக்கு வேண்டும். குப்பனை உடனிருக்க வைத்துக் கொண்டால் அவருக்கும் சோற்றுக்கு வேண்டும். தங்காளைக் கூட்டி வந்தால் நல்லது. சின்னக் குடிசை போட்டுத் தரலாம். கையில் இருக்கும் எட்நூறுக்கும் சரியாக இருக்கும். இரண்டு வருசத்திற்கேனும் காட்டிலிருந்து வரும்படி ஒன்றும் இருக்காது.

போடுவதுதானே தவிர எடுப்பது ஒன்றும் இல்லை. காடு வாங்கிவிட்டால் போதாது. செலவு நிறைய இருக்கிறது. கணக்குப் போட்டுப் பார்த்து நூறு குழியோடு நிறுத்திக்கொண்டதுதான் சரி எனத் திருப்திப்பட்டபின்தான் சந்தோசமாகக் கரடேற முடிந்தது.

கரடு மிகச் சிறிது. மண் கூப்பிய கரம் போல நின்றது. எங்காவது ஒன்றிரண்டு இடங்களில் பாறைகளின் தலை தென்பட்டது. முழுக்க மண்தான். அதனால் கரடு முழுக்க மரங்கள். ஒன்றிரண்டு வேம்புகள். மற்றபடி முழுவதுமே ஊஞ்ச மரங்கள்தான். இலைகள் பழுக்கத் தொடங்கிவிட்டன. இன்னும் ஒரு மாதத்தில் ஊஞ்சமரம் எல்லா இலைகளையும் கொட்டி உதிர்த்துக் கோல்களாய் நிற்கும். கரடு முழுக்க வெறுங்கோல் களாய் அல்லவா தெரியும்? அதனால் என்ன, ஒரே மாதத்தில் புதுத்தளிர்கள் வந்து மூடிவிடும். உதிர்ந்த இலைகள் எல்லாம் மழை நீரில் அடித்துக்கொண்டு கீழே மேய்ச்சல் நிலத்தில் வந்து தேங்கும். நல்ல எரு. அதனால்தான் மேய்ச்சல் நிலம் எங்கும் பசுமை பூத்திருக்கிறது. படிகள் இல்லை. ஒற்றையடித் தடம் போல ஏறும் மண்பாதை. சில இடங்களில் அகண்டும் குறுகியும் போயிற்று.

கரட்டூர் கரடு நெட்டுக்குத்துப் படிகளைக் கொண்டது. பள்ளத்தில் இருந்து ஏறும்போது பயமாக இருக்கும். உயரமும் அதிகம். அதில் கால்வாசிகூட இல்லை இது. எங்கும் நிற்காமல் மேலே ஏறிவிட்டான். பத்து நிமிடம் ஆகியிருக்கும். மேலிருந்து பார்க்கச் சுற்றுவட்டாரக் காடுகள் தெரிந்தன. எல்லாம் மொட்டைக்காடுகள். பனைகள்கூட அவ்வளவாக இல்லை. அதிசயமாக ஒன்றிரண்டு தென்னைகள் இருந்தன. சுற்றிலும் ஐந்தாறு இடங்களில் குடியிருப்புகள் தெரிந்தன. ஒரே ஊரில் இரண்டு இடங்களில் குடியிருப்புகள் இருப்பதையும் பார்த்தான். இந்தப் பக்கம் ஆளுக்காரர்கள் இருப்பதாகத் தெரியவில்லை. கிழக்கத்திக் குடியானவர்களின் நிலையே கஷ்டம் என்றால் அவர்களை நம்பியிருப்பவர் நிலை அதைவிடக் கஷ்டமாகவே இருக்கும் எனத் தோன்றியது. எப்படியும் கூலி வேலைக்கு ஆள் பிரச்சினை இல்லை. ஆனால் இப்போதைக்கு ஆள் வைத்து வேலை செய்யக்கூடாது. வரும்படி ஒன்றும் இல்லாமல் கூலி கொடுத்தால் எல்லாம் காலியாகிவிடும். வீட்டு ஆட்கள் உழைத்தால் போதும். குப்பன் கூடவே இருக்கிறார். அவருக்கு இதுவரை கூலி என்று எதுவும் பேசவில்லை. மாமனாரைக் கேட்டு வருசத்திற்கு ஏதாவது கொடுத்துவிடலாம் என நினைத்தான்.

ஆளண்டாப் பட்சி 151

ஆட்டூரில் எங்கும் பனைகளாக இருக்கும். சாரிசாரி யாகப் பனைகளைப் பார்க்கலாம். நீர் வளமில்லை. வெகு ஆழம் தோண்டினால் நாளுக்கு ஒரு செரவு பாயும் அளவு நீர் கிடைக்கும். அதனால் மேட்டுக்காட்டுப் பயிர்கள்தான் அதிகம். அதற்குத் தகுந்த மாதிரி அங்கிருக்கும் கரடும் முழுக்கப் பாறைகளால் ஆனது. அதில் பட்டுத் தெறிக்கும் அனலின் வெம்மை வெகுதூரம் வரைக்கும் வீசும். ஆனால் இங்கே நீர்வளம் இருக்கிறது. எந்த இடத்தில் தண்ணீர் குடித்தாலும் துளி கரிப்பு இல்லை. எல்லாம் மேகிணறுகள் தான். ராட்சசக் கைகொண்டு மண்ணை அள்ளி எடுத்தவை. 'கேணிகள்.' இன்னும் கொஞ்சம் ஆழம் தோண்டினால் போதும். நீர் கரை புரண்டோடும். வெள்ளாமைக்குப் பஞ்சமே இருக்காது. ஆனால் மொட்டைக்காடுகளாய்ப் போட்டு வைத் திருக்கிறார்கள். திருத்திப் பயிர் செய்ய வேண்டும். மேலிருந்து தன்காடு தெரிகிறதா என்று பார்த்தான். அதற்குள் 'தன்காடு' ஆகிவிட்ட மனதின் வேகம் நினைத்துச் சிரிப்பு வந்தது. நன்றாகத் தெரிந்தது.

வெண்மணல் ஓடும் வண்டித் தடத்தையே பிடித்துக் கொண்டு நகர்ந்தால் முடிந்து திரும்பும் அந்த வளைவைச் சட்டென எட்ட முடிகிறது. கீழ்ப்பாகப் பள்ளத்து முள்மரங்கள் அடர்ந்து தெரிகின்றன. அந்தப் பகுதி முழுவதையும் வெள்ளாமை செழிக்கும் பசுங்காடாய்க் கற்பனை செய்யச் சந்தோசமாக இருந்தது. கருங்கரட்டு மஞ்சாமி. பெருந்தலையும் அகண்ட முகமும் விழித்த கண்களும் புடைத்த நாசியும் பருத்த உதடுகளும் மெல்லிய சிரிப்பும் செழித்த கன்னங்களும் அடர்ந்த காதுகளும் குறுகிய கழுத்தும் திண்டுக் கைகளும் பரந்த மார்பும் சற்றே எழும்பிய வயிறும் திரண்ட கால்களும் விரிந்த பாதங்களும் என வாரி அணைத்துக்கொள்ளும் தோற்றத்தில் சாமி. உதடுகளில் கோடுபோல் பிரிந்த சிரிப்பு. ஈட்டியை நேராகப் பிடித்து நின்றார். சின்னக் கோயில். விளக்குக்கூடம் போல இருந்தது. பூசாரி யாரையும் காணோம். உள்ளே போய் நின்று பாதங்களைத் தொட்டுக் கும்பிட்டான். முன்னால் இருந்த தட்டத்தில் மூன்று காசுகளைப் போட்டான். ஐந்து பைசா, மூன்று பைசா, இரண்டு பைசா. மொத்தம் பத்துப் பைசா. 'என்னமோ காசப் போடறானேன்னு நெனச்சராத சாமீ. எல்லாத்தையும் கூடிவர வெய்யி. உம்மனசு குளிரச் செய்யறன்' என்று வேண்டினான்.

பொழுது கிளம்பிப் பளிச்சென அடித்தது. திருநீற்றை நெற்றியில் பூசிக்கொண்டு தட்டத்தில் கட்டிப் போட்டிருந்த திருநீற்றுப் பொட்டலம் ஒன்றை எடுத்துக்கொண்டான்.

பூசாரி இருந்திருந்தால் பூவாக்குக் கேட்டிருக்கலாம். பேசி முடித்துக் கூடி வருவதால் பூவாக்குக்கூட வேண்டாம் எனப் சாமி தவிர்த்துவிட்டார் போல. கரட்டைச் சுற்றிப் போகும் தடங்களையும் ஊர்கள் இருக்கும் இடங்களையும் பார்த்துக் கொண்டான். காட்டுக்குள் இருந்தாலும் தனி இல்லை. எல்லாப் பக்கமும் ஊர்கள் இருக்கின்றன. ஒருசத்தம் கொடுத்தால் நாலாப்புறமும் நன்றாகக் கேட்கும். பக்கத்து ஊர்களில் எல்லாம் கொஞ்சம் பேரைப் பழக்கப்படுத்திக் கொள்ள வேண்டும். ஏறியதைவிட வெகுவேகமாகக் கீழே இறங்கிவிட்டான்.

குளித்து முடித்து மேயும் மாடுகளைப் பார்த்தபடி உட்கார்ந் திருந்தார் குப்பன். நீட்டிய அவர் கையில் திருநீற்றைக் கொட்டி னான். அவர் நெற்றி முழுக்க நிறையும்படி பட்டை தீட்டிக் கொண்டார். 'கரட்டுச்சாமீ. எந்த விங்கனமும் இல்லாத காப்பாத்தி உடய்யா' என்றார். அடிவாரத்தில் கீற்று வேய்ந்த கடைகள் நான்கைந்து இருந்தன. அதில் ஒன்று இப்போது திறந்திருந்தது. டீக்கடை. அங்கே போனார்கள். இரண்டு மூன்று பேர் இவர்களையே பார்த்துக்கொண்டு உட்கார்ந்திருந் தார்கள். டீக்கடைக்காரர் நல்ல எவாரி போலத் தெரிந்தார். 'ரண்டு டீ குடுங்க' என்று சொல்லிவிட்டு வெளியே இருபக்கமும் இருந்த பெஞ்சொன்றில் முத்து உட்கார்ந்தான். முத்துவை ஏற இறங்கப் பார்த்துவிட்டு 'என்ன ஆளு?' என்றார் கடைக்காரர். 'மேக்கத்திக் குடியானவருங்க' என்றான் முத்து. இப்படிச் சொல்வது இப்போது பழகிப் போயிருந்தது. கடை வாசலுக்கு வெளியே தடத்திலேயே நின்றிருந்த குப்பன் 'நான் சாமீயூட்டு ஆளுங்க' என்றார். 'அந்தப் பக்கம் மூங்கில்ல கொட்டாங்குச்சி செருவியிருக்கும். எடுத்துக் கழுவிக்கிட்டு வா' என்று குப்பனைப் பார்த்துச் சொன்னார் கடைக்காரர். குப்பன் போனார். இரண்டு மூன்று தேங்காய்த் தொட்டிகள் செருகியிருந்தன. அவற்றைத்தான் கொட்டாங் குச்சி என்று சொல்கிறார்கள் என்பது பார்த்த பின்னரே புரிந்தது.

அதற்கப்புறம்தான் பெஞ்சில் உட்கார்ந்திருந்தவர்கள் பேசத் தொடங்கினார்கள். எல்லாருக்கும் பட்டும் படாமல் பதில் சொன்னான் முத்து. சிக்கூர், வள்ளூர், மொட்டூர், என்னும் ஊர்கள் கரட்டைச் சுற்றி இருப்பவை என்பதைத் தெரிந்துகொண்டான். எல்லா ஊர்களுக்கும் அடிவார டீக்கடைதான். சூடான டீ வயிற்றுக்குள் இறங்கவும் புதுத் தெளிச்சி வந்த மாதிரி இருந்தது. மாடுகளுக்குத் தண்ணீர் காட்டி முடித்து வண்டியைப் பூட்டிக் கிளம்பினார்கள். 'இது என்னங்க சாமீ... கழிநித் தண்ணியச் சூடு

பண்ணுனாப்பல இருக்குது. இதுக்குப் போயிப் பாஞ்சு பைசா வாங்கறாங்க' என்று குப்பன் சொல்லவும் முத்து சிரித்தான். அவருக்கு டீ பிடிப்பதேயில்லை. அவன் சொல்லும்போது மறுக்கக்கூடாதே என்றுதான் குடிக்கிறார். 'குடிச்சுப் பழகிட்டா அப்பறம் சாராயங்கூட இதுக்கு உட்டது தான்னு சொல்லுவ குப்பணா. வண்டி ஓட்டறப்பப் பாக்கோணுமே. ஒவ்வொருத்தன் சோறில்லாதகூடக் கெடந்திருவான். டீ இல்லாத இருக்க மாட்டானுங்க. எனக்கே இப்பப் புடிச்சுப் போச்சுன்னாப் பாத்துக்கவேன்' என்றான் முத்து.

அவர்கள் வந்து சேர்ந்தபோது ஊர்ச்சாவடிப் பக்கம் பெரிய கும்பல் நின்றிருந்தது. வண்டியைப் பார்த்ததும் 'அதா வர்றாங்கப்பா' என்றான் ஒருவன்.

21

நாட்டாமை முன்னால் விரைந்து வந்து 'எங்க போயிட்ட? கழனிக்கு அதிக வெல குடுத்திட்டீன்னு ரண்டு மூனு போக்கத்த பசவ சொன்னதனால ஆருகிட்டயும் சொல்லாம கொள்ளாம இருட்டோட இருட்டாக் கெளம்பிப் போயிட்டன்னு இங்க ஒரே ரச்சையாப் போச்சு' என்று சொல்லிக் கைகளைப் பிடித்துக்கொண்டார்.

'எங்க வம்சத்துல பேச்சுத் தவற மாட்டங்க. ரண்டு பேரு சொன்னா எனக்குப் புத்தி எங்க போச்சுங்க? இந்தக் கரட்டுச்சாமிய நம்பித்தாங்க நான் காடு வாங்கறன். அவங்கிட்டப் போயிப் பாத்துச் சொல்ல வேண்டாங்களா? அதான் இருட்டா இருக்கவே கெளம்பிப் போனங்க. ஆள வரச் சொல்லுங்க. அச்சக் கெரயம் குடுத்துட்டு மணியாரரப் பாத்து அளவு போட வரச் சொல்லலாம். எத்தன சீக்கிரம் கெரயம் பண்றமோ அத்தன சீக்கிரம் எனக்கு நல்லதுங்க. ஊட்ட உட்டு வந்து இன்னையோட பனன்டு பகலும் பனன்டு ராத்திரி யும் ஆயிருச்சி. இரவத்தி நாலு நாளுன்னு எங்கூட்டுல கணக்கு வெச்சிக்குவாங்க. அவங்களப் போயிப் பாத்தாத் தான் எனக்கு நிம்மதி' என்று சிரித்தபடியே சொன்னான் முத்து.

வெள்ளையன் அண்ணன் தம்பிகள் எல்லாரும் இருந்தார்கள். சாவடியில் இருந்து அதிக விலை கொடுத்து வாங்கிவிட்டதாகச் சொன்னவர்களிடம் சண்டை போட்டிருப்பார்கள் போலத் தெரிந்தது. அங்கிருந்த ஆட்களின் முகங்களில் அதற்கான அறிகுறிகள் இருந்தன. எப்படியும் ஆளை விடக்கூடாது என்பதில் அவர்களும் கவனமாக இருக்கிறார்கள் என்று தோன்றியது. மூக்கன்

இப்போது தெளிவாக இருந்தான். ஒரு வார்த்தை பேசவில்லை அவன். ஆயிரத்து எழுநூறையும் எப்படி எப்படிப் பங்கிடலாம், என்னென்ன செய்யலாம் என விடிய விடியப் பேசியிருப் பார்கள். ஒரு முடிவுக்கும் வந்திருப்பார்கள். விடிந்து சாவடியில் பார்த்தால் வண்டி இல்லை. நாட்டாமை வீட்டுத் திண்ணயில் படுத்திருந்த முத்துவைக் காணோம். ஆள் ஓடிவிட்டான் என்று முடிவு செய்து தம் திட்டங்கள் வீணாய்ப் போனதற்குக் கவலைப்பட்டுத் திட்டியிருப்பார்கள். முத்துவும் குப்பனும் புறப்பட்டபோது சாவடியில் தூங்கிக்கொண்டிருந்த ஒருவரும் எழுந்திருக்கவில்லை. நாட்டாமைக்குப் பத்து ரூபாய் போய் விட்ட வருத்தம் மிகுந்திருக்கும். இப்போதைய அவருடைய வயதுக்குப் பத்து ரூபாய் மிக அதிகமான வருமானம். முத்துவின் வருகையால் எல்லாம் இயல்பாயிற்று.

அன்றைக்குக் குப்பன் களி கிளறவில்லை. இருவருக்குமே நாட்டாமை வீட்டுச் சாப்பாடு. குப்பன் சாவடியோடு நின்று கொண்டதால் முத்துவே கொண்டுவந்து போட்டார். நெல்லஞ்சோறும் கறிக் குழம்பும். கோழி அடித்திருந்தார்கள். கறிச்சாறுதான் என்னமோ மாதிரியிருந்தது. கெட்டியாகக் கொள்ளுப்பருப்புப் பிசைந்து தின்கிற மாதிரி. சாந்து அரைத்துக் கறியோடு கலந்து அள்ளிக் குடிக்கிற மாதிரி பக்குவத்தில் வைத்திருந்தால் கோழி என்னமாய் ருசியாக இருந்திருக்கும். முத்து மீது நல்ல அபிப்ராயம் இருந்ததால்தான் இந்த உபசாரம். மிகவும் நன்றாக இருக்கிறது என்று சொல்லியும் எப்படி வைத்தீர்கள் என்று கேட்டும் சப்புக் கொட்டியபடி முத்து தின்றான். ‘கோழிக் கொழம்பு வெக்கற அன்னிக்கு நெல்லுச் சோறு ஆக்குவம்’ என்றார் நாட்டாமை. அவர்கள் பேசும் சொற்களும் அவனுக்குப் புதுமையாக இருந்தன. குப்பன் தின்னும்போது ‘கறிச்சாறு இல்ல இது குப்பணா. கறிக் கொழம்பு பாத்துக்க’ என்று சொல்லிச் சிரித்தான். ‘கொழம்பு குருடா இருந்தாலும் கோழி ருசியா இருக்குது சாமீ’ என்று சொல்லிச் சிரித்தார் குப்பன். ‘இன்னமே எல்லாமே அப்பிடித்தான் குப்பணா’ என்றான். ‘ஆமாங்க சாமீ... பாம்பு திங்கற ஊருக்குப் போனா நடுக்கண்டம் எனக்குன்னு உக்கோந்தரோனும் பாத்துக்கங்க’ என்றார் குப்பன்.

மணியக்காரர் வீடு நான்கைந்து ஊர் தள்ளிச் சேத்தூருக்குப் போகும் வழியில் இருப்பதாகச் சொன்னார்கள். நல்ல மனிதர் தானாம். காரியத்தைச் சீக்கிரம் முடித்துக் கொடுப்பாராம். மணியக்காரர் வேறு ஆள் என்றாலும் கிழக்கத்திக்காரர்களுக்கு சாதிக்கு அனுக்கம்தானாம். வண்டிக் கோதானத்தைக் கழற்றி நாட்டாமை வீட்டில் வைத்தான் முத்து. கோதானத்தில்

ஏராளமான பொருட்கள் இருந்தன. மண்வெட்டி, கொத்து, கடப்பாரை என்று வெள்ளாமைக் கருவிகள். அரிவாள், கத்தி, குத்தீட்டி என்று பாதுகாப்பு ஆயுதங்கள். சமையல் பாண்டங்கள் கொஞ்சம். பனை ஏறுவதற்கான அல்லக்கயிறு, பொட்டி, கால்கயிறு, சில கூடைகள், சாக்குகள். வண்டியின் அடியில் கோதானத்தைக் கட்டி அதில் கொள்ளும் அளவுக் கான பொருட்கள். முத்து எடுத்துப் போட்டவை சில. பெருமா போட்டவை சில. வண்டியின் மேல்பகுதியில் சோளத்தட்டுக் கத்தைகளைப் போட்டிருந்தார்கள்.

கோதானத்தை நாட்டாமை வீட்டுப் பின்பக்கம் வைத்த போது பலமுறை அவரிடம் 'பத்திரம் பத்திரம்' என்றான். 'இந்தப் பக்கம் திருட்டு அதிகந்தான். ஆனா இந்த நாட்டாம ஊட்டுல ஒருரூபாயக்கூட எந்த நாயும் தொடாது' என்றவர் மருமகளை அழைத்துப் பத்திரமாகப் பார்த்துக்கொள்ளச் சொன்னார். கோதானத்தின்மேல் சாக்குகளைப் போட்டு நன்றாக மூடினான் முத்து. எல்லாரும் அவனுடைய வண்டியி லேயே போனார்கள். முத்து நினைத்துக் கவலைப்பட்டதை விட வேகமாகக் காரியங்கள் நடந்தன. நடந்து முடியும்வரை அவனுக்கு முழுநம்பிக்கை தோன்றாது. அதைப் பற்றி யாரிட மும் பேசமாட்டான். பீற்றித் திரிந்துவிட்டு ஒன்றும் நடக்காமல் போனால் அதைவிடக் கேவலம் வேறில்லை. காரியம் முடிந்த பின் எதுவும் பேசலாம். அதே நினைவாகவும் பரபரப்பாகவும் இருப்பான். பெரியண்ணன் 'முத்துகிட்ட ஒப்படச்சுட்டா அவன் தூங்க மாட்டான்டா' என்பார்.

மணியக்காரரைப் பார்த்துக் காட்டை அளந்து முட்டுப் போட்டது, வில்லங்கம் பார்த்தது, பத்திரம் எழுதியது, பதிவு செய்தது எல்லாம் மூன்றே நாட்களில் முடிந்துவிட்டன. பத்திரப் பதிவுக்குக் கையொப்பம் போடும் முன் நாட்டாமை 'பணம் வந்திருச்சா' என்றார். இதோ வந்துவிடுகிறேன் என்று சொல்லிப் போனவன் சேத்தூரின் நான்கு வீதிகளைச் சுற்றி விட்டு மறுபடி வந்தான். பஸ்ஸில் சொல்லியனுப்பிப் பணம் வந்து சேர்ந்துவிட்டதாகவும் தன் சொந்தக்காரர் ஒருவர் கடையில் கொடுத்திருந்ததாகவும் சொல்லிப் பையிலிருந்து எடுத்து ஆயிரத்து எழுநூறை எண்ணிக் கொடுத்தான். பணத்தைக் கொடுக்கும்போது முத்துவின் கண்கள் கலங்கின. சமாளித்துக் கொண்டான். அதற்கப்புறம்தான் கைநாட்டு வைத்தார்கள். அண்ணன் தம்பி ஐந்து பேரும் வரிசையாகக் கைநாட்டு. 'மலையூர் ஜில்லா கரட்டூர் தாலூகா ஆட்டூர் மணற்காட்டில் வசிக்கும் ராமக்கன் மகன் முத்தண்ணன்' என்று அவன் பெயர் எழுதப்பட்டது. என்ன முயன்றாலும் தொப்புள்

கொடி உறவை அறுத்தெறிய முடியாது போலிருக்கிறதே என்று நினைத்துக்கொண்டான். சாட்சிக் கைநாட்டு வைத்தவர்களுக்கு ஐந்தைந்து ரூபாய் கொடுத்தான் முத்து. அதில் நாட்டாமையும் ஒருவர். எல்லாம் முடிந்து வெளியே வந்தபோது அவர்களின் பெண்டாட்டிகள் நின்றார்கள். ஒரே கத்தலும் கூப்பாடும். அங்கேயே பணம் பிரிபட்டது. பெண்டாட்டிகளின் கைகளுக்குப் போனதும் அண்ணன் தம்பிகள் உருவிக்கொண்டதும் என ஒரே களேபரம். நாட்டாமையால் ஒன்றும் செய்ய முடியவில்லை.

பதிவு அலுவலகத்திற்கு வெளியே அவர்கள் சொந்தக்காரக் கூட்டம் திமுதிமுவென்று நின்றது. கிட்டத்தட்ட ஊரே வந்து விட்ட மாதிரி தோன்றியது. எல்லாரையும் ஓட்டல் சோற்றுக்கு அழைத்துப் போனால் நிச்சயம் நூறு ரூபாயாவது காலியாகி விடும். வாய்மேல் கைவைத்துக் கொண்டான். இப்படியும் இருப்பார்களா? நெருங்கிய சொந்தம் என்று நான்கு பேரைக் கூட்டி வந்திருந்தால் போதாதா? காடு விற்பது சந்தோசமான விஷயமா? கிடா விருந்து போல நடக்கிறது. முத்துவையும் குப்பனையும் அழைத்தார்கள். முத்து முணுமுணுத்தான். நிலம் விற்ற காசில் தின்றால் உடலில் ஒட்டாது. நாட்டாமை வற்புறுத்திக் கூட்டிப்போனார். குப்பன் அன்றைக்குத்தான் முதன்முதலாக அப்படியொரு ஓட்டல் கடைக்குள் நுழைந் தான். முத்துதான் பதற்றப்பட்டானே தவிர வெள்ளையன் குடும்பமோ வந்திருந்தவர்களோ கவலைப்பட்டதாகவே தெரிய வில்லை. நாட்டாமையோடு ஒருபக்கம் உட்கார்ந்து முத்து சாப்பிட்டான். அவனுக்குப் பக்கத்தில் சரிசமமாக நாற்காலியில் உட்காரக் கூச்சப்பட்ட குப்பன் ‘நான் அங்க உக்காந்துக்கறன் சாமி’ என்று தனியாகப் போய்விட்டார். சோறும் குழம்பும் நன்றாகவே இருந்தன. சின்னத் தட்டில் கறி வைத்தார்கள். இப்படித் தின்றால் உடம்பில் ஒட்டுமா? எல்லாரையும் பார்த்தான். மிகவும் கலகலப்பாகவும் ரசனையோடும் சாப்பிட்டுக்கொண்டிருந்தார்கள். ஒரு முகத்திலும் சங்கடம் தெரியவில்லை. எல்லாப் பணத்தையும் போக்கிவிட்ட பின் அந்தக் கோபம் எல்லாம் தன்மேல் தான் திரும்பும் என முத்து நினைத்தான். அவர்களை அடித்துப் பிடுங்கிக்கொண்ட மாதிரி சொல்வார்கள். வெறிப்பார்வை வந்துவிடும். வேறே தேனும் பிரச்சினையும் செய்யலாம். அப்படி ஒரு சந்தர்ப்பம் வரும்போது என்ன செய்ய வேண்டும் என்று மனம் யோசிக்கத் தொடங்கியது. அதற்குப் பிறகுதான் தைரியம் வந்து முத்து சோற்றை ருசித்துச் சாப்பிட்டான். சுவைத்துச் சாப்பிட மனமும் கொடுப்பினையும் வேண்டும் என்று அவனுக்குப் பட்டது.

❀

22

சாப்பிட்ட கிறக்கத்தோடு மாட்டுவண்டியில் ஊர் வந்து சேர்ந்ததே தெரியவில்லை. வண்டியை ஓட்டி வந்த குப்பன் ஊர்ச்சாவடி எல்லையிலேயே நிறுத்திவிட்டு 'சாமி' என்று அழைத்த பின்தான் தூக்கம் தெளிந்தது. உட்கார்ந்தபடியான தூக்கம் என்றபோதும் ரொம்ப நாட்களுக்குப் பிறகு ஆழ்ந்த தூக்கம். பையில் பணம் இல்லாமல் போனதும் கைக்குக் காடு வந்துவிட்டதும் சேர்ந்து கொடுத்த நிம்மதி. குப்பனை அங்கேயே இறக்கிவிட்டு முத்து வண்டியை நாட்டாமை வீட்டுக்கு ஓட்டினான். நாட்டாமையும் வண்டியில் வந்த மற்றவர்களும் இறங்கிக்கொண்டதும் பக்கத்தில் இருந்த ஆட்களை அழைத்துக் கோதானத்தைத் தூக்கச் சொல்லிப் பழையபடி வண்டியடியில் கட்டினான். 'என்ன இன்னைக்கே ஊருக்கா?' என்றார் நாட்டாமை. 'காத்தாலக்கிப் போலாமின்னு இருக்கறங்க' என்றான் முத்து.

'ஊருக்குள்ள ஊடு எதும் பெரிசா இல்ல. ரண்டு மூனு சின்னச்சின்னது இருக்குது. குடும்பத்தக் கூட்டி யாந்து இப்பத்திக்கி இதுல வெச்சிட்டீனா அப்பறம் கொஞ்சம் பெரிசா ஊடு பாத்துக்கலாம். கொடக்கூலி கம்மியாத்தான் வரும். எப்படியோ நம்மூரு ஆளாயிட்ட. பக்கத்துல பக்கத்துல தெனமும் பாத்துக்கலாம்' என்று சந்தோசமாகப் பேசினார் நாட்டாமை. அவரை வீட்டுக்குப் பின்பக்கம் கூட்டிப்போய் கையில் பத்து ரூபாயைக் கொடுத்தான். தயங்கிய கையைப் பற்றி இழுத்து அழுத்தமாய் ரூபாயை வைத்தான். அவர் முகத்தில் களை கூடியது. 'வெளியூர்க்காரனுக்கு இத்தன

உதவி பண்ணீருக்கறீங்க. உங்களுக்கு எவ்வளவோ செய்யோனும். என்னால முடிஞ்சது இதுதான். பொறுத்துக்கங்க' என்று சொல்லிவிட்டுச் சிரித்தான்.

"வாடவைக்கு ஊடு எதும் பாக்க வேண்டாங்க. நமக்கு இப்படி ஊருக்குள்ள கசகசன்னு இருந்து பழக்கம் இல்லீங்க. காட்டோட போயி ஒரு கொட்டாயி போட்டுக்கிட்டு இருந் திருவங்க" என்றான். முத்துவை ஒருமாதிரி பார்த்தார் நாட்டாமை.

"கழனில தனியாவா? பிள்ள குட்டியெல்லாம் வெச்சிக் கிட்டு எப்பிடி?"

"அதெல்லாம் எங்களுக்குப் பழக்கந்தாங்க."

"இல்ல நீ செய்யறது செரியில்ல. திருட்டுப் பெரட்டு இங்க ஜாஸ்தி. கொலகூடப் பண்ணீருவானுங்க. படுபாதக னுங்க."

"நம்மகிட்ட என்ன இருக்குங்க? இருந்தது எல்லாத்தையும் இந்தக் காட்டுக்குக் கொட்டீட்டங்க. இன்னமே காட்டுலருந்து எதுனா சம்பாரிச்சாத்தான். சம்பாரிக்கற காலத்துல திருட்டுப் பெரட்டப் பாத்துக்கலாங்க."

உடனே அவர் உள்ளேபோய் மகனையும் மருமகளையும் அழைத்து வந்தார். 'இவரு சொல்லறதக் கேளு' என்று காட்டில் குடியிருக்கப் போகும் விஷயத்தைச் சொன்னார். அவர்களும் முத்துவுக்கு என்னென்னவோ சொன்னார்கள். 'வேற ஆளுங்ககூட எப்பிடி இருக்கறதுன்னு நெனக்கறயா. நாங்களும் குடியானவங்கதான். உனக்கு ஒரு பிரச்சினையும் இல்லாத பாத்துக்குவம்' என்றார்கள்.

தெருவில் பெரிய கூட்டமே கூடிவிட்டது. பாம்பு பயம் காட்டினார்கள். பேய் பிசாசைச் சொன்னார்கள். ஒன்றுக்கும் முத்து மசியவில்லை. பொழுது மேற்கே சாய்வதைப் பார்த்துக் கொண்டிருந்தான். பொழுதிறங்குவதற்குள் காட்டுக்குப் போய்ச் சில வேலைகளை முடித்துவிட வேண்டும் என்றும் திட்டம் வைத்திருந்தான். இந்த ஆட்கள் அதற்கு விடமாட்டார்கள் போலிருக்கிறது எனச் சங்கடப்பட்டான். சிரித்தபடி மெதுவாக வண்டிக்கு நழுவினான். 'இப்பவே ஊருக்கா?' என்றார் நாட்டாமை. 'இப்பக் காட்டுக்குத்தாங்க போறன். நாளக்கிக் காத்தாலக்கிச் சேத்தூரு போயிப் பஸ்சுல ஊருக்குப் போறன். குப்பன் இங்கதான் இருப்பாங்க. கொஞ்சம் பாத்துக்கங்க. ரண்டு மூனு நாள்ல நான் வந்திருவன்' என்றான்.

"குடும்பத்தோடவா?"

"இல்லீங்க. போன மனசன் என்ன ஆனான்னு தெரிய லீன்னு பாத்துக்கிட்டு இருப்பாங்க. சேதியச் சொல்லீட்டு வந்துருவங்க. அப்பறம் கொட்டாயிகீது போட்டு ஒரு ஏற்பாட்டப் பண்ணிட்டுத்தான் குடும்பத்தக் கூட்டியாரோ னுங்க."

"இன்னக்கி ராத்திரிப் படுக்க இங்க வந்திரு."

"இன்னைக்கே காட்டுலதாங்க படுக்க. நாளக்கிக் குப்பன் வந்து சாவடிக்கிட்ட வண்டிய உட்டுட்டுப் படுத்துக்குவாங்க. அவனப் பாத்துக்கங்க" என்று சொல்லியபடியே மாட்டை ஓட்டினான்.

அதற்குமேல் அங்கே இருந்தால் பதில் சொல்லி முடியாது. காட்டிலே போய் வேலைகளைச் செய்துவிட்டுப் பொழுதிறங் கும் முன் ஊருக்குள் வந்து வீடடையும் அவர்கள் பழக்கத் திற்கு எதிரானது என்றதும் அதிசயமாக இருக்கிறது. இன்னும் எத்தனையோ அதிசயங்களைப் பார்க்கப் போகிறார்கள் என்று அவனுக்குத் தோன்றியது. போகப்போக எல்லாம் சாதாரணமாகி விடும். குப்பனிடம் விஷயத்தைச் சொல்லிச் சிரித்துக்கொண்டே வண்டியை ஓட்டினான். குப்பனுக்கு வீடு வளவுக்குள்தான் என்றாலும் அவன் இருப்பு முழுவதும் காட்டில்தான். அதனால் காட்டில் இருப்பது அவருக்குப் பிரச்சினையே இல்லை. பொழுது இன்னும் நன்றாகவே இருந்தது.

காட்டுக்குள் வண்டியை நிறுத்தி மாட்டை அவிழ்த்துக் கட்டியபின் காட்டை முழுதுமாகப் பார்த்தான். கண் எட்டும் தூரத்தைத் தாண்டி முட்டுக்கல் இருந்தது. இவ்வளவு காடும் தன்னுடையது என்று நினைக்கப் பெருமிதமாயிருந்தது. மாடுகள் மேயட்டும். கோதானத்திலிருந்து மண்வெட்டி, கடப்பாரையை எடுத்தான். 'கூடைய எடுத்துக்க குப்பணா' என்றான். ஏதோ வேலை தொடங்கப் போகிறான் என்பது மட்டும் குப்பனுக்குத் தெரிந்தது. என்னவென்று புரியவில்லை. பல வேலைகளை அவன் தொடங்கும்போதுதான் இன்னதென்று விளங்கிக்கொள்ள முடியும். மனதுக்குள்ளேயே திட்டமிட்டு வைத்திருப்பான். காடு அளவு போடும்போது இடைஞ்சலாக இருந்த சில முட்களை வெட்டிப் போட்டிருந் தார்கள். பட்டா நிலத்தின் எல்லையைத் தாண்டி வெகுதூரம் கடந்துதான் பள்ளத்து ஓடை.

"குப்பணா... மணியாரர்கிட்டத் தனியாப் பேசியிருக்கறன். நம்ம காட்டுக்கும் கீழ பள்ளத்து வரைக்கும் நெடுவ மூனு

ஏக்கரா அறவத்தி நாலு செண்டு பொறம்போக்கு இருக்குது. அதப் பட்டாப் பண்ணிக் குடுக்கச் சொல்லிக் கேட்டிருக்கறன். பத்தரம் வரட்டும், அப்பறம் வாங்க, மொதல்ல அனுபோகத்துல இருக்கறாப்பல தீர்வ கட்டி ரண்டு மூனு வருசத்திக்கு வெள்ளாம வைங்க, அப்பறந்தான் பட்டாப் பண்ணமுடியுன்னு சொல்லி யிருக்கறாரு. நான் ஊருக்குப் போயிட்டு வந்து அதப் பாத்துக்கறன். அதுல துண்டு வர்ற அறவத்தி நாலு சென்ட உம்பேருக்குத் தீர்வ கட்டி நாளைக்குப் பட்டா வர்றப்ப உனக்கே வாங்கிக் குடுத்தர்றன். உனக்கும் ஒரு சொத்துன்னு இருக்கும். தங்காளக் கூட்டியாந்தும் வெச்சுக்கலாம். உம்பசவ ஆராச்சும் வர்ரதுன்னாலும் இங்க வந்து இருந்துக்கலாம்" என்று தன் திட்டத்தைச் சொன்னான்.

காட்டுக்குக் கீழே முள் அடர்ந்து கிடந்த நிலத்தைப் பார்த்ததும் அளக்கும்போதே முத்துவுக்கு அந்தத் திட்டம் வந்து விட்டது. என்றாலும் இப்போதுதான் குப்பனிடம் சொன்னான்.

"எனக்கு இன்னமே என்னங்க சாமீ... சாகற வரைக்கும் உங்க காலக் காத்துக்கிட்டு இங்கயே கெடக்கறன். சொத்தெல் லாம் எனக்கெதுக்குங்க சாமீ... சொத்து வெச்சுப் பொழைக்கற ஆளா நாங்க சாமீ..."

"குப்பணா... அவ்வளவு தூரம் கூட்டிகிட்டுப் போனாரு... என்ன குடுத்தாருன்னு உங்க சனமே ரண்டு வார்த்த சொல்லும். எதுக்கு அந்தப் பேச்சு? இந்தப் பக்கம் உங்காளுங்க கூட்டம் இருக்கறாப்பல தெரீல. நாளக்கி நம்ம வெள்ளாம பெருகி ஆள் தேவப்பட்டுதுன்னா விருப்பப்படற உம்பசவள இங்க கூட்டியாரலாம். உங்களுக்குன்னு எடமிருந்தாப் பிரச்சின இல்ல. பொறம்போக்கு நெலம். பட்டாப் பண்ணித் தர்றதுக்கு ஏற்பாடு பண்றன். அவ்வளவுதான்" என்றான் முத்து.

"உங்கள மீறி நானென்ன சொல்லப்போறன் சாமீ... எல்லாம் உங்க பிரியந்தான் பாத்துக்கங்க" என்று ஒருவழியாய் ஒப்புக்கொண்டார் குப்பன்.

பேசிக்கொண்டே முள் மரங்களுக்குள் புகுந்து ஓடையின் மையப்பகுதிக்கு வந்திருந்தார்கள். நீர் ஓடிக் காய்ந்த தடம் தெரிந்தது. மழைக்காலத்தில் ஒரு மார் அளவுக்கு நீர் ஓடும் பகுதியாகத் தோன்றியது. ஓரிடத்தில் அகண்ட குழி ஒன்றில் நீர் தேங்கி நின்ற தடயம் இருந்தது. அந்தக் குழியின் நடுப் பகுதியில் கடப்பாரையை ஊன்றினான். 'கரட்டுச்சாமி... இந்தக் காட்ட நீ குடுத்த பொதையல்னு நெனச்சிருக்கறன்.

தவிச்ச வாய்க்கு மொதல்ல தண்ணி வேணும். நாக்க நனச்சுக்கற அளவுக்குன்னாலும் தண்ணியக் காட்டோனுமய்யா' என்று சத்தமாகச் சொல்லிக் கீழே தொட்டுக் கும்பிட்டான். குப்பன் கண்களில் மின்னும் நீர்த்தாரை தெரிந்தது. அவரும் விழுந்து கும்பிட்டார். நீர்க்குழியின் மையத்தைக் குறிவைத்துக் கடப் பாரையை இறக்கினான். பொதுபொதுவென்று பாதிக் கடப்பாரை அளவுக்கு உள்ளே இறங்கியது. கண்ணில் திருப்தி காட்டினான். குப்பனும் சந்தோசமாகப் புன்னகைத்தார். அதற்கப்புறம் இருவரும் ஒரு வார்த்தைகூடப் பேசவில்லை. கடப்பாரையால் நன்றாகக் குத்திவிட்டு முத்து நிற்கக் குப்பன் மண்வெட்டியால் மண்ணை அள்ளிக் கூடையில் போட்டார். இருவரும் கைப்பிடித்துத் தூக்கி எட்டும் தூரத்தில் கொட்டி னார்கள்.

நீர் பல காலமாகத் தேங்கியிருந்தாலும் மண் சரளை வாகு. மேலே காய்ந்து தெரிந்தாலும் உள்ளே ஈரத்தின் சுவடுகள் இருந்தன. கடப்பாரை குத்திக் குத்தி மண்ணைச் சாய்த்தது. கட்டியாகப் பிளந்து உதிர்ந்தது மண். குப்பன் குனிந்த முதுகை நிமிர்த்தவே இல்லை. வாரி வாரிப் போட்டார். கூடை நிறைந்ததும் கைப்பிடிக்க நிமிர்ந்தார். குழி இறங்க இறங்க நீர்த்தடம் நன்றாகவே தெரிந்தது. மூன்றடிச் சதுர அளவுக்கு முழங்கால் வரை தோண்டியதும் நம்பிக்கை வந்தது. இன்னும் உற்சாகத்தோடு கடப்பாரையை இறக்கினான் முத்து. பொழுது இன்னும் கொஞ்ச நேரம் இருந்தால் பரவாயில்லை. நாட்டாமை வீட்டில் அதிக நேரமாகிவிட்டது. இல்லாவிட் டால் இந்நேரம் தண்ணீரைப் பார்த்திருக்கலாம். பத்துப் பன்னிரண்டு நாட்களாக அவ்வளவாக வேலை செய்யாமல் இருந்த காரணத்தால் மூச்சு வாங்கியது முத்துவுக்கு. அதற்காக நிறுத்தக் கூடாது. அதனோடு தொடர்ந்தால் எல்லாம் சரியாகி விடும். மேனியெங்கும் வியர்வை. அப்படியும் குத்தலை அவன் நிறுத்தவில்லை.

குப்பன் நிமிர்ந்து கடப்பாரையை வாங்கிக்கொண்டார். அவர் குத்த முத்து மண்ணை அள்ளிப் போட்டான். கடப் பாரை தூக்குவதைவிட மண்ணள்ளுவது எளிதானதுதான். சின்னக் குழிதான். இடுப்பளவுக்கு இறங்கியதும் நீர்க்கசிவு லேசாக இருந்தது. இத்துடன் விட்டால் காலைக்குள் எப்படியும் கணுக்காலளவு நீர் ஊறிவிடும். பொழுது இரக்கம் காட்டு கிறது. மஞ்சள் வெயில் சிலீரென்று அடிப்பது தெரிந்தது. முள் மரங்களுக்கு மேலாக மஞ்சள் குடை விரித்தது போன்ற தோற்றம். கடப்பாரையை முத்து வாங்கிக் குத்தினான். உருவ முடியா அளவு கடப்பாரை உள்ளிறங்கி நின்றது. அசைத்து

ஆளண்டாப் பட்சி   163

இழுத்து எடுத்தான். உடனே குப்பன் குழிக்குள் இறங்கி மண்வெட்டியால் அள்ளித் தூக்கித் தர அதை வாங்கிக் கூடையில் போட்டு மண்வெட்டியைத் திரும்பக் குப்பனிடம் கொடுத்தான். இனி மண்வெட்டியே போதும். குழி நல்ல அகலமாக இருந்தால் கூடையை உள்ளேயே வைத்து அள்ளிப் போடலாம். ஆள் நின்று மண்வெட்டியால் வெட்டி அள்ளவே சிரமம். ஒட்டுக்கூடையாக இருந்தால் கால் சந்தில் வைத்து அள்ளலாம். இப்போது அள்ளி ஒருவர் தூக்கிக் கொடுக்க மற்றொருவர் வாங்கி கொட்டுவதுதான் முடியும். ஐந்தாறு கூடைகள் அப்படி அள்ளினார்கள்.

குப்பன் உள்ளே இருந்ததால் ஒற்றை ஆளாக மண் கூடையைத் தூக்கிக் கொட்ட முடியவில்லை. லேசாக இழுத்துப் பக்கத்திலேயே சரித்தான். ஒட்டுக்கூடை ஒன்றை எடுத்துப் போட்டு வந்திருக்கலாம். என்னென்ன பொருள் தேவைப் படும் என்று யார் கண்டது? எங்கே போகிறோம் என்பதே தெரியாமல் புறப்பட்டபோது எதற்கும் இருக்கட்டும் என்று எடுத்துப் போட்டவை இந்தப் பொருள்கள்தான். வேலை வரும்போதுதான் பொருள் தேவையும் புரிகிறது. ஐந்தாறு கூடை மண்ணள்ளிக் கவிழ்த்ததும் குப்பன் தலை மட்டும்தான் மேலே தெரிந்தது. 'சாமி' என்று உற்சாகமாகக் கூவினார் குப்பன். குழிக்குள் எட்டிப் பார்த்த முத்துவுக்கு ஒன்றும் தெரியவில்லை. குழி முழுக்க இருள். வெயில் மறைந்து நிழலாய்ப் படர்ந்திருந்தது இருள். முத்து கைகொடுக்கக் குப்பன் மேலே ஏறினார்.

முத்து உள்ளே இறங்கிக் குனிந்து பார்த்தான். குனிவது சிரமமாக இருந்தது. ஆனால் நீர் கூடித் தழுவுவதைக் கால்களில் உணர்ந்தான். எப்படியும் நாளுக்குப் பத்துக்குடம் தண்ணீர் கிடைக்கும். அவசியத்தேவைக்கு எங்கேயும் போய் அலைய வேண்டியதில்லை. எட்டி ஒருகை அள்ளினான். சேறுடன் கலங்கலாக இருந்தது. வாயில் ஊற்றிக்கொண்டான். நீர் நல்ல தித்திப்பு. அவனுடைய ஊர்ப்பக்கம் இப்படிப்பட்ட சுவையே பார்க்க முடியாது. 'பெரிய கெணறா வெட்டுனம்னா நெல்லே நடலாங் குப்பணா' என்று சந்தோசக் குரலோடு குப்பனின் கைப்பிடித்துக் குழிமண் சரிந்துவிடாமல் பதமாகப் பார்த்து ஏறினான் முத்து. கிழக்கே திரும்பி 'கரட்டுச்சாமீ. நீதான் எடத்தக் காட்டுன. இப்பத் தண்ணியக் காட்டிட்ட. உன்னய நம்புன என்னக் காப்பாத்தி உடப்பா' என்று மன முருகச் சொன்னான்.

எட்டு முட்டு, பத்து முட்டு வெட்டினால்தான் லேசான நீர்க்கசிவையே பார்க்க முடியும் என்னும்படியான வறண்ட

பகுதியிலிருந்து வந்தவனுக்கு இதோ நான்கடி ஆழத்தில் தண்ணீரைப் பார்க்கும் பாக்கியம். நீரோடும் ஓடைப்பகுதி. நீர் தேங்கி நின்ற குழி. என்றாலும் உடனடித் தேவைக்கு எங்கும் குடத்தைத் தூக்கிக்கொண்டு ஓட வேண்டியதில்லை. இதையே இன்னும் கொஞ்சம் அகலமாக்கித் தோண்டினால் ஒரு செரவு பாய்க்கும் அளவுக்கு நீர் கிடைக்கும். மாடுகளுக் குத் தண்ணீர் காட்டலாம். இன்னும் அரைமணி நேரம் பொறுத்தால் சேறு தெளிந்து நீர் கருகருவென்றாகிவிடும். அதுவரை பொழுது பொறுக்காது. லாந்தரைப் பற்றவைத்துக் கொண்டு வரலாம் என்று நினைத்தான். காடு மேட்டில் திரிந்த கால்கள். லேசான இருட்டில் இந்த முள்மரங்களுக்கு இடையே வந்து போவதா சிரமம்? கூடை, கடப்பாரை, மண்வெட்டிகளோடு முள்மரங்களைத் தாண்டி வெளியே வந்தபோது இன்னும் கொஞ்சம் வெளிச்சம் பாக்கியிருந்தது. மண்ணோடு ஒட்டிய புல்லை மாடுகள் கரண்டு கொண் டிருந்தன. இந்தப் பத்து நாட்களில் மாடுகள் இரண்டும் பெரிதும் இளைத்துவிட்டன.

பாரவண்டிக்குப் போனபோது அவற்றிற்கு இருந்த கவனிப்பே தனி. நடுராத்திரி எந்த நேரத்தில் வந்தாலும் தாழியில் பருத்திக்கொட்டையும் புண்ணாக்கும் கலந்த தண்ணீர் காத்திருக்கும். பச்சைப்புல் ஒரு கத்தையாவது கொட்டா யோரத்தில் கிடக்கும். எல்லாம் பெருமாவின் ஏற்பாடு. தன் பிள்ளைகளைவிட வாயில்லாச் சீவன்களை அப்படிக் கவனிப் பாள். ஊரிலிருந்து புறப்பட்ட பின் எல்லா வேளையும் வெறுந் தண்ணீர்தான் வைக்க முடிந்தது. ரட்டூர் சந்தையில் பேருக்குப் பருத்திக்கொட்டையும் தவிடும் தின்றதுதான். வெறுந் தண்ணீருக்கே கிணறு, குளம் என்று தேடியாக வேண்டிய நிலை. சோளத்தட்டுக் கத்தைகளை வண்டியில் கொண்டு வந்திருந்தாலும் தீர்ந்துபோய்விடுமோ என்று பயந்து பயந்து போட வேண்டியிருந்தது.

தங்கும் இடங்களில் மேயவிடுவதும் அவை மேயும் நேரத்தில் குப்பனும் முத்துவும் வெட்டிச் சேர்க்கும் புற்களும் தான் அவற்றிற்கு. தண்ணீரும் ஒவ்வொரு பக்கமும் ஒவ்வொரு சுவை. குறிப்பிட்ட ருசிக்குப் பழக்கமான நாக்கு வேறொரு ருசியை ஏற்றுக்கொள்ளச் சிலநாட்கள் ஆகும். மாட்டுக்குத் தினம் ஒரு சுவை. ஒரு நாளிலேயே இரண்டு மூன்று விதமான தண்ணீர் காட்டியதும் உண்டு. அவை விரும்பிக் குடிப்பதில்லை. தாகமாக இருந்தால் நான்கு வாய் உறிஞ்சும். ஊருக்குப் போய் வந்ததும் முதலில் மாடுககளைத் தேற்ற வேண்டும் என்று நினைத்தான்.

அந்த நேரத்தில் பார்க்க வானம் ஒரு குடையாகச் சுருங்கித் தன் நிலத்தின் மேல் வந்து அமர்ந்துகொண்ட மாதிரி தெரிந்தது. கிழக்குத் திசையை நோக்கி வேகமாக ஓடினான். கோவணம் அசையத் திடுமென ஓடும் முத்துவையே பார்த்த குப்பன் 'இவனுக்குப் பித்துப் புடுச்சுப் போச்சா?' என்று நினைத்தார். வானத்தை ஓடித் தொட்டுவிடலாம் போல இருந்தது. ஓடி மண்பாதையில் வந்து நின்றதும்தான் வானம் கருங்குன்றைத் தாண்டி விரிந்திருக்கும் குடை என்று தெரிந்தது. சுற்றிலும் பார்த்தான். குடை வெகுவேகமாகத் தூரத்தில் போவது போலிருந்தது. காட்டுக்குள் வானம் சுருங்கிவிட்டதாகத் தோன்றியது வெறும் பிரமை. அதைத் தொட இன்னும் எத்தனையோ தூரம் பயணிக்க வேண்டும்.

23

பெருமூச்சுடன் திரும்பி மாடுகளின் பக்கம் வந்தான். அவன் குதித்தோடியபோது பயந்து வெறித் திருந்த மாடுகள் இப்போது இயல்பாகியிருந்தன. மாடு களை அவிழ்த்துக்கொண்டு நடந்தான். 'குப்பண்ணா... அந்தப் பித்தாளத் தூக்குப்போசியையும் அப்பிடியே எடுத்துக்கிட்டு வா' என்றான். பெரிய குண்டா, தூக்குப் போசி, கயிறு எல்லாவற்றையும் எடுத்துக்கொண்டு பள்ளம் இறங்கிப் போகும்போது பொழுது முழுதுமாக இறங்கியிருந்தது. முள்மரங்களுக்குள் அடர் இருள். வெளிப்பக்கத்திலேயே மாட்டைக் கட்டினான் முத்து. லாந்தரைப் பற்ற வைத்தார்கள். எடுத்துக்கொண்டு வந்ததோடு சரி. இன்றைக்குத்தான் பற்ற வைக்க வேண்டிய தேவை வந்திருக்கிறது. எங்கே தங்குவது என்றாலும் வெளிச்சம் இருக்கவே நின்றுவிடுவான் முத்து. இன்னும் கொஞ்ச நேரம் போனால் அடுத்த ஊருக்குச் சேர்ந்து விடலாம் என்றாலும் அவன் அவசரப்பட மாட்டான்.

லாந்தரைக் குழிக்குள் விட்டுப் பார்க்க மண்ணோடு படுத்துக்கொள்ள வேண்டியிருந்தது. உடல் முழுக்கச் சேறு. அதை அவன் பொருட்படுத்தவே இல்லை. லாந்தர் வெளிச்சத்தில் நீர் தெளிவாகத் தெரிந்தது. முழங்கால் அளவு இருக்கலாம். இது பெரிய விஷயம். தூக்குப்போசி வளையத்தைக் கயிற்றில் கட்டி உள்ளே விட்டுச் சேந்தி னான். போசி நிறைந்திருந்த நீரை அப்படியே பருகினான். இனித்துக் கிடந்தது நீர். போசி நீர் முழுவதையும் குடித்த போதுதான் தாகம் அடங்கிற்று. அப்படியே உட்கார்ந்து தேக்கம் தேறினான். குடத்தைக் குப்பன் கொண்டுவரும் வரையிலும் உட்கார்ந்திருந்தான். வந்ததும் சேந்திய போசி நீரைக் குப்பனுக்குக் கொடுத்தான்.

ஆளண்டாப் பட்சி

‘கையில ஊத்துங்க சாமீ...’ என்று குப்பன் கையைக் குவித்தார். ‘உங்காலச் சுத்தி ஊறுன தண்ணிதான குப்பண்ணா... அப்பிடியே குடி’ என்றான். தயக்கத்தோடு போசியை வாங்கி மிக உயரமாகத் தூக்கி வாயில் ஊற்றிக்கொண்டார். முத்து ரொம்ப விலக்கி வைப்பதுமில்லை. மிக அருகில் நெருங்கி வருவதுமில்லை. கேவலப்படுத்தி ஒருசொல்கூட அவரைச் சொன்னதில்லை. பெருமாவின் அப்பனும் தம்பியும் எத்தனையோ சமயங்களில் கெட்ட வார்த்தை சொல்லித் திட்டியிருக்கிறார்கள். அதற்குப் பின்னால் அனுசரனையாகவும் பேசுவார்கள். திட்டும்போது அவர்களுக்கு வேறு ஏதோ பிரச்சினை, அது இடம் மாறித் தன்மேல் வெளிப்படுகிறது என்று நினைத்துக்கொள்வார் குப்பன். பதிலாக ஒருவார்த்தையும் பேச மாட்டார். அட, குப்பனையா இப்படிப் பேசினோம் என்று அவர்களே வருந்திச் சமாதானத்திற்கு வருவார்கள். அப்போது குப்பன் தனக்குள் சிரித்துக்கொள்வார். கொம்பு தினவெடுத்த காளை அடிமரத்தில் போய் நோய்ந்து தினவைத் தீர்த்துக்கொள்ளும். மரத்திற்குச் சிராய்ப்பு ஏற்பட்டாலும் அது ஒன்றும் செய்வதில்லை. தன்னையும் அப்படி நினைத்துக் கொள்வார்.

முத்து தன்னை நடத்தும் விதம் பற்றி நினைக்கும்போதெல்லாம் குப்பன் மனம் நெகிழ்ந்துவிடுவார். ஒரு வார்த்தையும் குறைவுபடுத்துகிற மாதிரி வருவதேயில்லை. எல்லாக் குறையையும் தன்மேல் போட்டுக்கொள்வானே தவிரக் குப்பன் மேல் திருப்புவதில்லை. ‘என்ன சாமீ... தண்ணீன்னு குடுத்தீங்க. இது தண்ணியில்ல. நம்மூருத் திரநாவுக்குச் மரமேறிங்க கருப்பட்டி போட்டுக் கலக்கி ஊத்தற பானக்கம் சாமீ’ என்றார். முத்து அவர் சொன்னதைக் கேட்டு அந்தரத்தில் தன்னைத் தூக்கி வீசியது போல ஆனந்தப்பட்டான். தூக்குப்போசியில் சேந்திச் சேந்திக் குடம் நிறைத்து மாடுகளுக்குக் கொண்டுபோய் வைத்தார்கள். வழக்கத்தை விடப் பிரியமாய் மாடுகள் குடித்த மாதிரி தோன்றியது. ‘இனிமேல் இந்தத் தண்ணிதான். ருசிய உடாத புடிச்சுக்குங்க’ என்று அவற்றைத் தடவிக் கொடுத்தான் முத்து.

குழிக்கு அருகிலேயே இருவரும் தண்ணீர் வார்த்துக் கொண்டார்கள். குப்பன் சேந்தி ஊற்ற முத்து தலையோடு வார்த்துக்கொண்டான். பன்னிரண்டு நாட்களாக நீடித்த சோர்வும் கவலையும் பறந்தோடின. இந்தத் தண்ணீர் பெரிய கிணறு நிறையக் கிடந்தால் எப்படியிருக்கும் என யோசனை விரிந்தது. குதித்துத் தாவி நீராடலாம். அப்படிக் காலமும் வருமா? பெருமூச்சு வந்தது. ‘எதுக்கு சாமி இப்பிடி அடிக்கடி

பெருமூச்சு உடறீங்க?' என்றார் குப்பன். எதிர்ப்பக்கம் திரும்பிக் கோவணத்தை அவிழ்த்துப் பிழிந்து மீண்டும் கட்டிக்கொண்டு குப்பனுக்கு நீர் சேந்த வந்த முத்து 'அது பழக்கமாப் போச்சு குப்பண்ணா' என்றான். பெருமாவும் அடிக்கடி சொல்வாள்.

'கோட்டயப் புடிக்கறாப்புல கமுக்கமா ஓசிச்சு ஓசிச்சு மனசுக்குள்ளயே மருவ வேண்டியது. அப்பறம் பெரிசாப் பெருமூச்சு உட வேண்டியது... இதுதான் பொழப்பு.' அவன் மனதிற்குள் ஓடும் யோசனைகளைப் பல சமயம் அவள் கண்டு பிடித்துவிடுவாள். 'இதத்தான நெனச்ச?' என்று கேட்கும்போது எதுவும் பதில் சொல்லாமல் சிரிப்பான். ஒரு பெருமூச்சை வெளியேற்றிவிட்டால் மனபாரம் குறைந்துவிடும் அவனுக்கு. தண்ணீரைச் சேந்தி ஊற்றிக்கொண்டே இருந்தான். 'சும்மா தாராளமா ஊத்திக்க குப்பண்ணா. இது நம்ம தண்ணி. வெடிய வெடியன்னாலும் சேந்தி ஊத்தறன்' என்றான். குப்பனின் உடல் குளிர்ந்தது. மனதில் பெரிய நிம்மதி வந்தது. அவன் இனிமேல் ஒரே இடத்தில் இருக்கலாம். தனக்கும் அந்த இடத்தில் பங்கு வரும் என்பதில் சின்னச் சந்தோசம்.

இருவரும் குளித்து முடித்து மாடுகளுடன் லாந்தரை எடுத்துக்கொண்டு வண்டி நிறுத்தியிருந்த பக்கம் வந்தார்கள். அங்கே ஒரு வட்டப்பாறை சிறியதாக இருந்தது. ஒருகூடை பூட்டை கொட்டித் தாம்பு கட்டலாம். அதன்மேல் பாண்டங் களை வைத்துக் குப்பன் களிக் கிளறும் வேலையைத் தொடங்கி னார். மாடுகளுக்குப் புல்வெட்ட இன்று முடியவில்லை. கொஞ்சமாக இருந்த சோளத்தட்டில் இரண்டு கத்தைகளை எடுத்துப் போட்டான் முத்து. வெளிச்சம் இருந்திருந்தால் மாடுகளுக்கும் தண்ணீர் ஊற்றிவிட்டிருக்கலாம். காலையில் குப்பனை முதலில் அந்த வேலையைச் செய்ய சொல்ல வேண்டும். மாட்டின் முதுகில் தட்டிக் கொடுத்தான். வலத்து மாடு வாலை மடித்துக் குதித்தது. காடு கிரயம் பண்ணிய செய்தி அதற்குத் தெரியுமா? இந்த ஊரைக் காட்டிக் கொடுத்தது அதுதான். நடந்த வேலையும் அதற்குத் தெரிந்திருக்கும். முன்னால் போய்த் தீனி தின்றுகொண்டிருந்த அதன் முகத்தை நிமிர்த்திக் கன்னத்தோடு இழைத்துக்கொண்டான். நாக்கை நீட்டி அவன் கன்னத்தைத் தடவியது. இடத்து மாடு பார்த்துக் கொண்டேயிருந்தது. அதன் முகத்தையும் நிமிர்த்திச் சின்ன முத்தம் பதித்தான்.

வண்டி ஏர்க்காலில் உட்கார்ந்தவனுக்கு இந்த இரவில் சாராயமோ கள்ளோ கிடைத்தால் நன்றாக இருக்கும் என்று தோன்றியது. காட்டில் இருந்தபோது தினம் ஒரு சொப்புக்

கள்ளாவது குடித்துவிடுவான். பருவம் இல்லாதபோது வம்புப் பாளைகளில் ஊறும் கள் அவனுக்கு வருசம் முழுக்கக் கிடைக்கும். பாரவண்டிக்குப் போன பின்னால் கள்ளுக்கு வாய்ப்பில்லை. சாராயம் வாங்கிப் பாட்டிலில் கொட்டாய்க்குப் பின்புறமாக மறைத்து வைத்திருப்பான். ராத்திரி வந்தபின் சின்னக் குவளை குடித்துவிட்டுத் தூங்கப்போவான். பெருமாவுக்கு அவன் வைக்கிற இடம், குடிப்பது எல்லாம் தெரியும். தெரியாத மாதிரி நடந்துகொள்வாள். கஷ்டப்பட்டு வேலை செய்கிற ஆம்பிளை, குடித்துவிட்டுப் போகட்டும். அதிகப் போதை ஏறிவிட்டால் அவனுக்கு நினைவு தப்பிவிடும். என்ன செய்கிறோம் என்று தெரியாது.

பொங்கிதான் அடிக்கடி கேலி செய்வான், ‘சாராயப் பாட்டல மோந்து பாக்றதோட நீ நிறுத்திக்கடா. ஊத்திக்கிட்டயின்னா நீ மனசனே இல்ல.’ அவனுக்கும் அதுதான் பயம். தொடாமலே இருந்துவிட்டால் பிரச்சினை இல்லை. தொட்ட பின் அளவோடு நிறுத்த முடியாது. பெருமாவே ஒருமுறை பயந்து போனாள். போதும் என்று சொல்ல வந்தவளைக் கட்டிப் பிடித்து ‘ஒருவாய் குடி ஒருவாய் குடீ’ என்று கட்டாயப் படுத்தத் தொடங்கிவிட்டான். ‘ஆம்பள குடிச்சாலே ஊடு வெளங்காது. பொம்பளயும் குடிச்சா அவ்வளவுதான். கூண்டோட குடும்பமே கைலாசம் போக வேண்டியதுதான்’ என்று சொல்லியும் அவன் கேட்கவில்லை. வலுக்கட்டாயமாய் அவனைப் பிடித்துக் கீழே தள்ளிவிட்டுப் போனாள். மறுநாள் அவள் பேசவேயில்லை. என்ன செய்தோம் என்று அவனுக்குத் தெரியவில்லை. யோசித்துப் பார்த்தும் நினைவு வரவில்லை. வேறு வழியியல்லாமல் அவளிடம் சரணடைந்தான். அதிலிருந்து அளவோடு குடிக்கிறானா என்று பார்த்துக்கொண்டிருப்பதோடு சரி. அளவு அதிகமாகிற மாதிரி தெரிந்தால் வந்து சட்டென்று பிடுங்கி வைத்துவிடுவாள்.

சாயங்காலமே ஞாபகம் வந்திருந்தால் நாட்டாமையிடம் கேட்டுக் கொஞ்சம் வாங்கி வந்திருக்கலாம். இப்போதுகூட ஒன்றுமில்லை. குப்பனை அனுப்பினால் வாங்கி வருவார். வண்டியின் முன்பக்கம் படுத்துக்கொண்டு கொஞ்சம் யோசித்தான். மிச்சப் பணம் ஐந்நூறையும் கோதானத்தின் அடிப் பக்கம் செருகி வைத்திருக்கிறான். யாராலும் கண்டுபிடிக்க முடியாது. குப்பனுக்குக்கூடத் தெரியாது. மற்றபடி மாடும் வண்டியும்தான். அதை அவ்வளவு சீக்கிரம் யாரும் கொண்டு போய்விட மாட்டார்கள். புது ஆள் கயிற்றைப் பிடித்தால் மாடு தலையாட்டிக்கொண்டு முட்ட வந்துவிடும். சீவி விட்ட கொம்பு. லேசாகப் பட்டாலே போதும். குத்தீட்டிதான்.

கொஞ்சமாகக் குடித்துக்கொண்டால் எந்தச் சமயத்திலும் எழுந்துவிடலாம். வேண்டும் என்று அடம் பிடிக்கத் தொடங்கிய பிறகு என்ன சமாதானம் சொன்னாலும் மூளை கேட்கப் போவதில்லை. குப்பனிடம் போய் விஷயத்தைச் சொன்னான். அவர் முகம் மலர்ந்திருப்பதைத் தீ வெளிச்சத்தில் நன்றாகப் பார்க்க முடிந்தது. இத்தனை ஆசை ததும்பும் ஆளைப் பல நாளாகப் பட்டினி போட்டுவிட்டோமே என்று வருத்தப்பட்டான். ஆளுக்கு ஒரு கிளாஸ் மட்டும் வரும் அளவு வாங்கி வந்தால் போதும் என்றான். அதிகம் இருந்தால்தானே குடிக்கச் சொல்லும்?

"ஊருக்குப் போயிட்டு வந்து ஒருவாரத்துல நம்ப மரத்துலயே கள்ளு எறக்கீறலாம்" என்றான் சிரித்தபடி.

"நாலஞ்சு மரத்துல இடுக்கறதுக்கு வாட்டமாப் பாளை தெரீது. மரத்தப் பாத்தா நல்லாக் கெட்டித் தெளுவா ஊறுமுன்னு தான் நெனைக்கறன். ஏறுபனையாத்தான் இருந்திருக்குது. கால் கவுறு போட்டு ஏறுன தடம் தெரீது. என்னமோ இப்ப ரண்டு மூனு வருசமாப் போட்டு வெச்சுட்டாங்களாட்டம். செரி பண்ணீரலாம். போதுங்கப் போதுங்கக் குடிக்கலாம் குப்பணா" என்று மரத்தைப் பார்த்துக்கொண்டே சொன்னான்.

"பெரிய பண்ணயக்காரரு சொல்லியிருக்கறாருங்க. உங்க கைப் பக்குவத்த. இதுநா வரைக்கும் குடிச்சுப் பாத்ததில்லீங்க சாமீ..." என்று சொல்லியபடி குப்பன் கிளம்பினார்.

சாராயம் விற்குமிடத்தைக் கண்டுபிடிப்பதா கஷ்டம்? ஆள் நடமாட்டம் இருக்குமிடத்தை எளிதாகக் கண்டுபிடித்துவிடலாம். 'குப்பண்ணா... ஆராச்சும் கேட்டா அவரு குடிக்க மாட்டாருன்னு சொல்லணும். எனக்குத்தான் வாங்கீட்டுப் போறன்னு சொல்லு. காட்டுலதான் நாம தங்கப் போறமின்னு ஊருக்கே தெரியும். ரண்டு பேரும் போதையில கெடப்பானுங்கன்னு நெனச்சுக்கிட்டு எவனாச்சும் உம் பொறத் தாண்டயே வந்துருவான்' என்று சொல்லி அனுப்பினான் முத்து.

கற்களை வைத்து அடுப்புக் கூட்டியிருந்தார் குப்பன். கற்கள் மூன்றும் சட்டிக்குப் பாந்தமாகப் பொருந்தியிருந்தன. கற்கள் மலிந்த காட்டில் அடுப்புக்கல் கிடைப்பதா பஞ்சம்? வண்டி வண்டியாக ஏற்றி வந்து காடு முழுக்க யாரோ கொட்டிச் சிதறடித்தது போலக் கற்கள் கிடக்கின்றன. இவ்வளவு கற்களுக்கிடையே வெள்ளாமை எங்கிருந்து வரும்? ரொம்ப நாளுக்குப் பிறகு முத்துவின் கைப்பாகம். வயக்காடு ஓட்டுவதற்காகப் போய் அங்கேயே கிடந்த வருசங்களில் பொங்கியும்

முத்துவுமே ஆக்குவார்கள். பொங்கி பெரிய ஏமாற்றுக்காரன். என்னென்னவோ பேச்சுக் கொடுத்துச் சோறாக்குவதை முத்து வின் தலையில் கட்டிவிடுவான். அப்போதுதான் நன்றாகச் சோறாக்கக் கற்றுக்கொண்டான். கல்யாணத்திற்கு அப்புறம் அந்தத் தேவை வரவேயில்லை. எப்போதாவது கைச்சாளைப் பக்கம் போனால் பெருமா விரட்டிவிடுவாள். 'எல்லாருக்கும் அடிம வேல செஞ்சுக்கிட்டு இருக்கறீங்க. ஊட்டுக்குள்ள வந்து இதயும் செய்யோனுமா? நாந்தான் அரளி வெதயப் போட்டுருவன்னு உங்கம்மா சொன்னா. இப்ப எதுனா நெஞ்சுக் கரிப்புன்னாலும் புருசங்கிட்டக் குடுத்து எதையோ போட்டுட் டான்னு சொல்லீருவா' என்பாள்.

யார் ஆக்கினாலும் இருந்தாலும் அதில் என்ன குறைகிறது, செய்முறையில் என்ன கோளாறு என்பதைச் சட்டெனக் கண்டுபிடித்துவிடுவான். ஐந்தாறு படி அவரைப் பருப்பை ஒரு பையில் போட்டுப் பெருமா கொடுத்திருந்தாள். களிக்கு அவரைப் பருப்பு பத்துப் பொருத்தமும் கொண்டது. உலையில் பருப்பைப் போட்டான். வெங்காயம், மிளகாய் எல்லாவற்றை யும் அதற்குள்ளேயே முழுதாகப் போட்டுத் துளி விளக் கெண்ணெய்யை ஊற்றி மேலுலைச் சட்டியால் மூடினான். பருப்புக் கடைவதைப்போல் வெகுசுலபம் வேறெதுவுமில்லை. மத்தைக் கொண்டு வரவில்லை. கரண்டியாலேயே முடிந்த அளவு கடைவதுதான். அதேபோல எண்ணெய்யும் ஊற்றித் தாளிப்பதில்லை. நன்றாக வேகத் துளி விளக்கெண்ணெய் ஊற்றுவதோடு சரி. சாராயத்திற்கு நாக்கு சுருக்கென்று கேட்கும். அதனால் இன்னும் இரண்டு மூன்று மிளகாய்களை எடுத்துப் போட்டான். இந்தப் பக்கச் சாராயம் எப்படி இருக்குமோ. கள் ஏறுபவர்களை அதிகமாகக் காணோம்.

24

பெரும்பாலான பனைகள் இரண்டு மூன்று வருச ஓலைகளோடு சாமிக்கு நேர்ந்துவிட்ட பையனின் தலை போல அடர்ந்து கிடக்கின்றன. ஊருக்குப் போய் வந்ததும் இந்தப் பனைகளைச் செறை எடுத்துப் பாளை சீவித் தெளுவிறக்கிவிட வேண்டும். கடைசி மகன் ஏமாந்தவன் என்று என்ன கொடுமை செய்திருந்தாலும் அவன் சிறுபையனாக இருந்தபோது அப்பன் எத்தனையோ நல்லது செய்திருக்கிறார். மரமேறியைப் போலப் பனை யேறித் தெளுவிறக்கக் கற்றுக்கொண்டது அவரால்தான். அப்போது அப்பனை ரொம்பவும் வெறுத்திருந்தான். எல்லாரும் கேலி செய்த போதும் அப்பன் சொன்னார், 'எவனோ என்னமோ சொல்லீட்டுப் போறான். கத்த வித்த காலத்திக்கும் ஒதுவுமடா.' அது இந்தச் சமயத்தில் தான் நன்றாகப் புரிகிறது. தெரிந்த முகமே அற்ற அனாதிக் காட்டில் ஆறு மாதங்கள் மேலெல்லாம் சாறு வடிய மரமேறி பையனாக அவன் கிடக்க நேர்ந்தது.

அவர்களின் காடுகரை எங்கும் ஐம்பதுக்கும் மேற் பட்ட பனைகள் நின்றன. தாத்தா காலத்தில் இன்னும் அதிகமாக இருந்தனவாம். சாரிசாரியாக இருந்த பனைகள் வெள்ளாமைக் காட்டில் நிழலாக விழுந்து பெரும்பகுதி களை ஆக்கிரமித்துக்கொள்கின்றன என்று வெட்டித் தள்ளினார்களாம். நான்கு மகன்களும் வெள்ளாமை வேலைக்கு வரவர நடுக்காட்டில் இருந்த பனைகளும் வெட்டப்பட்டன. அந்தக் காட்டில் ஐம்பது பனைகளே அதிகம். நாற்பது பனைகள் ஏறுபனைகளாக இருக்கும். கந்தன் வம்சம்தான் பரம்பரையாக ஏறிக்கொண் டிருந்தது. தினம் கள் நான்கு படி, நான்கு படி

சுண்ணாம்புத்தெளுவு, வருசத்திற்கு இரண்டு மனுவு கருப்பட்டி, ஒரு மனுவு சுக்குக்கருப்பட்டி எனப் பேச்சு. தெளுவு மும்முர மாக ஊறும் மார்கழி, தை, மாசியில் நான்கு படி என்னும் அளவு குறையாது. அதற்கப்புறம் ஊறும் பனைகளைப் பொறுத்து அவை மாறும். நன்றாக மழை பெய்யும் வருசத்தில் பனைகள் குடம்குடமாக ஊறும். வானம் பொய்த்துவிட்டால் பனைகள் என்ன செய்யும்? செழிப்பாக இருக்கும் வருசத்தில்கூட வாடைக் காற்று வேகம் மிகுந்துவிட்டால் பனைகள் மடியை இறுக்கிக் கொண்டுவிடும். காலத்திற்குத் தகுந்த மாதிரி ஊற்றல் என்பது பேச்சு.

கந்தனின் பேரன் சின்னான் ஏறிக்கொண் டிருந்தபோது விட்டூரில் இருந்து புதுமரமேறி ஒருவன் அந்தப்பக்கம் வந்தான். முத்து வீட்டுக் காட்டில் களம் போலப் பெரிய பாறை உண்டு. அறுவடை முடிந்தபின் பாறை கள் விற்க நல்ல இடம். ஆட்கள் வரப்போகவும் உட்கார்ந்து வெகுநேரம் குடிக்கவும் பாறை வசதி. அதனால் புதுமரமேறி முத்துவின் அப்பனிடம் வந்து பனைகளைத் தனக்கு விடும்படியும் தினம் ஐந்து படி ஊற்றுவதாகவும் கருப்பட்டி ஒரு மனுவு சேர்த்துக் கொடுப்பதாகவும் கேட்டான். பரம்பரையே தொடர்ந்து ஏறிக்கொண்டிருக்கும் காட்டில் வந்து பனையை விடச்சொல்லிக் கேட்கவே துணிச்சல் வேண்டும். ஒருபடி அதிகம் ஊற்றுவதாக ஆசை காட்டினால் உடனே விட்டுவிடுவார்களா? முத்துவின் அப்பனுக்குக் கோபம் வந்து அவனைத் திட்டி அனுப்பிவிட்டார். 'நீ ஒரு படி சேத்தி ஊத்தறமுன்னு சொன்னா எம்புத்தி பீத் திங்கப் போயிருமா? பொழைக்க வந்தீன்னா மரமேறி வளவுக்குப் போயி அவுங்ககிட்டக் கேளு. எனக்கும் எதுனா ஒருகாடு பாத்துப் புடுச்சு உடுங்கப்பான்னு. அத உட்டுட்டு எங்ககிட்ட வந்து ஆச காட்டிப் பாக்கறயா? அட, நீ ஊத்தற கள்ளும் தெளுவும் எங்கூட்டுல ஆறா ஓடறாப்பல இருந்தாலும் உட மாட்டாண்டா' என்று பொரிந்து தள்ளிவிட்டார். அப்பன் பேச்சைக் கேட்டுத் தலைகுனிந்து இந்தப் பக்கம் ஒன்றும் வழியில்லை என அவன் கிளம்பிவிட்டான்.

இரண்டு மூன்று நாள் கழிந்திருக்கும். சின்னான் பனைமேல் இருந்தான். அவன் பெண்டாட்டி கொயினி சுரைப்புருடையோடு கீழே உட்கார்ந்திருந்தாள். அந்தப் பக்கம் போன அப்பன் புதுமரமேறி பேச்சை எடுத்திருக்கிறார். 'எங்கிட்ட வந்து பனைய உடுன்னு கேக்கறான் பாரேன். என்ன தெகிரியம் பாத்துக்க. ஆரோ சொல்லித்தாண்டா இங்க வந்திருக்கோனும்' என்றார். கொயினிக்கு வாய் சும்மா

இல்லை. இளவயதுத் துடுக்கு. 'எங்களவிட எச்சாக் குடுக்கறவிய ஆரு வந்து இங்க ஏறிருவா? அப்படி எவனாச்சும் வந்தா மவராசரா உட்ருங்க' என்றாள். அப்பனுக்கு அந்தப் பேச்சு பிடிக்கவில்லை.

வேறு யாருக்கும் விடுவதில்லை என்பதை அவர் வலியுறுத்திச் சொல்லிக்கொண்டிருக்கிறார். வேறு ஆளுக்கு விட்டுவிடலாம் என்கிறாள் அவள். தங்களைத் தவிர யாரும் வந்து ஏறமுடியாது என்னும் திமிர். தங்களை மீறிக் காட்டுக் குள் எவரும் வரமாட்டார்கள் என்று நம்பிக்கை. 'இப்பவே முட்டிய அவுத்துருடா சின்னான். பாட்டங் காலத்துல இருந்து ஏர்ற குடும்பமாச்சேன்னு பாத்தா வாய் இந்த நீளம் போவுது. உம்பொண்டாட்டி சொல்றதுக்கு வாய்தொறந்து எதாச்சும் நீ பேசுனியா? அவ வெச்சதில்ல இங்க சட்டமா இருக்குது. பனையெல்லாம் சும்மா கெடந்தாலுஞ் செரி, ஓல வெட்டாத சடப் பிடிச்சுப் போனாலும் செரி, இன்னமே உன்னக் காட்டுக்குள்ள உடமாட்டன்' என்று சொல்லிவிட்டார். யார்யார் மூலமோ சமாதானத்திற்கு வந்தும் அவர் அசர வில்லை. 'அவ பொம்பள... வேற ஆளுக்கு வேண்ணா உட்டுப்பாருங்கறா. அதுக்குமேல காட்டுக்குள்ள வெச்சிருந்தா எம்மதிப்பு என்ன ஆவறது?' என்று சொல்லிவிட்டார்.

மரமேறி வளவிலிருந்து வேறு யாரும் வந்து கேட்பார்கள் என்று எதிர்பார்த்தார். வரவில்லை. புதுமரமேறிக்கு ஆள் அனுப்பிப் பார்த்தார். அவன் செம்மூரில் காடு பிடித்துப் பனையில் ஒன்றிரண்டு பாளைகள்கூட அறுத்துவிட்டான். அப்பனின் முகத்தில் களையில்லை. கள்ளும் சுண்ணாம்புத் தெளுவும் குடும்பமே குடிக்கும். குடும்பத்திற்கே ஒருவேளைச் சோறு அதுதான். சுண்ணாம்புத் தெளுவு பொம்பளை களுக்கும் குழந்தைகளுக்கும். மிஞ்சும் தெளுவை அடுப்புத் தணலில் வைத்து லேசாகச் சூடாக்கிவிட்டால் சாயங்காலம் வரைக்கும்கூடக் கெடாமல் கிடக்கும். பிள்ளை குட்டிகள் அந்தப் பக்கம் இந்தப் பக்கம் போகும்போது ஆசையாய் மொண்டு குடிக்கும். ஐந்து ஆம்பளைகள் இருக்கும் வீட்டில் கள் மட்டும் மிஞ்சுமா. அப்பன் ஒரு கோட்டை குடிப்பார். பெரியண்ணன் பகல் நேரத்தில் ஒருபோதும் வாயில் வைப்பதில்லை. சாயங்காலக் கள்தான் அவருக்குப் பிடித்தது. பொங்கிக்கும் காளிக்கும் சண்டை வரும். ஆளுக்கு ஒருபடி போதாது. பொறுக்கப் பொறுக்கக் குடிப்பார்கள். சிலசமயம் தெளுவைக் குறைத்துவிட்டுக் கள் அதிகம் வாங்க நேரும். இரண்டு பேர் சண்டையில் முத்தண்ணனுக்குப் போதுமான அளவு கிடைத்துவிடும்.

பொம்பளை ஒருத்தியால் எல்லாம் போய்விட இனி உள்ளூர் ஆள் யாரும் மரமேற வரமாட்டார்கள் என்று தெரிந்துவிட்டது. 'மரத்துல தெளுவு இருக்கஇருக்க முட்டிய அவுத்துக்கிட்டுப் போன்னு சொல்லலாமா? ஆரு போயி ஏறுனாலும் இந்தக் கதிதான. பிரச்சினைன்னு வந்தா என்ன சொல்லோனும்? இந்த வருசம் மட்டும் ஏறிக்கோ, அடுத்த வருசம் உனக்கில்லைன்னு சொல்லியிருக்கலாம். திடீர்னு சொன்னா எப்புடி? அவன் ஒடனே இன்னொரு காட்டுக்குப் போவ முடியுமா? முகுளமான பருவத்துல அவன் வேலயில்லாத இப்ப நிக்கறான். இதுக்கும் நிக்க வெச்சுக் கழுத்தறுக்கறதுக்கும் என்ன வித்தியாசம்? அவரு சின்னானுக்குத்தான் உடோனும். அவனத் தவர வேற ஆரும் அந்தக் காட்டுக்குள்ள காலெடுத்து வெக்க மாட்டம்' என்பது அவர்களின் நியாயமும் முடிவும். எல்லாரும் கூட்டுச் சேர்ந்துகொண்டார்கள் என்றதும் அப்பனுக்கு வீம்பு அதிகமாயிற்று. 'பனை ஏறயில ஒரு புத்தி எறங்கயில ஒருபுத்தின்னு பொழைக்கற அவனுக்கே இந்த வீம்பு இருந்தா பன நிக்கற மண்ணக் கௌறி மரத்த வெக்கற எனக்கு வீம்பு கொறஞ்சிருமா? இவனுங்க வந்து எங்காலக் கட்ட வெக்கறனா இல்லையான்னு பாருங்க' என்று எல்லாரிடமும் பேசிக்கொண்டிருந்தார்.

ஒரு பனிக்கால விடிகாலையில் முத்துவைத் தட்டி எழுப்பினார். அப்போது அவனுக்குப் பன்னிரண்டு வயதிருக்கும். கோவணத்திற்கு மேல் வேட்டி கட்ட ஆரம்பித்த பருவம். ஆள் கருகருவென்று இருப்பான். பனங்கருக்குப் போல வளர்ந்த உருவம். பார்த்தால் பதினேழு, பதினெட்டு வயசு மதிப்பார்கள். என்ன, ஏது, எதற்கு, எங்கே ஒன்றும் சொல்ல வில்லை. கிளம்பு என்றார். கிளம்பிவிட்டான். கோவணத்துணி இரண்டு மூன்றும் வேட்டி ஒன்றும். அவ்வளவுதான். கரட்டூர் வரைக்கும் நடந்து கூட்டிப்போனார். அப்புறம் பஸ். இறங்கி வெகுதூரம் காட்டுக்குள் நடக்கடித்தார். போய்ச் சேர்வதற்குள் பொழுது உச்சிக்கு வந்துவிட்டது. நல்லவேளையாகக் கரட்டூரிலேயே புட்டு வாங்கிக் கொடுத்திருந்தார். அங்கே காட்டுக்குள் நடக்கும்போதுதான் விஷயத்தைச் சொன்னார்.

அப்பனிடம் முத்து அதிகம் பேசமாட்டான். ஒரு வார்த்தை, இரண்டு வார்த்தையோடு சரி. பெரியண்ணன் தான் அவனுக்கு அப்பன் மாதிரி. அப்பன் சொல்வதைக் கேட்டு 'ம்' 'சரி' என்று சொல்வான். அவரிடம் பயமும் உண்டு. பேசிக்கொண்டே இருப்பார். திடீரென அடித்துவிடுவார். மொள்ளூர் பக்கத்தில் இருக்கும் காந்தி ஆசிரமப் பட்டூர்தான் ஊர். அந்த ஊரில் அவருக்குத் தெரிந்த மரமேறி ஒருவர்

இருக்கிறார். அவரிடம் முத்துவை விடப் போவதாகவும் ஆறு மாதத்தில் பனையேறும் வேலையைக் கற்றுக்கொள்ள வேண்டும் என்றும் சொன்னார். 'உன்னய எம்பையன்னு சொல்லுல. நம்ம ஊரு மரமேறி பையன்னு சொல்லித்தான் உடப்போறன். எம்பேச்சக் காப்பத்திரோணும். ஒழுங்கா இருந்து எல்லாந் தெரிஞ்சுக்கிட்டு வந்து நம்ம காட்டு மரம் முழுசும் நீதான் ஏறோனும். எதுனா ஏடாகூடம் பண்ணுன தொங்க உட்டுத் தோல உரிச்சிருவன்' என்றார்.

அப்பனுக்குத் தெரிந்த அதக்கனுக்கு முதிர்ந்த வயது. அவரும் அவர் பெண்டாட்டி ஆராயியும் ஒரு காட்டுக் குள் சின்னக்குடிசை போட்டுக்கொண்டு குடியிருந்தார்கள். அவரால் முடிகிற அளவுக்குப் பத்திருபது மரங்கள் ஏறிக்கொண் டிருந்தார். பக்கத்தில் காந்தி ஆசிரமம் இருந்ததால் கள் ஏறினால் பிரச்சினை ஆகும் என்று சுண்ணாம்புத் தெளுவு மட்டும் கட்டியிருந்தார். அதனால் ஆராயிக்குக் கருப்பட்டி காய்ச்சும் ஆலை வேலை மத்தியானம் வரைக்கும் இருக்கும். அவர்கள் குடிக்க மட்டும் ஒரே ஒருமரம் கள்ளுத்தெளுவு இருந்தது. முத்துவுக்கு அப்பன், அம்மா இல்லை என்றும் தெல்லவேரி யாக ஊருக்குள் சுற்றித் திரிகிறானே என்று இங்கே கொண்டு வந்து விடுவதாகவும் ஏதேதோ கதை சொல்லி அங்கே விட்டார். 'சந்த சாரியில பாத்துத்தான் நமக்குப் பழக்கம்னாலும் ஒரு இரவது வெருசம் இருக்குமா? மரமேறி பையன் ஒருத்தன உங்கிட்ட உட்டா உருப்படி ஆக்கீருவீன்னுதான் இத்தன தூரம் வந்திருக்கறன். பையன உம்பையனாப் பாத்துக்க' என்றார்.

காந்தி ஆசிரமத்தில் வேட்டி, போர்வையெல்லாம் சலுசாகக் கிடைக்கிறது என்று எடுத்துப் போகச் சொன்னார் அவர். 'பையனக் கூட்டிக்கிட்டுப் போவ வருவன்ல அப்ப வாங்கிக்கறன்' என்று சொல்லிப் போய்விட்டார். கிட்டத் தட்ட ஆறு மாதம் அந்தக் கிழவன் கிழவியோடுதான் கழித்தான் முத்து. வீட்டிலிருந்து ஓர் ஆள்கூடப் பார்க்க வரவில்லை. ஊருக்குத் திரும்பிய பின்னால்தான் அவனுக்குத் தெரிந்தது, அவன் எங்கே இருக்கிறான் என்னும் விஷயத்தை அப்பன் யாரிடமும் சொல்லியிருக்கவில்லை. 'வருவான்' என்பதுதான் கேட்பவர்களுக்கு அவர் பதில். அவரும் அந்தப்பக்கமே வரவில்லை.

முதலில் ஒருவாரம் முத்துவுக்கு அங்கே கஷ்டமாக இருந்தது. பெரிய குடும்பத்தில் நிறைய ஆட்களோடு இருந்தவனுக்கு மொட்டைக்காட்டில் எலிவங்கு மாதிரியான நிலக்குடிசையில் இரண்டு கிழடுகளோடு இருக்க முடியவில்லை. அதன்பின்

சமாளித்துக்கொண்டான். தன்னை அதட்டுவதற்கோ திட்டு வதற்கோ அங்கே யாருமில்லை. வேலை செய்யச் சொல்லி ஏவலில்லை. தன் விருப்பப்படி திரியும் சாமி கிடாவுக்குரிய சந்தோசத்தை அனுபவிக்க ஆரம்பித்தான். பொழுது மூஞ்சியில் வந்து சுள்ளென்று அடிக்கும்வரை எழுந்திருக்க மாட்டான். 'இந்த வயசிலதான் காலத் தூக்கமே. அதைக் கெடுக்கக்கூடாது' என்று கிழவியிடம் சொல்லிவிட்டார் கிழவர். அவன் எழுந்து பார்க்கும்போது இரண்டுபேரும் ஏதாவது ஒரு பனையடியில் இருப்பார்கள். அவனுக்கு வெட்கமாகிப் போகும். கோட்டுவாய் வடிந்த முகத்தைக் கழுவியும் கழுவாமலும் ஓடுவான்.

கிழவி சிரித்துக்கொண்டே பனங்கோட்டையில் கள்ளை வடித்து நீட்டுவாள். பனி ஜில்லிப்பு ஏறிய கள் வயிற்றுக்குள் குளுமையாய் இறங்கும். காலை ஆகாரம் அதுதான். இரண்டு மூன்று கோட்டை இடைவெளி விட்டு விட்டுக் குடிப்பான். உடல் மைனாக்குருவியினுடையதைப் போல மிதக்கும். அவனையறியாமல் துள்ளாட்டம் போடுவான். சின்னச் சின்ன வேலைகள்தான். தூரத்தில் இருந்த கிணற்றுக்குப் போய் நான்கைந்து குடம் தண்ணீர் கொண்டு வரவேண்டும். ஒரு வெள்ளாடு இருந்தது. அதை மேயும்படி இடம் பார்த்துக் கட்ட வேண்டும் அல்லது தழை ஒடித்துப் போட்டு மேய்க்க வேண்டும். மத்தியானம் கிழவி களியோ கம்போ போட்டுக் கிளறுவாள். ஏதாவது சாறு சுருக்கென்று காய்ச்சுவாள். அப்போது ஒரு கோட்டைக் கள்ளைக் குடித்துவிட்டு இரண்டு மூன்று உருண்டைகளைத் தின்பான். கிழவியின் கைப்பக்குவத்தை வேறெங்கும் அவன் கண்டதில்லை. அவளைப் பொறுத்தவரை சோறாக்குவது வேலையே கிடையாது. மாயம் போல நடக்கும். ஆலையைத்தான் கவனித்துக்கொண்டிருக்கிற மாதிரி தெரியும். ஆனால் சோறாகி விடும். மாலைநேரந்தான் முத்துவுக்குப் பாடம்.

இருட்டாகிவிட்டால் கிழவருக்குப் பார்வை மந்தமாகி விடும். அதனால் வெயில் உறைக்கும்போதே கிளம்பிவிடுவார். அல்லக்கயிற்றையும் கால் கயிற்றையும் எப்படி மாட்டிக்கொள்ள வேண்டும் என்றுதான் முதலில் சொல்லிக் கொடுத்தார். அல்லக்கயிற்றைச் சரியாக மாட்டாவிட்டாலோ அது வலுவாக இல்லாவிட்டாலோ ஆள் காலி. அப்படிக் காலியான ஆட்களைப் பற்றிக் கிழவரிடம் ஏராளமான கதைகள் உண்டு. சொல்லத் தொடங்கினால் பின்னிப்பின்னி நீட்டிக்கொண்டே போவார். இளவயது முறுக்கத்தில் மரத்து மேல் ஏறிக் குருத்துக்குப் போய் உட்கார்ந்துகொண்டாராம். அப்படியே

முட்டியைக் கழற்றித் தூசுதும்பு எல்லாம் ஊதிவிட்டு பொறுக்கப் பொறுக்கக் குடித்தாராம். கிறக்கம் மீறிக் கீழிறங்கும்போது கால் கயிறு கழன்று விழுந்துவிட்டதாம். பனையில் கால்கள் அடங்காமல் எப்படி வைத்தாலும் அகட்டிக்கொண்டே போயிற்றாம். அல்லக்கயிற்றுக்குள் இருந்து சறுக்கியபடி வந்து மண்ணில் விழுந்தாராம். 'எதோ பூமாதேவி தம்பிள்ளைன்னு என்னயத் தாங்கிக்கிட்டா. கால் ஒடிஞ்சு ரண்டுமாசம் கட்டலோட கெடந்தன். அப்பத்தான் அறிவுநெனவு வந்துச்சு பாத்துக்க. அந்த ஆண்டவன் நம்புளுக்குப் புத்தி வர இப்பிடி எல்லாம் செய்வாரு பொன்னு' என்றார் ஒருமுறை.

அவர் வயதுக்கு எத்தனையோ அனுபவங்கள். நினைவில் வந்து கொண்டேயிருக்கும். கிளைத்து நீட்டுவார். அவர் முடித்தபின் தூங்கினோமா தூங்கியபின் அவர் முடித்தாரா என்று தினமும் அவனுக்குச் சந்தேகம் வரும். இடுப்பில் பெட்டி, தோளில் அல்லக்கயிறு, கையில் ஏணி என்று எல்லாவற்றையும் எடுத்துக்கொண்டு எப்படி நடப்பது என்று சொல்லிக்கொடுத்தார். அல்லக்கயிற்றின் துணையோடு டக்டக் கென்று மரமேறும் வித்தையைக் கற்றுக்கொள்ளத்தான் சிலநாள் ஆயிற்று. அல்லக்கயிற்றை மேலே தள்ளி அதன்பின் அதன் உயரத்திற்கு உடம்பை மேலேற்ற வேண்டும். கொஞ்சம் கயிறு நெகிழ்ந்தால் சறுக்கல்தான்.

நெஞ்சைக் கொடுத்துப் பனையில் ஏறி நுங்கு வெட்ட அவனுக்குத் தெரியும். ஒன்றிரண்டு மரமென்றால் அப்படி ஏறலாம். ஒரு நாளைக்கு ஐம்பது நூறு மரங்கள் ஏற வேண்டும் என்றால் அல்லக்கயிறு இல்லாமல் முடியாது. அல்லக்கயிற்றி லிருந்து உடல் நழுவிவிடாமல் கவனமாக இருக்க வேண்டும். இன்னும் பாளை முட்டாத சின்னக் கருக்கில்தான் அவனுக்கு முதலில் பழக்கினார். கொஞ்சம் கொஞ்சமாகப் பாளையை வசமாக்கச் சொல்லித் தந்தார். அது சாதாரணமல்ல. இடுக்குக் கோலை லேசாக அழுத்தம் கொடுத்துவிட்டால் போச்சு. பாளை கன்றிச் செத்துப் போய்விடும். பதமாகப் பாளையை இடுக்கி வழக்கம் போலப் பாளைக்கு ஊட்டம் வரும்படி செய்ய வேண்டும். பனையை ஏமாற்றும் வித்தை அது. ஏமாற்றையும் திருட்டையும் கற்றுக்கொள்வதில் உள்ள சுவாரஸ்யம் முத்துவுக்குக் கிடைத்தது. பாளையில் தன் சந்ததி வளர்கிறது என்று நினைத்து நீரை வழங்கும்படி பனையை ஏமாற்ற வேண்டும். அது வழங்கும் ஊட்டநீரை முட்டி கட்டிச் சேகரித்துத் திருட வேண்டும். பாவம் பனை என்று தோன்றும். மூன்று மாதத்தில் தனியாகப் பனையேறவும்

இறங்கவும் தெளுவிறக்கவும் தெரிந்துகொண்டான். அந்த வயதில் அது அவனுக்குப் பெரும் நம்பிக்கையைக் கொடுத்தது.

கிழவர் சிலசமயம் பனை முழுவதையும் அவனையே ஏறும்படி சொல்லிவிட்டுக் குடிசையிலேயே இருந்துகொள்ளும் அளவு தேறினான். ஒருமுறையும் அவன்மீது அவர் கோபப்பட்டதேயில்லை. போதை மீறிப் போனால், தன் பிள்ளைகள் ஒருவரும் கவனிப்பதில்லை என்று சொல்லிப் புலம்புவார். 'ஒன்னமாதிரி ஒரு பையன் எங்கூட இருந்தா எனக்கு எவ்வளவு தெம்பா இருக்கும்? எம் பேரனுங்க ஒருத்தனும் இந்தப் பக்கம் எட்டிப் பாக்க மாட்டானுங்க' என்பார். இரவுச் சாப்பாட்டின் போது கிழவர் கவுச்சி இல்லாமல் சாப்பிட மாட்டார். தினந்தோறும் ஏதாவது ஒன்று வேண்டும். பனையில் கிட்டி வைப்பார். பெரும்பாலும் அணில்கள் மாட்டிக்கொள்ளும். மரத்தடியில் வைத்தால் வெள்ளெலிகள் சிக்கும். காடைக் குஞ்சுகளை எடுத்து வருவார். காடைக்கறி அவன் தின்றதேயில்லை. மரமேறி பையன் என்று சொல்லி விட்டுப்போயிருக்கும் அப்பன் குட்டு வெளிப்பட்டுப் போகும் என்று எதுவும் சொல்லாமல் தின்றான். காடைக்கறி நெய் வடியும் ருசிதான். என்றாலும் மனம் ஒப்பாமலே ஐந்தாறு முறை தின்கிற மாதிரியாயிற்று. மைனா கிடைத்தால் சுவையாக இருக்கும். சதையே இருக்காது. 'எலும்பால் வாழ்கிற பட்சி' என்பார் கிழவர். எலும்பைச் சப்பினாலே போதும் அப்படி ஒரு ருசி. அதிசயமாகக் குயில் குஞ்சு அகப்படும். எதுவும் கிடைக்காவிட்டால் காக்காக் குஞ்சையாவது கொண்டு வந்துவிடுவார். காக்காக் கறிக்கும் தனிருசி. பெருக்கான் கிடைத்துவிட்டால் கிடா வெட்டிய மாதிரி. விதவிதமான கறிவகைகளை அங்கேதான் சாப்பிட்டான். பனையேறுவது மட்டுமல்ல, வேட்டையும் கற்றான்.

அல்லக்கயிற்றோடு பனையேறுவது ஏணிப்படியில் கால் வைத்து வைத்து வானத்திற்குப் போவது போல இருக்கும். இத்தனை சந்தோசமாக எந்த வேலையையும் அவன் செய்ததேயில்லை. வெள்ளாமை நுணுக்கம் தெரியும் என்றாலும் அது பிறப்பிலிருந்து அவனை அறியாமல் கற்றுக்கொண்ட விஷயம். பிறப்பிலேயே அந்த வேலைகள் அத்துபடியான மாதிரி இருக்கும். பனையேறுதலைத்தான் லயித்துக் கற்றான். சோத்துக்கு உலை வைப்பது போல அடுப்பில் வைத்துச் சாராயம் காய்ச்சுவாள் கிழவி. அவளுக்குக் கள் மீது அவ்வளவு விருப்பமில்லை. 'படிபடியா எவ்வளவு நேரம் குடிச்சுக்கிட்டுக் கெடக்கறது' என்பாள். சாராயம் அரைக்கோப்பை போதும். அந்த ஆறு மாதமும் காட்டை விட்டு அவன் எங்குமே போகவில்லை.

அது வருத்தமாகவும் இல்லை. கிழவர்தான் சந்தை சாரிக்குப் போய்வருவார். கிழவியும் எங்கும் போவதில்லை. வாயில் போட்டதும் கரைந்து ஓடுகிற மாதிரி பதமாகக் கருப்பட்டி ஊற்றுவாள். அதை வைக்கோல் பிரிக்குள் வைத்துப் பாது காக்கும் வேலையே அவளுக்குச் சரியாக இருக்கும். சந்தோசம் தேங்கிக் கிடக்கும் இடம் முட்டையாக இருந்தால் என்ன? அதிலேயே மூழ்கியிருக்கலாம்.

தெளுவுப் பருவமெல்லாம் முடிந்து ஒன்றிரண்டு பனைகளே துளிர்த்துக்கொண்டிருந்த சமயத்தில் மரங்களில் ஓலை வெட்டுவதும் ஓலைகளை வீடு வேயத் தோதாக்கும்படி தட்டையாக மிதித்துக் காய வைப்பதும் பட்டைகளில் அவுனி உரிப்பதும் எனக் கிழவருக்கு வேலைகள் தொடர்ந்தன. அவற்றி லும் அவரோடு இருந்தான். அந்த நாளொன்றில் மத்தியானப் பொழுதில் அப்பன் வந்தார். என்றைக்கும் இல்லாத வாஞ்சை யோடு அவன் தலையைத் தடவி மாரோடு சாய்த்துக்கொண் டார். ‘இப்பிடி ஒரு பையன் ஆருக்குக் கெடைப்பான். எங்கிட்டயே உட்ருங்க, சாகற வரைக்கும் பையன என்னால ஆன மட்டுக்கும் பாத்துக்கறன்’ என்றார் கிழவர். அப்பன் சிரித்துக்கொண்டே ‘உட்ரலாம். அவன் எம் பையனாச்சே’ என்று குட்டை உடைத்துவிட்டார். கிழவருக்கு முகம் இருண்டு போயிற்று. கிழவி பேச்சற்று உட்கார்ந்திருந்தாள். தன் காட்டுப் பனையேறி கதையை விளக்கமாக அப்பன் சொன்னார்.

‘எவனும் எங்காட்டுக்கு மரமேற வர்ல அதக்கரே. அப்பத் தான் நெனச்சன், இதென்ன பெரிய வேல, மயரானுவ வராட்டிப் போறானுவ. எம் பையன் இருக்கறான்னு தெகிரியம் வந்துச்சு. இந்த வயசுல இப்பிடி எத்தனயக் கத்துக்கலாம். இந்த வருசம் பாரு, எங்க ஊரு பனையேறிங்க படற பாட்ட’ என்று ஏதேதோ பேசினார். கிழவரின் இருண்ட முகம் ஒளி பெறவேயில்லை. முத்துவைக் குடிசைக்குப் பின்னால் கூட்டிப் போனார்.

‘பொன்னு நீகூட ஒரு வார்த்த சொல்லலியே. அப்பன் பேரக் காப்பாத்திட்டய்யா. செரி போவுது. பனையேர்ற வேல எங்க வேல சாமி. எத்தனதான் பிரச்சின வந்தாலும் நீ இதுக்கு வரப்படாது. கத்ததக் காலத்துக்கும் மறக்க முடியா தய்யா. உங்கிட்ட ஒன்னே ஒன்னு கேட்டுக்கறன். இந்த வித்தய உன்னோட, உங்குடும்பத்தோட நிறுத்திக்க. இதத் தொழிலா எடுத்துச் செஞ்சராதய்யா. நீங்க இந்த வேலக்கி வந்துட்டா எங்கபயலுவ எங்க போறது? கத்துக் குடுத்த எனக்குச்

செய்யற கைமாறா நெனச்சுக்க இத' என்று அழுதார். 'செரி தாத்தா' என்ற அவர் கையில் கை வைத்து வாக்குக் கொடுத்தான்.

அப்பனிடம் சொன்னார். 'பையன் எல்லா வேலையும் பொறுப்பாக் கத்திருக்கறான். இத்தன பொறுப்பா இருக்கும் போதே எனக்குச் சந்தேகம் வந்திருக்கோணும். உங்க பேச்ச அப்பிடி நம்பிட்டன். செரி, பையன பனையேர்ற தொழிலுக்கு மட்டும் அனுப்பீர வேண்டாம்.'

'இதென்னத்துக்கு இப்படி மூஞ்சி கருவிளிச்சுப் போச்சு. வருத்தப்படாதீங்க. எதோ ஒரு கோவத்துல பையனக் கொண்டாந்து உட்டுட்டன். அதுக்காவ அவன மரமேறவே போட்டுருவன்னு பயப்படாதீங்க. எங்காட்டத் தவற எங்கயும் பையன் போயி பனையத் தொடமாட்டான். போதுமா?' என்று அப்பன் சொன்னார்.

முத்துவின் முகத்தைத் தன் காப்புக் காய்ச்சிய கைகளால் வருடி அந்தக் கிழவி அழுதாள். முத்துவுக்கும் அழுகை வந்தது. அவள் சொற்கள் கண்ணீராய் வடிந்தன. ஒரு பை நிறையப் புதுக்கருப்பட்டியோடு ஊருக்கு வந்தான்.

அந்த வருசம் பனைகளில் பாளை வந்தபோது நல்ல பொம்மரமாகப் பார்த்து முதலில் ஏறினான். முதல் பாளையைச் சீர் என்ற சொல்வது பனையேறிகளின் பேச்சு. அவனும் அப்படியே சொன்னான். கள்ளும் சுண்ணாம்புத்தெளுவும் நன்றாக ஊறின. அவனுடைய கைவாகு பனைக்கு மிகப் பொருந்தியது. ஆனால் அப்பனைத் தவிர வீட்டில் யாரும் ஆதரவு தரவில்லை. 'எம்பையன நானென்ன பனையேறிக்கா முந்தி விரிச்சுப் பெத்தன்?' என்றாள் அம்மா. 'பாற மேல கள்ளு விக்க ஆராயா போவப் போறீங்க?' என்று பெரியண்ணன் வீட்டுப் பெண்களைக் கேலி செய்தார். 'நாங்க என்னத்துக்குப் போறம்? அவனுக்குப் பனையேறிப்பிள்ளயாப் பாத்துக் கட்டி வெச்சிருங்க. ரண்டுபேரும் பாறையில உருண்டுக்கிட்டு முட்டிய உருட்டிக்கிட்டுக் கெடக்கட்டும்' என்று மூத்த நங்கை சொன்னாள்.

'கருப்பட்டி காய்ச்ச ஆல எந்த எடத்துல போடலாம்பா?' என்று முகத்தை இறுக்கமாக வைத்துக்கொண்டு காளி அப்பனிடம் கேட்டான். 'காட்டக்கூட ஆருக்காச்சும் கந்தாயத் துக்கு உட்டுட்டு நாமளும் ஆளுக்கு நாலு மரமேறலாம்' என்று பொங்கி சிரித்தான். அவர்களின் பேச்சு நுட்பங்கள் ஏதும் உணராமல் நான்கைந்து மரங்களில் முத்து முட்டி கட்டிவிட்டான். ஊர் முழுக்க இதே பேச்சு. உண்மையாகவே

மூப்பர்கள் அரண்டு போனார்கள். பையன் எங்கே போய்க் கற்றுக்கொண்டு வந்தான் என்பது யாருக்கும் தெரியவில்லை. இப்படி நான்கைந்து பேர் வந்துவிட்டால் மரமேறி வளவு முழுக்கக் காலி செய்துவிட்டு வேறூருக்குப் போய்விட வேண்டியதுதான்.

அப்பன் ‘பனையேறிங்க மூக்க அறுத்திட்டம் பாத்துக்க’ என்று பேசித் திரிந்தார். ‘பனையேறி வேலயப் பையனுக்குக் கத்துக் குடுத்திட்ட. பொண்ணம் பாத்துக் கட்டி வெப்பயா? மூஞ்சியில மீச மொளச்சிருக்கற குடியானவன் எவனாச்சும் பையனுக்குப் பொண்ணுக் குடுப்பானா? இந்த வேலய நிறுத்திக்க’ என்று அம்மா போட்ட சத்தம் வேலை செய்தது. வீட்டுக்குத் தேவையான அளவு மட்டும் தெளுவிறக்கினால் போதும் என்று முடிவானது. நன்றாக ஊறும் மரமென்றால் இரண்டு போதும். பொழுது விடிவதற்கு முன்னாகப் போய் ஏறிவிடுவான். மாலையில் லேசாக இருட்டத் தொடங்கியபின் தான் போவான். அவன் மரமேறுவதைப் பெரும்பாலும் பார்க்க முடியாது. இரண்டு வருசம் அப்படித்தான் போயிற்று. அப்பறம் சின்னானும் கொயினியும் வந்து மூக்கைச் சிந்தினார்கள். இதுபோல நல்ல வசமான காடு அவர்களுக்கும் சிக்கவில்லை. ஒரே இனமாக ஐம்பது மரம். ஒரு வார்த்தை சொல்வாரில்லை. இப்போது எல்லாரிடமும் ஏளனப் பேச்சு வாங்க வேண்டியிருக்கிறது என்று சின்னான் நொந்து போனான். நாக்கில் சனி வந்து உட்கார்ந்து கொண்ட நேரத்தில் ஏதோ சொல்லிவிட்டாள். அதற்காக இப்படிப் பழி வாங்கலாமா என்று கேட்டான். அவள் நிறுத்தாமல் அழுதுகொண்டேயிருந் தாள். சின்னானையே ஏறச் சொல்லிவிட்டார் அப்பன். பருவமற்ற சமயத்தில் பாளை வரும் ஒன்றிரண்டு மரங்களை மட்டும் முத்து ஏறுவான். மறக்காமல் இருக்க வேண்டுமே என்பதற்காக.

கற்றுக் கொடுத்த கிழவன் செத்தபோதும் கிழவி செத்த போதும் போய் வந்தான். அவன் மனதில் அவர்கள் இரண்டு பேரும் இன்னொரு தாய் தந்தையாகவே இன்றைக்கும் இருக்கிறார்கள். ‘நான் சந்தோசமா இருந்த காலம் அந்த ஆறு மாசந்தாண்டா’ என்ற பொங்கியிடம் சொல்வான். அவனைக் கேலி செய்ய வேண்டும் என்றால் ‘பனையேறி’ என்ற கூப்பிடுவார்கள். ‘குடியானப் பையனா இருக்கறதவிட மரமேறி பையனாப் பொறந்திருந்தா சந்தோசமா இருந்திருக் கலாம்’ என்பான். அப்பனின் வீம்புக்காகக் கற்றுக்கொண்ட விஷயம் இப்போது தனக்கே பயன்படப் போவதை நினைத்துச் சிரிப்பு வந்தது.

❀

25

சாற்றைக் கடைந்துவிட்டுக் களியைக் கிளறினான். அடுப்பைத் தண்ணீர் தெளித்து அமத்தினான். குப்பனை இன்னும் காணோம். பாறையில் நீட்டிப் படுத்தபோது நிலா நன்றாகத் தெரிந்தது. சட்டென எழுந்து நில வொளியில் பனைகளை எண்ணினான். பதின்மூன்று. ஆண்பனை எத்தனை, பெண் பனை எத்தனை எனத் தெரியவில்லை. இரண்டு மூன்று சின்னக் கருக்குகள் தெரிந்தன. எல்லாவற்றிலும் ஓலை வெட்டினால் இரண்டரைக் கத்தை, மூன்று கத்தை வரும். அது எந்த மூலைக்கு? சமையல் செய்யக் குட்டிச் சாளை போடலாம். குடியிருக்கக் கொட்டாய் போட வேண்டுமானால் எங்காவது ஓலை வாங்க வேண்டும். அதற்கு ஒருவழி இல்லாமலா போகும்? ஊருக்குப் போய் வந்ததும் கருஞ்சாமியை வைக்க வேண்டும். காட்டுக்கு அவர் காவல் அவசியம்.

குப்பனைக் காணோம். இருட்டில் நெகாச் சிக்காமல் வேறு எங்காவது பேயிருப்பாரா. போன இடத்தில் ஏதாவது பிரச்சினையா. கொஞ்சநேரம் பதறியபடி அவர் போன வழியையே பார்த்துக்கொண்டிருந்தான். மாடுகள் இரண்டும் படுத்து அசைபோடத் தொடங்கி விட்டன. நிலவொளியில் அசையும் நிழலாய்க் குப்பன் வந்தார். வெகுதூரம் நடந்து போக வேண்டியிருந்ததாம். யார், என்ன என்று தீவிரமான விசாரணைக்குப் பிறகு தான் கொடுத்தார்களாம். நாட்டாமை வீட்டில் தங்கி யிருப்பதாகத்தான் சொன்னாராம். 'இந்தக் கருமத்தக் குடிச்சுப் பழவுலீன்னா இருட்டுக்குள்ள அலச்சலு இல்ல குப்பணா' என்றான் சலிப்புடன்.

‘அதுக்குப் பாத்தா ஆவுமா சாமீ... நம்பு மடிக்கே எல்லா வரோனும்னா முடியுமா? எத்தன தூரம் தேடி வந்து காடு வாங்கியிருக்கறம். இதுக்குங் கொஞ்சம் அலஞ்சா என்ன கொறஞ்சு போயர்றம் சாமி. அங்க போனதுனால இன்னொரு விசயம் முடிஞ்சுது பாருங்க. அவுங்க மரமேறிதான் சாமி... இந்தப் பக்கத்துல ஓல கெடைக்குமாம். வேண்ணா வெட்டித் தர்றமின்னு சொன்னாங்க பாத்துக்கங்க’ என்றார் குப்பன். முன்அனுமானத்தோடுதான் குப்பனும் இருக்கிறார். அவனுக்குச் சந்தோசமாக இருந்தது.

‘காட்டுக்குள்ள மரமிருந்தா நானே வெட்டீருவன் குப்பண்ணா. மரமேர்ற வேலய என்னயவிட எந்த மரமேறி நல்லாச் செஞ்சுரப் போறான்?’ என்று முத்து சொல்லவும் குப்பன் ‘அதெப்படி சாமி அப்பாரு உங்களச் மரமேறிகிட்ட அனுப்பி மரமேறப் பழவ வெக்க எண்ணம் வந்துது. ஆச்சரியந்தான் பாத்துக்கங்க’ என்றார். ‘அதிலென்ன ஆச்சரியம் இருக்குது குப்பணா. நம்மூட்டுக்கு வர்ற குடிமகன் இருக்கறானுல்ல அவன் மூலமாத்தான் அப்பனுக்கு அப்படி ஒரு எண்ணம் வந்துது’ என்ற முத்து அதைப் பற்றிக் குப்பனுக்குச் சொல்லத் தொடங்கினான். ‘எத்தனையோ கத சொல்ற உனக்கு நான் இப்பக் கத சொல்லப் போறன் பாத்துக்க’ என்று பீடிகை போட்டான்.

வாரத்திற்கு ஒருமுறையேனும் காட்டுப்பக்கம் குடிமகன் மணி வந்துவிடுவான். வீட்டில் யாருக்கேனும் மயிர்வெட்டவோ சவரம் செய்யவோ வேலையிருக்கும். வராவிட்டால் கண்ணில் படும்போது கோபித்துத் திட்டிவிடுவார் அப்பன். அண்ணன்கள் யார் கண்டாலும் ‘என்ன மணி காட்டுப்பக்கமே காணாம். வசதி கூடிப் போச்சா’ என்று விசாரிப்பார்கள். அன்றைக்கு முத்துவுக்கு மயிர்வெட்ட வேண்டும். வீட்டு வாசலிலிருந்து தள்ளிக் கட்டுத்தரைப் பக்கம் கிடந்த பெருங்கல்லில் உட்கார்ந்து வெட்டுவது வழக்கம். முத்து கல்லேறி உட்கார்ந்துவிட்டான். அடப்பத்தைத் திறந்து கத்திரி, கத்தி எல்லாம் எடுத்து வைத்த மணி ‘அடடா தண்ணி எடுத்தாராத உட்டுட்டனே முத்து’ என்றான். எண்ணெய்க் கிண்ணம் போல இரும்பில் கிண்ணம் ஒன்றை வைத்திருப்பான் மணி. தண்ணீருக்கு அதுதான்.

உட்கார்ந்த பிறகு எழுந்திருக்கச் சோம்பலாக இருந்தது முத்துவுக்கு. ‘மொடாவுல மோந்துக்கிட்டு வா மணி’ என்றான் முத்து. ‘ஆராச்சும் பாத்தா எதுனா சொல்லுவாங்க. நிய்யே மோந்து ஊத்தீரு கண்ணு’ என்றான் மணி. ‘ஆருமில்ல. போய் மோந்தா’ என்று விரட்டினான் முத்து. மணி போய் மொடாவில்

கிண்ணத்தை விட்டு மோக்கும் போது அப்பன் வந்துவிட்டார். 'என்னடா மணி... பன்னாட்டு மீறிப் போச்சாட்டம் இருக்குது. மொடாவுக்குள்ள அடப்பக் கிண்ணத்த உட்டு மோக்கற அளவுக்கு வந்திட்டயா' என்று கத்தினார். ஒருகணம் திடுக்கிட்டுப் பயந்து போனாலும் மணி சட்டெனச் சமாளித்துக் கொண்டான். 'எங்களுக்கு என்ன சாமி தீட்டு. நாங்க உங்க ரத்தம். உங்களத் தொட்டுச் சவரம் பண்ணறம். உங்க சாங்கியம் எதுனாலும் நாங்க இல்லாத கெடையாது. எப்பிடி? அந்தக் காலத்துல எங்க முப்பாட்டனுக்கும் முப்பாட்டன். அவனுக்கும் முப்பாட்டன். இப்பிடி எத்தனையோ தல மொறைக்கு முந்தி உங்க பையனா இருந்தவருதான் எங்க பாட்டன் வைரா. உங்களுக்குத் தெரியாதா?' என்று கேட்டான். அப்பனுக்கே அந்த விவரம் தெரியவில்லை. மணி விரிவாகச் சொல்லத் தொடங்கினான்.

அந்தக் காலத்தில் இந்தப் பக்கம் வெள்ளாமை ஏதுமில்லை. எல்லாம் மரம் பெருத்த வனங்களாகக் கிடந்தன. அப்போது இங்கே கிழங்கு தோண்டியும் கனி பறித்தும் தின்று கொண்டு வாழ்ந்தவர்கள் இருந்தார். அவர்களும் படிப்படியாக வெள்ளாமை செய்ய ஆரம்பித்தபோது குடியானவர்கள் எங்கிருந்தோ இங்கே வந்து குடியேறி வனமழித்துக் காடாக்கினார்கள். ஒருபக்கம் வேட்டைக்காரர்களும் இன்னொரு பக்கம் குடியானவர்களும் வாழ்ந்தார்கள். எந்தத் தொழிலாளி இல்லை என்றாலும் அந்த வேலையை நாம் பார்த்துவிடலாம். குடிமகன் வேலையை யார் பார்க்க முடியும்? வேட்டைக்காரர்களுக்குச் சவரம் செய்யக் குடிமகன் இருந்தான். குடியானவர்களுக்கு இல்லை. வேட்டைக்காரர்களுக்கு முதலில் செய்துவிட்டுப் பிறகு குடியானவர்களுக்குச் செய்யலாம் என்று பேசிக்கொண்டார்கள்.

அன்றைக்கு மட்ட மத்தியானத்தில் ஊரோரம் கல்லொன்றில் உட்கார வைத்துக் குடியானவர் ஒருவருக்குக் குடிமகன் சவரம் செய்துகொண்டிருந்தான். ஒருபக்கம் முழுக்க எடுத்துவிட்டான். இன்னொரு பக்கம் பாக்கி. அப்போது வேட்டைக்காரர் ஒருவர் வந்து 'டேய் ஊருல ஒரு ஞாயம். நான் போயித்தான் பேசி முடிக்கோணும். ஓடியா ஓடியா. எனக்கு அவசரம் வா. செஞ்சுட்டு அப்பறம் ஆருக்கு வேண்ணாலும் செய்யி' என்று அழைத்தார். குடியானவருக்கு ஒரு பக்கம் பாக்கி இருக்க அப்படியே விட்டுவிட்டுக் குடிமகன் வேட்டைக்காரர் பக்கம் போய்

விட்டான். வேட்டைக்காரருக்குத்தான் முதலில். அவருக்கு முடித்துவிட்டு வந்து மீதத்தைச் செய்கிறேன் என்றுகூடச் சொல்லவில்லை. கூப்பிட்டதும் அப்படியே போய்விட்டான். குடியானவருக்கு வந்ததே ஆங்காரம். பாதிச் சவரத்தில் உட்கார்ந்திருப்பதும் ஒரு பிழைப்பா என்று அவருக்குத் தோன்றியது. இனிமேல் குடியானவருக்குத் தனிக் குடிமகன் வேண்டும் என்று முடிவு செய்து அப்படியே வீட்டுக்கு வந்தார்.

தன் கடைசி மகனை அழைத்து 'இனிமேல் குடியானவனுக்கு நீதான் குடிமகன். எங்க போயிக் கத்துக்குவியோ எப்பிடிக் கத்துக்குவியோ தெரியாது. கத்துக்கிட்டு வந்துரு. உம் பொண்டாட்டி பிள்ள குட்டி எல்லாத்தயும் கூட்டிக்கிட்டுத் தனியாப் போயிரு. காடு ஊடு எல்லாம் உனக்கு உட்டர்றன். ஆனா இன்னமே நீ வெள்ளாம பண்ணக்கூடாது. குடிமகன் வேலதான்' என்று சொல்லிவிட்டார். அவரின் கடைசி மகன் பரம்பரைதான் குடிமகனாக விளங்கி வருகிறது என்று விளக்கமாக மணி சொன்னான். அதோடு அவன் நிறுத்தவில்லை. 'பாருங்க எங்களுக்கும் உங்களாட்டம் ஆளுண்டு. சாங்கியம் எல்லாம் உங்களாட்டந்தான். எங்க பொண்டுவ வெள்ளச்சேல கட்டறதும் உண்டு. அப்பறமென்ன தண்ணி மோக்கறதுக்குச் சொல்லறீங்க. ஊடேறி வந்து சோறு போட்டுத் திங்க எனக்கு உரிமையிருக்குது' என்று உரிமை கொண்டாட ஆரம்பித்துவிட்டான்.

'ஆமாண்டா அப்பா... நீ பொண்ணுக் கேட்டுக்கூட வருவ' என்று கேலி செய்தாலும் அப்பனின் மனதுக்குள் அவன் சொன்ன விஷயம் வித்தாக விழுந்து விட்டது. குடிமகன் வேலைக்கே ஓராளை அனுப்பியிருக்கிறார்கள் என்றால் இந்தப் பனையேறுவது பெரிய விஷயமா என்று யோசிக்க ஆரம்பித்து விட்டார். பனை வெள்ளாமைக் காட்டுக்குள் இருக்கிற மரம். குடியானவனுக்குப் பனை இல்லாமல் ஒரு வேலையும் நடக்காது. குடிக்கத் தெளுவுத்தண்ணி தருவது மட்டுமல்ல. ஓலை, பட்டை, நுங்கு, பனம்பழம் என்று எத்தனையோ தருகிறது. வடிக்கவும் எரிக்கவும் பன்னாடை எங்கிருந்து வருகிறது? பனையேறினால் தீட்டு என்று யாரும் சொல்லவில்லை. சவரம் செய்தால் தீட்டு. தண்ணீர் வார்த்துக்கொள்ளாமல் வீட்டுக்குள் நுழைய முடியாது. துணிமணிகளைத் தனியாகத்தான் துவைக்க வேண்டும். பனையேறுவது ஏர் ஓட்டுவது போலத்தான். எனப் பலவாறு யோசித்துத் தன் கடைசி மகனைப் பனையேறப் பழக அனுப்பலாம் என்னும் தைரியம் பெற்றார். அது குடிமகன் மணி கொடுத்ததுதான் என்று முத்து முடித்தான்.

'நீங்க மரமேறப் பழகுனதுல இத்தன விஷயம் இருக்கு துங்களா?' என்று கேட்டார் குப்பன். 'பின்ன சும்மாவா? எனக்கும் ஒரு கத இருக்குது பாத்துக்க குப்பணா' என்று அந்த விஷயத்தை முடித்துவிட்டு அடுத்ததற்கு வந்தான் முத்து. ஊருக்குப் போய்விட்டு இரண்டு நாளில் வந்துவிடுவதாகவும் அதுவரை மாடுகளை வயிறு நிறையும்படி மேய்த்துப் பார்த்துக் கொண்டால் போதும் என்றும் சொன்னான். தங்காளிடம் ஏதாவது சொல்ல வேண்டுமா என்று கேட்டதற்கு 'இப்பத்தான் கலியாணமாயி மூனு மாசந்தான் ஆவுதா. என்னத்தச் சொல்லி உடறது? நல்லாருக்கறன்னு சொல்லுங்க. கொஞ்ச நாள்ல தங்காளும் இங்க வந்தரலாமின்னு சொல்லுங்க. அது போதும்' என்றவர் வட்டலில் களியைத் தோண்டிப் போட்டு முத்துவின் முன்னால் வைத்தார். கௌாசில் சாராயத்தை ஊற்றித் தண்ணீரைக் கலந்தார்.

குப்பனின் வாயிலிருந்து சாராய வாடை வருவது போலவும் தெரிந்தது. குறைவாக வாங்கி வரச் சொன்னதால் அங்கேயே கொஞ்சம் குடித்துவிட்டு வந்திருக்கலாம். தினமும் குடிக்கிற நாக்கு முத்துவுக்காக பன்னிரண்டு நாட்களாகக் கட்டுப்படுத்திக்கொண்டு இருந்திருக்கிறது. இருந்து குடித்ததால் தான் நேரமாகிவிட்டது போல. அவரிடம் எதையும் கேட்க வில்லை. முத்துவுக்கு அதிகமாக ஊற்றிவிட்டுத் தான் அளவாக ஊற்றிக்கொண்டார். 'சாறு அருமையாக் காச்சீருக்கறீங்க சாமீ... இவ்வளவு வயனமாச் செய்யற நீங்க எப்படித்தான் நான் செய்யறதச் தின்னீங்களோ' என்று சொல்லியபடி குப்பன் சாப்பிட்டார். சாராயம் வலுத்து உறைக்கவில்லை. தொண்டை யில் எரிந்து இறங்கினால் குப்பென்று தூக்கும். இது சுமார் தான். அதற்கும் அவரைப் பருப்புச் சாற்றுக்கும் மிக நன்றாக இருந்தது. தண்ணீர்தான் காரணம் என்று நினைத்தான். குழி தோண்டிப் பெற்ற நீரை மாடு குடித்தது. முத்துவும் குப்பனும் வயிறு முட்டக் குடித்துக் குளிக்கவும் செய்தார்கள். சமைய லுக்கும் அதுதான். சாராயத்தில் கலக்கவும் அதுதான். காடு கிரையம் முடிந்த நாளிலேயே இத்தனைக்கும் ஆகும்படி தண்ணீர் கிடைத்தது பெரிய அதிர்ஷ்டம். சாப்பிட்டு முடித்து வண்டியின் மேல் படுத்தான் முத்து.

வானில் நிலா இறங்கிக்கொண்டிருந்தது. இன்னும் கொஞ்ச நேரத்தில் காடு முழுக்க இருண்டுவிடும். எதற்கும் லாந்தரைப் பற்ற வைத்துக்கொள்ளலாமா என நினைத்தான். விளக்கு வெளிச்சமே காட்டிக் கொடுத்துவிடும். எதுவும் வேண்டாம்.

காடு பங்கு பிரித்த நாளிலிருந்து இன்றுதான் மனம் நிம்மதி யாக இருப்பதாகப்பட்டது. சொந்தக்காடு. நான்கு பேருக்கும் இருந்த அளவு காடு தான் ஒருத்தனுக்கே. கண்ணை மூடியதும் ஏதேதோ காட்சிகள் தாறுமாறாக வந்தன. கொஞ்ச நேரம் புரண்டிருந்து பின் ஆழ்ந்து தூங்கினான். வெகுநாளுக்கப்புறம் எதுவுமறியாத அளவு பெருந்தூக்கம்.

நாய் ஊளை போலக் காதில் பெருஞ்சத்தம் கேட்டுத் திடுக்கிட்டு எழுந்தான். பனிக்காற்று மோதி மேனி சில்லிட்டுப் போயிருந்தது. வண்டியடியே படுத்திருந்த குப்பனின் குறட்டைச் சத்தம் இடைவெளி விட்டுக் கேட்டுக்கொண்டிருந்தது. மாடு களைப் பார்த்தான். அவை தடத்துப் பக்கமாய்த் திரும்பிக் காதுகளை விறைத்தபடி பார்த்திருந்தன. தீனியைத் துளியும் விடாமல் தின்றுவிட்டன. இருளின் மென்படலத்inூடே ஒருகணத்தில் எல்லாம் காட்சியாயின. போதைக் கிறக்கம் தெளிந்திருந்தது. சத்தம் கேட்டது பொய். மனம் செய்யும் மாய்மாலம் என்று நினைத்தபடி கீழே இறங்கி மல்லப் போனான். திடுமெனத் தடத்துப் பக்கமிருந்து ‘ஊஊகுகு’ என்று பெரும் ஊளை. உடனே பள்ளத்துப் பக்கமிருந்தும் அதே மாதிரி ஊளை. ஒரு கணத்தில் நாற்புறமிருந்தும் ஊளைச் சத்தம். உடல் சிலிர்க்க என்னவென்று அனுமானிக்க முயன்றான். மாடுகள் விறைத்து நின்றன. இந்தப் பக்கம் நரி இருக்குமோ. இருந்தால் நாட்டாமைக்காரர் சொல்லியிருப்பாரே. ஒவ்வொரு பக்கமிருந்து தனித்தனியாகவும் பின் எல்லாப் பக்கமிருந்து சேர்ந்தும் ஊளைச் சத்தம் வந்தது.

நிதானித்துக் கேட்டபோது இது மனித நரிச் சத்தம் என்று கண்டான். காட்டுக்குள் தங்கப் போகிறோம் என்று சொன்னதைக் கேட்டப் போக்கிரி நரிகள் பயமுறுத்த வந்திருக் கின்றன. இவற்றைப் பிடிக்க முடியாது. குரலால் விரட்டி விடலாம் என்று தோன்றியது. மண்டுவிட்டு மெல்ல எழுந்தான். திடுமென எதிர்க்குரல் கொடுத்தான். ஊரில் ஆடும் சாமிகளைப் பார்த்திருக்கிறான். சாமிகள் மூளி முறித்து மெரல் வரும்போது போடும் சத்தத்தை மனதில் வைத்து ‘ம்ம்ம்’ என்று தொடங்கி னான். அது அப்படியே மேலெழுந்து ‘ஆஆ’ என்று விரிந்து பேரோலமாய் வெளிப்பட்டது. காட்டுக்குள் அங்கங்கே ஓடி அதே போலக் குரல் கொடுத்தான். அவனுக்கு ஆர்வமும் வேகமும் உண்டாகிவிட்டன. கட்டுப்படுத்தவே முடியவில்லை.

அவன் தோற்றம் கண்டு மாடுகள் மிரண்டு நின்றன. குதித்தாடிச் சத்தம் எழுப்பினான். தலையை ஒவைத்துக்கொண்டு

ஆடும்போது அவனையறியாமல் விதவிதமான சத்தம் உரு வாயிற்று. எதிர்ப்பக்கமிருந்து ஊளை நின்றது. அவன் இடை விட்டுப் பார்த்து மீண்டும் ஆங்காரமிட்டான். ஊளைக்கு எதிர் ஆங்காரம். பேய்க்கு எதிர் சாமி. நாளைக்குத் தீப்பந்தம் ஒன்றைத் தயார் செய்து வைத்துக்கொள்ள வேண்டும் என நினைத்தான். தீப்பந்தத்தைப் பற்ற வைத்துக்கொண்டு மதுரை வீரன் ஆடுவது போலக் காட்டின் நாலாப்புறமும் சுற்றி ஆலவட்டம் போட்டு வந்தால் எப்பேர்ப்பட்ட இரவாக இருந்தாலும் கொள்ளிவாய்ப் பிசாசுகள்கூடப் பயந்தொடுங்கிப் போகும். எதிர்க்குரல்கள் நின்றுவிட்ட பின்னும் வெகுநேரம் ஆவேசத்தோடு ஆங்காரமிட்டுக் கொண்டிருந்தான். இத்தனைக்கும் குப்பனிடமிருந்து துளி அசைவில்லை.

26

சொல்லியபபடி இரண்டு நாள் கழித்து மூன்றாம் நாள் மத்தியான நேரத்தில் காட்டுக்கு வந்து சேர்ந்தான் முத்து. அவனுடைய இரண்டாவது மகள் ரோசம்மாளும் உடன் வந்திருந்தாள். சேத்தூர் வரைக்கும் பஸ்ஸில் வந்து அங்கே காத்திருந்து இன்னொரு பஸ் பிடித்து கருங்கரட்டு நிறுத்தத்தில் இறங்கியிருக்கிறார்கள். பிரதான சாலையிலிருந்து நான்கு கல் தொலைவு நடந்தால்தான் காடு வரும். இத்தனை தூரம் பஸ்ஸில் வந்ததும் நடந்ததும் எனப் பிள்ளை முகத்தில் சோர்வு அப்பியிருந்தது. வேம்பின் நிழலில் உட்கார்ந்து கொண்டாள். குப்பன் வைத்திருந்த களியைக் கரைத்து ஒரு சொம்பு குடித்த பின்தான் தேக்கம் தேறினாள். அவர்களோடு இரண்டு வெள்ளாட்டுக் குட்டிகளைக் கூடைக்குள் வைத்து மேலே சாக்கைப் போட்டு மூடி அங்கிருந்து பஸ்ஸில் கொண்டு வந்தார்கள். இரண்டு பெரிய பெரிய சாக்கு மூட்டைகள். சுமை அதிகம். நடந்ததை விடவும் சுமை தூக்கியதால் தான் பிள்ளைக்குக் களைப்பு.

அப்படியும் விடவில்லை முத்து. ‘காடு எப்பிடி இருக்குது ரோசு?’ என்றான். அவளுக்கு ஒன்றும் பிடிபட வில்லை. பத்து வயதுப் பிள்ளைக்குப் பார்த்ததும் என்ன பிடிபடும்? கிணறும் எப்போதும் ஏதாவது பசுமையோடு இருக்கும் வெள்ளாமையும் கொண்ட நிலத்தைப் பார்த்தவள் கண்ணுக்கு இது வெறும் கரடாகத் தெரிந்தது. ‘கீழ பள்ளத்து வரைக்கும் நம்ம காடுதான். தெக்க முட்டுக்கல்லுத் தெரியுதா அதுவரைக்கும் நம்முளுக்குத் தான்.’ விவரித்தான் முத்து. பரப்பளவு அவளுக்குக் கொஞ்சம் வியப்பூட்டிய மாதிரி தெரிந்தது. ‘காட்டுல

வெள்ளாமையே இல்லீன்னு பாக்கறியா? இன்னமேதான் காட்ட வெள்ளாமைக்கு ஏத்தாப்பல மாத்தோனும். நெறைய வேல இருக்குது கண்ணு. ஒரு வருசத்துல பாரு காடு உனக்குப் புடுச்சாப்பல மாறிரும்' என்று அவள் தலையைத் தடவினான்.

கொஞ்சநேரம் நிழலில் இருந்துவிட்டுத் தண்ணீர்க் குழியைப் பார்க்க மகளையும் அழைத்துக்கொண்டு போனான். வெளிச்சத்தில் இன்னும் ஆதைப் பார்க்கவேயில்லை. அதற்குப் போகும் வழியிலிருந்த முட்களை வெட்டித் தாராளமாகப் போகும்படி செய்திருந்தார் குப்பன். தண்ணீர்க் குழியைச் சுற்றிலும் பெரிய கரை கட்டி இருந்தது. கற்களை வைத்து மண் சரியாமல் அமைக்கப்பட்ட பலமான கரை. 'குப்பண்ணா பெரிய வேல செஞ்சிருக்கறப்பா' என்றான் முத்து சந்தோசமாய். ஆள் இறங்கினால் முழுகும் அளவுக்குக் குழி. உள்ளே இறங்கி மேலும் கொஞ்சம் குப்பன் ஆழப்படுத்திய மாதிரி தோன்றியது. நீர் தெளிந்து மத்தியான வெளிச்சத்தில் மண்வரை தெரிந்தது. முழங்கால் அளவு நிச்சயம் நீர் இருக்கும். எதிர்ப்புறமிருந்து எட்டிப் பார்த்த ரோசம்மாள், 'ஊத்தாப்பா இது' என்றாள். அந்த வார்த்தையைக் கேட்டதும் முத்துவுக்கு மனம் நிறைந்தது.

'குப்பண்ணா பிள்ள சொல்றதக் கேட்டயா. ஊத்து. இது ஊத்து. நாமளும்தான் தண்ணிக்குழி தண்ணிக்குழின்னு சொல்லிக்கிட்டு இருந்தமே. பிள்ள என்ன அழகா ஊத்துன்னு சொல்றா பாரு. இன்னமே இதுக்குப் பேரு ஊத்துத்தான்' என்றான். 'பெரிய மனசங்க இருந்து என்ன பண்றது? இதுக்குத்தான் சின்னப்பிள்ளைவ வேணுங்கறது. அதும் வாயில இருந்து சாமி வாக்குச் சொல்லுது' என்றார் குப்பண்ணன். ரோசம்மாவைக் கூட்டி வர முதலில் மறுத்துவிட்டான் முத்து. ஊருக்குப் போய் விசயத்தைச் சொன்னதும் பெருமா பொங்கி அழுதாள். அத்தனை நாளும் போனவனையே எண்ணிக் காத்திருந்த அவள் மனம் ஆனந்தத்தால் உடைந்தது. மெதுவாக எல்லா விசயங்களையும் சொன்னான். மாமனார் வீட்டு ஆட்கள் முழுக்கவும் வந்து குழுமி உட்கார்ந்துகொண்டார்கள். அந்தப் பக்கமிருந்து இதுவரை யாரும் இப்படி வெளியூர் போய்க் காடு வாங்கிக் குடியேறியதில்லை. இது அதிசயமாக எல்லாருக்கும் தோன்றியது.

காட்டைப் பற்றி அவன் எதுவும் மிகைப்படுத்திச் சொல்லவே இல்லை. திருத்தித்தான் வெள்ளாமை செய்ய வேண்டும் என்றான். 'நல்லாத் திருத்தி வெள்ளாம செய்யறாப்பல வெச்சிருந்தா இந்த வெலக்கிக் காடு கெடைக்குமா?' என்றான் வீரண்ணன். புறம்போக்கு மூன்றரை

ஏக்கர் பற்றி முத்து எதுவும் சொல்லவில்லை. பெருமாவிடம் மட்டும் தனியாக அதைப் பற்றிச் சொன்னான். ஒரு மாதம், அதிகமாகப் போனால் இரண்டு மாதம் அதற்குள் எல்லாரும் அங்கே போய்விடலாம் என்றான். இப்போதே உடன் வருவ தாகச் சொன்ன பெருமாவைச் சமாதானப்படுத்தப் பெரும்பா டாயிற்று. ஆண்கள் காடு மேடு என எங்கே வேண்டுமானாலும் எப்படி வேண்டுமானாலும் இருந்துகொள்ளலாம். பெண்கள் வந்தால் சின்னக் கொட்டாயாவது இல்லாமல் எப்படி? மொட்டைக்காட்டில் படுத்துக்கொள்ளச் சொல்ல முடியுமா? வயதுக்கு வருகிற நிலையில் பெரியவள் இருக்கிறாள். கொஞ்சம் ஏற்பாடு செய்துவிட்டு மாட்டுவண்டியோடு வந்து சாமான் களை எல்லாம் எடுத்துக்கொண்டு எல்லாரையும் கூட்டிப் போகிறேன் என்றான்.

சோறு தண்ணிக்கு உதவியாக ரோசம்மாளைக் கண்டிப் பாகக் கூட்டிப் போக வேண்டும் என்று சொல்லிவிட்டாள் பெருமா. வீரண்ணனிடம் சொல்லித் தன் காட்டுக்குப் போய்க் கருஞ்சாமி கோயிலில் மண் கொண்டுவரச் சொன்னான். மண்ணோடு பொங்கியும் வந்தாள். 'அந்தப் பக்கம் நீ வரக் கூடாதா? எங்கள அந்தளவுக்கு வெறுத்திட்டயா?' என்றாள். பொங்கியின் முகம் உண்மையில் மிகுந்த வருத்தத்தோடு இருந்தது. 'காடு துளியும் எனக்கில்லையின்னு ஆனப்பறம் எந்த உரிமையில நான் அந்தப்பக்கம் வருவன்?' என்று முத்து கேட்டான். 'தடி அடிச்சுத் தண்ணி வெலகாதுடா. நாங்கல்லாம் அண்ணனுங்கதாண்டா' பொங்கியின் குரல் கம்மியது. சின்னப் பையில் கருஞ்சாமி கோயில் மண்ணும் மொழுக்குக் கல் ஒன்றும் இருந்தன. கருங்கரட்டுப் பக்கம் பாலமரமே முத்துவின் கண்ணுக்குத் தென்படவில்லை. இப்போதைக்குக் கருஞ்சாமியை வேம்பின் அடியில் வைக்கலாம். ஆனால் அவருக்குப் பிரியமானது பாலமரம்தான். வெடிக்கும் நிலையி லுள்ள பாலக்காய்க் கொத்து ஒன்றைப் பறித்துப் பைக்குள் போட்டுக்கொண்டான். முழுக்க வெடித்தால் விதைகள் காடு முழுக்கப் பஞ்சுபஞ்சாய்ப் பறக்கும். விதை போட்டால் இரண்டு மூன்று வருசத்தில் கருப்பனாருக்கு நிழல் கொடுக்கும் அளவுக்குப் பாலமரம் வந்துவிடும்.

கூடைக்குள் போட்டு வெள்ளாட்டுக் குட்டிகளைக் கொண்டு வரும் எண்ணம் முத்துவுக்கு இல்லை. கருங்கரட்டுப் பக்கமே பார்த்து வாங்கிக்கொள்ளலாம் என்றிருந்தான். வெள்ளாடுகளுக்குப் பிரியமான கிழுவந்தழையை உருவிக் கொண்டுவந்து அரைக்கூடை அளவுக்குப் போட்டு அதற்குள்

குட்டிகளை விட்டுச் சாக்கால் மூடிச் சுற்றிலும் நார்க்கயிற்றால் இறுக்கி கட்டிவிட்டாள். ஒருபக்கம் மட்டும் மூச்சுவிட லேசான ஓட்டை. அப்படியும் அவற்றைக் கொண்டு வருவது பெரும் பாடாகிவிட்டது. இன்னும் பால் மறக்காத குட்டிகள். திடுமெனத் தாயை நினைத்து இரண்டும் ஒருசேரக் குரல் கொடுக்கும். பஸ்ஸில் இருந்தவர்கள் எல்லாம் திரும்பித் திரும்பிப் பார்த்தார்கள். நல்ல பால் வர்க்கம். ஈத்துக்கு ஐந்தாறு குட்டிகள் போடும். இந்த வர்க்கத்தைப் புது இடத்தில் எங்கே போய்க் கண்டுபிடிப்பது?

சோற்றுக்கு ஆரிய மாவும் கம்பு மாவும் இரண்டு பைகள். 'எனக்கு என்ன பத்துக் கையா?' என்று அவன் கேட்டபோது ரோசம்மாவை முன்னால் தள்ளினாள். 'மொட்டக்காட்டுல சின்னப்பிள்ளைய வெச்சுகிட்டு நான் என்ன பண்ணுவன்?' என்றதற்கு 'ஆமா அவ இன்னும் பால் குடிக்கற கொழந்த பாரு. கொமுரியாவப் போறா. அங்க வந்தா சோறு கீறு ஆக்கி வெச்சுக்கிட்டு வெள்ளாட்டுக் குட்டியப் பாத்துக்கிட்டு இருக்கட்டும். மூனு வேளையும் கொட்டிக்கிட்டு இங்க குப்பாங்குதிதான குதிக்கப் போறா' எனத் தீவிரமாகச் சொன்னாள். எப்போதும் ரோசம்மாளுக்கும் பையனுக்கும்தான் போட்டி. அவனும் வருவதாகச் சொல்லி ஒரே அடம். வேறு வழியே இல்லாமல் அவனையும் கூட்டிப் போவதாகச் சமாதானம் செய்தான். விடிகாலை எழுந்து கிளம்பியபோது பையனை எழுப்பவில்லை. எழுந்து ஊரே கேட்கக் கத்தியிருப் பான். வாய் மேலேயே இரண்டு அடி போட்டுத்தான் பெருமா அடக்கியிருப்பாள். சிறுபையனைக் கூட்டி வந்தால் சமாளிக்க முடியாது.

எப்படியும் ஒரு மாதத்திற்குள் குடும்பத்தை இங்கே கொண்டு வந்துவிட வேண்டும். சொந்த இடம் என்றான பின் எதற்கு மாமன் மச்சினன் வீட்டில் இருப்பது? எல்லா வற்றையும் உருவாக்கிய பிறகுதான் வருவது என்றால் இப்போதைக்கு முடியாது. வந்து இருந்துகொண்டு ஒவ்வொன் றாக உருவாக்கிக்கொள்ளலாம். வெள்ளாட்டுக் குட்டிகள் இரண்டும் புதுக்காட்டைப் பார்த்து மிரண்டு கத்தின. கூடைக்குள் இருந்த கிழுவந்தழையை அவை கொறித்த மாதிரியே தெரியவில்லை. அவற்றின் கழுத்துக்குச் சிறுகயிறுகளைப் போட்டுச் சுற்றிவிட்டாள் ரோசா. ஒன்றிரண்டு நாட்களுக்குத் தாயை நினைத்துக் கத்தும். கொஞ்சம் கொஞ்சமாக மேயத் தொடங்கிவிடும். எப்படியும் இளைத்துத்தான் தேறும். இரண்டுமே மூட்டுக்குட்டிகள். அடுத்த வருசம் குட்டி போடத்

தொடங்கிவிடும். கிழுவந்தழைகளை உள்ளங்கையில் வைத்து ஒவ்வொரு குட்டிக்கும் கொடுத்தாள். வாயைத் திறந்து உள்ளே திணித்தாள். லேசாகக் கொறித்தன.

காட்டுக்குள் கண்ணோட்டி இளங்குட்டிகள் தின்கிற மாதிரி வேறு என்ன தழைகள் இருக்கின்றன என்று பார்த்தாள். ஒற்றை வாதனாராம் மரம் கிழக்குப் பக்கம் மண்பாதையை ஒட்டித் தெரிந்தது. குப்பன் வெட்டிப்போட்டிருந்த வேப்பங் குச்சிகளில் கொக்கி போல இருக்கும் ஒன்றை எடுத்துக்கொண்டு போனாள். குட்டிகள் இரண்டும் அவள் பின்னால் குதித்துக் கொண்டோடின. மரத்தில் தழை செழிப்பாக இல்லை. பழுத்துக் கொட்டிக்கொண்டிருந்தது. கொக்கிக்கோலால் வளைத்து நுனித்தழைகளை உருவி மடியில் போட்டுக்கொண்டாள். கொஞ்சம் நிறைந்ததும் கீழே உட்கார்ந்து குட்டிகளுக்கு மடியை விரித்தாள். அம்மா சொல்லி அனுப்பியிருப்பது எல்லாம் அவளுக்கு நினைவு வந்தது. ஒருபோதும் சும்மா இருக்கக் கூடாது. அப்பனுக்குத் தொந்தரவு தரக்கூடாது. சோறு ஆக்கும் பொறுப்பு முழுக்க அவளுக்குத்தான். களிக் கிளறுவது கஷ்டமாக இருக்கும்போது அப்பனைக் கூப்பிட்டுக்கொள்ளலாம். வெள்ளாடும் மாடுகளும் அவள் பொறுப்பு. மாடுகளுக்குப் புல் வெட்டி வைக்க வேண்டும்.

தனக்கு நிறையப் பொறுப்புகள் வந்துவிட்ட மாதிரியும் பெரியவர்களுக்குச் சமமாகத் தானும் இருப்பது போலவும் அவளுக்குத் தோன்றியது. அப்படி நினைத்துக்கொள்ளச் சந்தோசமாக இருந்தது. பொன்னையன் வந்திருந்தால் அவனோடு விளையாடலாம். அதுதான் அவளுக்கு ஒரே கஷ்டம். அக்கா இல்லாவிட்டால்கூட ஒன்றும் தெரியாது. தம்பி வேண்டும். ஒரு மாதம்தான். வந்துவிடுவான் என்று நினைத்துக்கொண்டாள். குட்டிகள் இரண்டும் கொஞ்சமாகவே கொறித்தன. மிச்சத்தை மடியில் கட்டிக்கொண்டு பாறையை நோக்கி ஓடினாள். குட்டிகளும் ஓடி வந்தன. அவள் நின்றால் நின்றன. ஓடினால் ஓடி வந்தன. விளையாடக் குட்டிகள் போதும் என்று நினைத்தாள். கூடையில் தழையைக் கொட்டி விட்டுப் பாண்டங்களைப் பார்த்தாள். தண்ணீர் ஊற்றி வைத்திருந்த களி உருண்டை இருந்தது. அதை எடுத்து மேலுலைச் சட்டியில் போட்டு வைத்துவிட்டுச் சோற்றுச் சட்டியையும் சாற்றுச் சட்டியையும் துலக்கினாள். அடியில் கரி வட்டாகப் படிந்திருந்தது. ஆவாரங் கொத்து ஒன்றை ஒடித்து வந்து சாம்பலைப் போட்டுத் தேய்த்தாள். சட்டியின் உள்பக்கம் மட்டும் தினமும் விளக்கிக் கழுவிக் களி கிளறியிருக்கிறார்கள்.

சாற்றுச் சட்டியின் விளிம்புகளில் காய்ந்து கிடந்த துணுக்கு களைத் தேய்த்துக் கழுவினாள். தேங்காய் நார் பார்த்து எங்கிருந்தாவது கொண்டு வர வேண்டும். வட்டில்களையும் விளக்கினாள். எல்லாவற்றையும் முடித்துவிட்டுக் கொத்தை எடுத்துக்கொண்டு காட்டுக்குள் போனாள்.

பெரும்பெரும் புற்களாக இருந்தவற்றைக் கொத்தி எடுத்தாள். மண்ணைத் தட்டி அங்கங்கே குட்டான் குட்டா னாய்ப் போட்டாள். குட்டிகள் அவள் அருகிலேயே வந்து கொண்டிருந்தன. அவற்றிற்குப் போக்குக் காட்டி ஓடுவது சந்தோசமாக இருந்தது. காட்டோடு அதற்குள் இணைந்துவிட்ட பிள்ளையைப் பார்க்கப் பெருமையாக இருந்தது முத்துவுக்கு. பெருமா பிள்ளையை அனுப்பியது நல்லதுதான். அவளுக்கு எத்தனையோ சூட்சுமங்கள் தெரிந்திருந்தன. ரோசாவை ஒரு பக்கம் கவனித்துக்கொண்டே தன் வேலையில் இறங்கி இருந்தான் முத்து. கருஞ்சாமி அவருக்கு இடம் பார்க்க வேண்டியதுதான் முதல் வேலை. இந்தக் காட்டுக்குள் தோதாகப் பல இடங்கள் இருந்தன. பாறையும் சின்னக் கரடுகளுமாய்க் காடு முழுக்கக் கிடக்கையில்என்ன பஞ்சம்? ஆனால் அவருக்கும் யாரும் தொந்தரவு தராத, அவரும் யாருக்கும் தொந்தரவு தராத இடமாக ஒன்றைப் பார்க்க வேண்டும். கொட்டாய் போடும் இடத்தையும் முடிவு செய்துவிட்டால் அதற்கேற்ற மாதிரி அவரை வைத்துவிடலாம்.

குப்பனும் அவனும் காடு முழுவதையும் சுற்றி வந்து தென்மேற்கு மூலையில் நின்றார்கள். அங்கே ஓடைப் பொறம் போக்குக்கு மேல் பட்டா நிலத்திலேயே நாலுபடி ஏறுகிற உயரத்தில் சிறுபாறை இருந்தது. அது மெல்லக் கீழிறங்கிச் சின்னக் கிணறு ஒன்றின் வாரி அளவுக்கு வால்போல் நீண்டு முடிந்தது. மேல் பாறையை ஒட்டிச் சீமைக் கருவேல், கிழுவை, வேம்பு என மரங்களும் பிரண்டைக் கொடிகளும் படர்ந்து கிடந்தன. மேல்பாறை ஒரு ஆள் நாலாப்புறமும் கைகால்களை நீட்டிப் படுக்கும் அளவுக்கு அகலம் கொண்டிருந்தது. கருஞ்சாமிக்கு அதுதான் மிகப் பெருத்தமான இடம் என்று முத்து நினைத்தான். நடுக்காட்டுக்குள்கூட இதே போலக் குறுங்கரடு இருந்தது. நான்கைந்து இடங்களில் சிறு சிறு பாறைகள். சாமி பாறையோ மலையோ வேண்டும் என்று கேட்பவரல்ல. காட்டு மூலையில் மண்ணில் வைத்தாலே இருந்து கொள்வார். ஆனால் இங்கே பாறைகள் நிறைந்து கிடப்பதால் அவரைக் கொஞ்சம் சுகமாக வைக்கலாம் என்று நினைத்தான்.

மண்ணில் வைத்தால் அவருக்கு ஒரு பாத்தி அகலம் ஒதுக்கிவிட வேண்டும். எங்கிருந்தாலும் அவருக்கு மரம் கேட்பார். வேம்போ பாலமரமோ எதுவானாலும் சரி, வளர்ந்து படர்ந்தது என்றால் சின்ன அணப்பு அளவுக்கு நிழல் விழும். வெள்ளாமை வராது. பாறைப் பகுதி பிரச்சினையே இல்லை. அதுவும் இது காட்டின் மூலைப்பகுதி. அவர் நடமாட்டத்துக்குத் தடையிருக்காது. வீட்டுப் பெண்கள் தூரமானால் அவர் முகத்தில் விழிக்க வேண்டியதில்லை. பொங்கல் வைத்துக் கோழி அறுத்தாலும் கிடா வெட்டினாலும் அதற்குப் பாறை நல்ல தோது. அவன் குப்பனைப் பார்த்தான். அவருடைய யோசனை வேறு மாதிரி இருக்குமோ என்னவோ. ‘இங்கயே வெச்சரலாம் சாமீ... பக்கக்காட்டுப் பொலி இத ஒட்டித்தான் வருது. ஒழவு சேத்திக் கீத்தி ஓட்டலாம்னு மனசு நெனச்சாலும் சாமியப் பாத்தா மாறீரும். அந்தக் காட்டுக்காரன் மூக்கன். அவங்கிட்டப் பிரச்சினை இல்லாம இருக்கும்’ என்றார். அந்த இடத்திற்கு இப்படி ஒரு வசதியும் இருப்பது முத்துவுக்கு இன்னும் திருப்தி தந்தது.

❀

27

அதே இடத்தையே முடிவு செய்து சுத்தமாக்கத் தொடங்கினார்கள். சீமைக்கருவேல மரம்தான் பைத்தியகாரியைப் போலத் தலையை விரித்துக்கொண்டு பரந்திருந்தது. வெள்ளாமைக்கு முதல் எதிரி இந்த மரம்தான். வேம்பு பெரிய மரமாக இல்லை. தோல் நீண்டு சீமைக் கருவேல முள் சந்துக்கு இடையே புகுந்து அதற்கு மேல் வளர்ந்து குடைபோல விரியத் தொடங்கி யிருந்தது. வேம்பு எப்போதுமே அப்படித்தான். ஒன்றைத் துளைத்து மேலே போய்விடும். அதன் பின் தன்னை விரித்துக் கீழே இருப்பதை அழுத்திவிடும். கையளவு பருமன் கொண்ட வேம்பு அது. அதையொட்டிக் கிழுவ மரம் ஒன்று நின்றது. கிழுவையை அடியோடு வெட்ட வேண்டியதில்லை. மேல் பகுதியை அரக்கிவிட்டால் போதும். தழைந்து வந்தால் வெள்ளாடுகள் தொத்துக்கால் போட்டாவது தின்றுவிடும். அவற்றிற்குப் பிரியமான தழை அது. புதரைக் கொஞ்சம் வெட்டி எடுத்துவிட்டால் சாமியைக் கும்பிடவும் விளக்குப் போடவும் பய மில்லாமல் வரலாம். ஒரு மணி நேரத்து வேலை. பொழுதிறங்குவதற்குள் சாமியை அவர் இடத்தில் வைத்துவிடலாம்.

இரண்டு நாட்களாகப் பஸ்ஸில் வந்த அலுப்பு சாமிக்கும் இருக்கும். ஊற்றுக்குப் போகும் வழியைச் சரிசெய்யக் குப்பன் வெட்டி வைத்திருந்த கவைக்கோல்கள் நான்கைந்து இருந்தன. அரிவாள்களையும் எடுத்து வரலாம் என்று நகர்ந்தபோது முத்துவின் கையைப் பற்றி 'ஸ்ஸ்' என்று வாய்மேல் விரலை வைத்துக் காட்டினார் குப்பன். ஏதோ பாம்பைக் கண்டுவிட்டார்

என்று தோன்றியது. அவர் விரல் நீண்ட திசையில் பார்த்தான். புதருக்கிடையே பாறையை ஒட்டிப் புல்லின்மேல் படுத்திருந்தது முயல். செம்பாறையின் வெளுத்த துணுக்கு ஒன்று தனியாகப் பிதுங்கி நிற்பது போலத் தெரிந்தது. அதன் கண்கள் மட்டும் சுற்றிலும் பார்த்தபடி சுழன்றன. இருவரும் அந்த இடத்தை விட்டுச் சற்றே தள்ளி வந்தார்கள். அரவம் கேட்டால் முயல் பாய்ந்துவிடும். கண் மூடித் திறப்பதற்குள் இரண்டு காடு தாண்டிப் போய் நின்று திரும்பிப் பார்க்கும். முயலை வேட்டை யாடுவது கஷ்டம். வலை கட்டி வைத்துப் பிடித்தால்தான். இருந்தாலும் இந்தக் காட்டுக்குள் கருஞ்சாமி காலடி வைத்ததும் கண்ணுக்குக் காட்டும் ஓர் உயிர். பலியோடு தன் இருப்பைத் தொடங்க எண்ணியிருக்கலாம். முயன்று பார்க்கலாமே என்று முத்து நினைத்தான்.

குப்பனை அங்கேயே நிற்கச் சொல்லிக் கைகாட்டிவிட்டுக் காலடி ஓசை கேட்காத அளவு மெல்லப் பாதம் பதித்து வண்டியை நோக்கி ஓடினான். குத்தீட்டிகளை எடுத்துக் கொண்டான். புல் வெட்டிக்கொண்டிருந்த ரோசம்மா என்னப்பா என்று ஓடி வந்தாள். 'மொச கண்ணு' என்றான். அவனை அவள் பின்தொடர்ந்ததும் குட்டிகளும் ஓடி வந்தன. உடனே நின்று அவற்றைக் கொண்டுபோய்க் கூடையில் அடைத்துவிட்டு ஓடிவந்தாள். அப்பன் கையில் இரண்டு குத்தீட்டிகள் இருப்பதைப் பார்த்தாள். வண்டியின் மேலிருந்து இன்னொரு ஈட்டியைக் கையில் எடுத்துக்கொண்டு மூலையை நோக்கி ஓடினாள். பிளந்த மூங்கிலின் முனையில் கூரிய இரும்புப்பூண் செருகிய ஈட்டி. குத்துக்குச் சிக்கிவிட்டால் உயிர் அவ்வளவுதான். இப்போது முயல் வடபக்கம் திரும்பிய படி குறுகுறுவென்று படுத்திருந்தது. கண்கள் மூடித் திறந்தன.

இருப்பிலிருந்து பாறைமேல் தாவி ஓடுவது கடினம். அத்தனை உயரம் தாவ முடியாது. மற்ற மூன்று புறங்கள். வடபுறம் ஓட நல்ல வாகு. அந்தப் பக்கம் குப்பன் நின்றார். தென்புறம் ரோசா நின்றுகொண்டாள். கீழ்ப்புறமிருந்து குத்தினால் முயல் சிக்கும். சிறு அசைவுக்கும் எச்சரிக்கை கொள்ளும் உயிர். இரவில்கூட வேட்டைக்குப் போயிருக்கிறான் முத்து. என்றாலும் இப்படி நேரடியாக முயலைப் பார்த்துக் குத்தியதில்லை. கை நடுக்கமும் பதற்றமும். வேர்த்து ஈட்டி நனைந்தது. அவன் தடுமாற்றத்தைப் புரிந்துகொண்ட குப்பன் ஜாடை காட்டி முத்துவைத் தன்பக்கம் வரச்சொல்லிவிட்டு அவர் முயலை நோக்கிப் போனார். முத்துவும் ரோசாவும் ஈட்டியைத் தூக்கிப் பிடித்தபடி தயாராக நின்றார்கள். 'விஷ்க்'

என்று காற்றைக் கிழித்த ஓசை. குப்பன் கையிலிருந்து பறந்த ஈட்டி முயலின் கழுத்தில் குத்தி நின்றது. துடித்து அடங்கிய முயலை ஈட்டியோடு சேர்த்துத் தூக்கினார். நடுத்தரமான முயல். முத்து குத்தப் போயிருந்தால் முயல் இந்நேரம் பறந்திருக்கும். ஈட்டியை முயலுக்குப் பக்கத்தில் கொண்டு போய்க் கையில் பிடித்தபடி குத்துவதுதான் அவன் நோக்கம். நின்ற இடத்திலிருந்து வீசிய ஈட்டி சரியாகக் குறியைத் தாக்கி விட்டது.

குப்பனைக் கட்டித் தூக்காத குறைதான். ரோசா தன்பக்கம் முயல் வந்திருந்தால் குத்திவிடும் வேகத்தில் இருந்தாள். அது நடக்காத சோகம் அவள் முகத்தில் தெரிந்தது. சாமியை இங்கே வைக்கலாம் என்று முடிவு செய்ததும் அவர் பலி யேற்றுக் கொண்டார். இந்த ஊருக்கு வந்ததும் கழிப்போட்டுக் கொண்ட மாடு காட்டிய சகுனம் போலவே இதுவும் தோன்றியது. சாமிக்கு இடம் ஏற்பாடு செய்துவிட்டு முயல் வேலையை பார்க்கலாம். இன்னும் ஒரு மணி நேரத்தில் முயல் ஒன்றும் ஆகிவிடாது. ரோசாவிடம் கொடுத்து முயலை நன்றாக மூடிவைக்கச் சொல்லிவிட்டுப் புதரை வெட்டும் வேலையைத் தொடங்கினார்கள். முள் மரத்தை அகற்றிவிட்டால் அப்புறம் சுலபம்தான். கவையால் ஒருவர் தள்ளிப் பிடிக்க இன்னொருவர் வெட்டி எடுத்து அகற்றினார்கள். சீமைக் கருவேல முள் விஷம். துளி பட்டாலும் தன் வேலையைக் காட்டிவிடும். ஆடுகள் அதன் காயை விரும்பித் தின்னும். ஆட்டுப் புழுக்கை மூலமாக விதை பரவிக் காடு முழுக்க முளைத்துவிடும். கொஞ்சம் அசட்டையாக விட்டுவிட்டால் ஆழவேர் போய்ப் பிடுங்க முடியாத அளவு நின்றுவிடும். சரிந்திருப்பவற்றை அரக்கி எடுத்ததும் குப்பன் அடிமரத்தை வெட்டினார். சிறுமுட்களையும் குச்சிகளையும் தனித்தனியாக அரக்கி எடுக்கவும் பெருங்கத்தை வருமளவு விறகு சேர்ந்து விட்டது.

அடிக்கட்டையைப் பறித்து எடுத்துவிட்டால்தான் மறுபடியும் தளிர்க்காது. கொந்தாளத்தால் சுற்றிலும் பறித்துக் கட்டையைப் பேர்த்து எடுத்தார்கள். கிழுவ மரத்தை ஒன்றும் செய்யவில்லை. தினம் ஒரு வாதை வெட்டிப் போட்டால் குட்டிகள் தின்றுகொள்ளும். ஒரே சமயத்தில் வெட்டினால் காய்ந்து வீணாகும். முத்து பிரண்டைக் கொடிகளை வெட்டி எடுத்து வீசினான். அதில் கொழுந்துப் பிரண்டைகளை மட்டும் ஒடித்தெடுத்து வைத்துக்கொண்டாள் ரோசா. வதக்கிக் கடுப்பான் செய்யலாம். பிரண்டை மீண்டும் தழைந்து வரும்படி அடிப்பகுதியை விட்டிருந்தான் முத்து. வெண்ணம் புல்லும்

அருகும் பாறையை ஒட்டித் தமத்தமவென்று வளர்ந்திருந்தன. அவற்றை பிடுங்கி எடுத்தும் கொத்தியும் சேர்த்தார்கள். மாட்டுக்கு ஒரு கத்தை புல் சேர்ந்துவிட்டது. வெயில் காலத்தில் புல் அடர்ந்திருந்ததால்தான் முயல் வந்து படுத்திருக்கிறது.

வேம்பு மட்டும் உயர்ந்து நின்றது. சாமி பாறைக்குக் குடை பிடிப்பது போல. களிமண்ணாகப் பார்த்து ஒரு கூடை வெட்டிக் கொண்டுவந்து பாறைமேல் போட்டுவிட்டு இருவரும் தண்ணீர் வார்த்துக்கொள்ளப் போனார்கள். அதுவரைக்கும் அவ்வளவாகப் பேசவேயில்லை. வேலை நேரத்தில் முத்து தேவைப்பட்டால்தான் பேசுவான். அதுவும் ஒன்றிரண்டு சொற்கள். மண்டியில் சொல்வார்கள், 'வண்டியில போறப்ப என்ன சத்தம் போடறாரு. மூட்ட ஏத்தி எறக்கறப்ப மூச்சு உடமாட்டாரு.' ரோசம்மாவையும் வரச்சொல்லிச் சத்தம் போட்டான். 'அப்பறம் குப்பண்ணா ... ரண்டு நாளா ஊருக்குள்ள போயி இருந்தியே என்ன விசேஷம்?' என்று முத்து பேச்சைத் தொடங்கினான். பேசியபடியே வேலை செய்வதுதான் குப்பனுக்குப் பிடித்தமானது. வாய் பாட்டுக்குப் பேசும். கை வேலை செய்யும். முத்துவுக்கு ஏற்ற மாதிரி பேசமால் இருக்க ரொம்பவும் கஷ்டப்பட்டார். அவன் கேட்டதும் படல் திறந்ததும் வெளியே முட்டிவரும் ஆடுகள் போலப் பேசினார்.

இரண்டு இரவுகள் ஊர்ச்சாவடிப் பக்கம் போய்ப் படுத்திருந்தார். ஆட்கள் வெகுநேரம் அவரை தூங்கவிடவில்லை. காட்டுக்குள் ஒரு இரவு முழுக்க எப்படி இருந்தீர்கள் என்னும் ஆச்சரியம் அவர்களுக்குத் தீராத விஷயமாக இருந்தது. முத்துவைப் பற்றியும் அவன் குடும்பத்தையும் துருவித் துருவி விசாரித்தார்கள். மூக்கன் காட்டுக்குக் கொடுத்த தொகையை விட ஒன்று இரண்டு அதிகம் கொடுத்தால் பலபேர் காட்டை விற்றுவிடுவார்கள் போல நோட்டம் தெரிந்தது. இப்போது வாங்கிய காட்டைவிட நல்ல நிலமே கிடைக்கக்கூடும். தங்கள் நிலத்திற்கு இப்படி ஒரு பணமதிப்பு இருப்பதை ஆச்சரியமாகப் பேசிக்கொண்டார்கள். 'கையில காசு கொஞ்சம் வரட்டும் குப்பண்ணா ... அப்புறம் பாத்துக்கலாம். இந்தக் காட்ட வாங்குனதாலதான் மத்ததுக்கு மதிப்பு. பார்த்துக்கலாம்' என்றான்.

காட்டில் குடியிருப்பது பற்றி 'பேய் பெசாசு, பூச்சி பொட்டு எல்லாத்தயும் இவுங்க வெரட்டீரலாம். சுப்புக் கொடுக்கன் வந்தான்னாத் தெரியும் பாரு. கொஞ்ச நாளா இந்த பக்கம் ஆளையே காணாம். ஜெயில்ல போட்டுட்டாங்களோ என்னமோ. அவன அத்தன சீக்கிரம் போலீசு புடிக்க முடியாது.

வேற பக்கம் ஊட்டம் இருக்கற எடமாப் பார்த்துப் போயிருப் பான். இவுங்க காட்டுக்குள்ள தனியா இருக்கிற சேதிய அவம் பொண்டாட்டி இந்நேரம் சொல்லி அனுப்பீருப்பா. அவன் வரட்டும் பாரு, இவுங்க ஊருக்குள்ள ஓடியாந்துருவாங்க பாரு' என்று ஒருவன் சொன்னானாம்.

நாட்டாமைக்காரரும் இரண்டு நாளும் குப்பனிடம் வந்து பேசிக்கொண்டிருந்தாராம். சுப்புக் கொடுக்கனைப் பற்றி அவர்களுக்கிடையே ரொம்பப் பயமும் நிறையக் கதைகளும் இருந்தன. ஆடு மாடுகளைத் திருடுவதில் அவன் பெரிய கில்லாடியாம். ஆடுகள் கட்டியிருக்கும் இடத்திற்கோ மாட்டுக் கட்டுத்தரைக்கோ அவன் வருவதே கிடையாது. எங்காவது மேய்ச்சலின்போது பார்ப்பான். அவனுக்குப் பிரியமான ஆட்டின் மீது மந்திரத்தைப் போட்டுவிடுவான். எல்லா ஆடுகளும் திரும்பும்போது அது மட்டும் அவனிருக்கும் திசை நோக்கிச் சென்றுவிடும். பெரிய கயிறுகளை அறுத்து அவன் பின்னால் ஓடிய மாடுகளைத் தெரியும் என்றார்கள். வருசத் திற்கு இரண்டு மூன்று முறை இந்தப் பக்கம் அவன் வருவான். வந்தால் ஒவ்வொருவரும் அவனிடம் போய் 'அய்யா எங்க பொருள ஒன்னும் பண்ணீராத. இந்தா இந்தக் கோழிய வெச்சுக்க' என்று கொடுப்பார்களாம். பெருத்த சேவல்தான் அவனுக்குப் பிடிக்குமாம். அவனிடம் வந்து கெஞ்சிக் கேட்கா தவர்கள் பொருள் மேல்தான் கண் வைப்பானாம்.

இரண்டு ஊர் தள்ளியிருக்கும் ஏரிக்கரையோரக் குடிசை அவன் குடியிருப்பு. அவன் பெண்டாட்டி பிள்ளைகளும் அங்கே இருப்பார்கள். அவன் எப்போதும் தேசாந்திரம் போய்விடுவான். அவன் பெண்டாட்டி ஒரு வேலைக்கும் போகமாட்டாள். ஆக்கித் தின்றுவிட்டு ஏரிக்கரை வழியையே பார்த்துக்கொண்டு உட்கார்ந்திருப்பாள். வழி பார்த்து அவள் உட்கார்ந்திருக்கவில்லை என்றால் அவன் வந்துவிட்டதாக அர்த்தம். பிள்ளைகள் கலாமுலாவென்று சத்தம் போட்டு விளையாடுவார்கள். அவர்கள் வளர்க்கும் பன்றிக்கூட்டம் ஒன்று மட்டும் அந்தப் பக்கம் சுற்றும். அவனுடைய மூத்த மகனையும் சமீபகாலமாகத் தொழிலுக்கு அழைத்துப் போகிறான் மாதிரி தெரிகிறது. நெடுநெடுத்த பனைபோல் தெரியும் அந்தப் பையனை இப்போது அங்கே பார்க்க முடிவதில்லை. ஆடு மாடு திருட்டு என்றில்லை. யாராவது பணம் கொடுத்து இந்தக் காரியத்தைச் செய் என்று சொன்னால் செய்வான். வெள்ளாமைக் காட்டுக்குத் தீ வைப்பது, தீவனப் போருக்குத் தீ வைப்பது என்பது சாதாரணம். கொலைகூடச் செய்திருப்பதாகச் சொல்கிறார்களாம். தெளிவாகத் தெரியவில்லை.

“நாம ரொம்ப எச்சாரிக்கையாகத்தான் இருக்கோணும் குப்பண்ணா. மணியாரரப் பாத்துத் தீர்வ போட்டுட்டு வந்து பொறம்போக்கு முள்ளு முழுக்கத்தயும் வெட்டி எடுத்தரோணும். பெரிய கொள்ளக் கூட்டமே வந்து இதுக்குள்ள ஒளிஞ்சிருந் தாலும் தெரியாது” என்றான் முத்து.

“நம்ம காட்டுக்கு நேரா வெட்டீரலாஞ் சாமீ . . . ஓடதான் வெகுதூரம் போவுமாட்டம் இருக்குதே.”

“அதுக்கு நாம என்ன பண்றது? நம்ம பக்கம் சரி பண்ணிக்கலாம். நம்பளப் பாத்து அடுத்தடுத்த காட்டுக்காரன் வேல செஞ்சாலும் செய்வாம் பாரு.”

சுப்புக் கொடுக்கன் பற்றிய பேச்சு முத்துவின் மனதில் பலவித யோசனைகளைக் கிளர்த்திவிட்டது. தலையோடு தண்ணீர் ஊற்றிக் குளித்துக் கோவணம் மாற்றிச் சாமி பொருள்களை எல்லாம் எடுத்துக்கொண்டு பாறைக்கு வரும்வரை அவன் எல்லாவற்றையும் தன்னை அறியாமல் செய்துகொண்டிருந்தான். ரோசம்மாவோடு குப்பன் சிரித்துப் பேசிக்கொண்டிருந்தார்.

குப்பனுக்கென்ன. எல்லா வேலையும் செய்கிறார். வேலைச் சுணக்கமே கிடையாது. ஆனால் இந்தக் காட்டை மாற்றும் பொறுப்போ சுப்புக் கொடுக்கன் வந்தால் என்ன செய்வது என்னும் கவலையோ இல்லை. முத்து செய்யும் வேலைகளையே அவரும் செய்கிறார். அவன் சாப்பிடுவதையே சாப்பிடுகிறார். ஒரு வித்தியாசமும் இல்லை. எப்போதும் முத்து கவலையோடு இருக்கிறான். குப்பனுக்குக் கவலை கிடையாது. முயலைக் குத்தியபோதுகூட சிக்குமா ஓடிவிடுமா என்பது அவன் கவலை. அவருக்கு அது இல்லை. வேலையைக் கச்சிதமாக முடித்து விட்டார். தன்மேல் பெருஞ்சுமை கனப்பதாக உணர்ந்தான் முத்து. இந்தக் காட்டை வளமாக்கிவிட்டால் சுமை இறங்கி விடக்கூடும்.

கருஞ்சாமியை வெங்காயப் பொட்டுக்கூடை ஒன்றினுள் போட்டுக் கொடுத்திருந்தாள் பெருமா. சிறுகூடை. கோப்பா மூடி போட்டு இரண்டு படி வெங்காயம் பிடிக்கும் அளவுக் கூடை. அதற்குள் பொரி வாங்கி வந்த மழைக்காகிதத்தில் மண், கருஞ்சாமி கல், சூடம், ஊதுவத்தி, சாம்பிராணி, முழங்கை நீளம் உள்ள வேல் எல்லாம் இருந்தன. மூன்று மண் விளக்குகள். பாறையின் மேல் கொட்டிய மண்ணில் நடுவாக அவரை வைத்தான். மழை பெய்து மண் கரைந்தாலும் சாமி நிற்கும்படி சுற்றிலும் சிறு கற்களை அண்டக் கொடுத்து நட்டான். நல்ல மொழுக்குக் கல். பொங்கி

காட்டுக்குள் தேடி எடுத்து வந்திருக்கிறான். சாமிக்கு முன் நிற்கும்படி வேலை நட்டு வைத்தான். இத்தனை சின்ன வேலை பெருமா எங்கிருந்து வாங்கியிருப்பாள்? நிறைகுட நீரில் சாமியை நீராட்டிச் சாம்பிராணி ஊதுவத்தி பற்ற வைத்தான். விளக்குப் பற்ற வைக்கத் திரிப் போட்டு எண்ணெய் ஊற்றினாள் ரோசா. விளக்குக்கூடு இல்லாததால் விளக்கை அணையாமல் காக்கப் பெரிய கற்களை வைத்துச் சிறுதடுப்பு அமைத்தார் குப்பன். ஆட்டின் கழுத்தில் கட்டும் சிறுமணி ஒன்றும் இருந்தது. துண்டால் வாயைக் கட்டிக்கொண்டு பூசை செய்தான் முத்து. மிக எளிமையான பூசை. கருஞ்சாமி வந்து இறங்கியிருப்பார். இல்லாவிட்டால் முயல் பலி கொண்டிரப்பாரா?

சாமிக்கு முன்னால் இரண்டு விளக்குகள். தடுப்புக்குள் ஒன்று. மூவரும் கும்பிட்டார்கள்.

"எங்க வனக்காட்டுக் கருஞ்சாமீ... இங்க வந்து குடியிருந்துக்க. இந்தக் காடு முழுக்க உன்னுது. இத எப்பிடி எப்பிடி வெச்சிருக்கோணுமின்னு நெனைக்கறயோ அப்பிடி மாத்தரதுக்கு நீதான் துணையிருக்கோணும். திருட்டுப் பெரட்டுப் போகாத நோய்நொடி அண்டாத எல்லாத்தையும் காப்பாத்தி உடு. உன் எல்லைக்குள்ள எதுனா நடந்தா நீதான் பொறுப்பு. சுப்புக் கொடுக்கன்னு பயங்காட்டறாங்க. உன்னோட நெனப்புல தான் நான் எல்லாத்தையும் கடந்தேறோணும்."

ரொம்ப நேரம் மனதிற்குள் வேண்டிக்கொண்டான்.

"எங்கப்பன் கொண்டாந்து அனாதக் காட்டுக்குள்ள போட்டிருக்கறாரு. இங்க எனக்குத் தொணயா ஓடி வெளையாட றாப்பல எந்தம்பி அக்கா அம்மா எல்லாரையும் கொண்டாந்து சேத்து. ஆடு மாட்டப் பெருக்கி எங்கப்பன் எங்களுக்கெல்லாம் கழுத்து நெறையப் போட்டு அனுப்போனும்னு கருஞ்சாமி கிட்ட வேண்டிக்க ரோசு" என்றான்.

வாய்க்குள் முணுமுணுத்து அவள் கும்பிட்டாள். குப்பன் பாறைமேல் நெடுக்க விழுந்து கும்பிட்டு எழுந்தார்.

"தெனமும் சாயங்காலம் நான் மறந்தாலும் நீ மறக்கக் கூடாது ரோசு. ஒரு வெளக்குப் போட்டுக் கும்பிட்டுட்டு வந்தரணும்."

அவள் தலையாட்டினாள். பெரிய காரியம் ஒன்றைச் சாதித்துவிட்ட நிம்மதி வந்தது. சுப்புக் கொடுக்கன் வரட்டும்,

ஒரு கை பார்க்கலாம் என்று தெம்பு வந்தது. லேசான இருள். சாமி பாறையிடம் வெட்டிய புல் ஒரு பெரிய கத்தை இருந்தது. ரோசா வெட்டிய புல் ஒரு கூடை. 'இன்னைக்கு மாட்டுவ கவல தீந்துச்சு குப்பண்ணா' என்றான். 'பிள்ள இவ்வளவு பில்லு வெட்டீட்டாங்களே. சின்னச்சாமீ நல்ல உசாருதாங்க' என்றார் குப்பன். 'எல்லாம் அவுங்க அம்மா கத்துக் குடுத்தது.'

எல்லாரும் வந்து ஆளுக்கொரு வேலை செய்தால் காட்டைச் செழுமையாக்கிவிடுவார்கள். முயலைத் தீயில் வாட்டி முத்து வேலையைத் தொடங்கினான். ரோசாவுக்கு உதவியாகக் குப்பன் அடுப்புப் பற்ற வைத்தார். சாமி தயவில் இன்று நாக்குக்கு ருசியாகக் கிடைக்கப் போகிறது. எதற்கும் இருக்கட்டும் என்று கொஞ்சம் சாராயம் வாங்கி வந்து வண்டியில் வைத்திருந்தார் குப்பன். கறியை அடுப்பில் வைத்துவிட்டு முத்துவிடம் சொல்லலாம். பிள்ளை இருக்கிறாள் என்று யோசிக்கலாம். தொண்டைக்குழி நனைக்கும் அளவுதான் இருக்கும். அதற்குப் பயந்திருந்தார் குப்பன்.

செக்கு இருந்து சாந்து அரைத்துச் சாறு காய்ச்சினால் வயிறு நிறையச் சாப்பிடலாம். ஒரு முழுக்கூறு கறி வரும். சாறு காய்ச்சினால் காலையிலும் ஆகும். மிளகாய் கிள்ளிப் போட்டு வறுத்த மாதிரி வைக்கலாம். அதுவும் தனிருசிதான். திடீரென்று நினைவு வந்தவனாய் "குப்பண்ணா . . . சுப்புக் கொடுக்கங் கதயச் சொன்னயே. காட்டுல குடியிருந்தாத் திருட வந்திருவாங்கறாங்க. ஊருக்குள்ள இருந்தாலுந்தான் திருடறான். அதுக்கு என்ன சொல்றாங்க? பயந்துக்கிட்டுக் கோழியக் கொண்டோயிக் குடுக்கறாங்களே. எதுக்காம்? ஒருத்தனுக்கு ஊரே பயப்படுது. தொடநடுங்கிப் பயலுவளா இருப்பானுவ ளாட்டம்" என்றான் முத்து.

"ஆமாங்க சாமி. அவுங்க என்ன சொல்றாங்கன்னா, ஊருக்குள்ளயின்னா ஒருத்தருக்கு ஒருத்தருப் பாதுகாப்பு. மொட்டக்காட்டுல ஆள அடிச்சுப் போட்டாக்கூடக் கேக்க நாதியில்லைங்கறாங்க. இந்தச் சனமாட்டவெல்லாம் நம்ம பக்கத்துச் சனம் இருக்க முடியாதுங்க சாமி... எந்நேரமும் ஊட்டுக்குள்ளயும் ஊட்டச் சுத்திக்கிட்டும் எப்பிடி இருக்கறது? காட்டுப் பக்கம் ஒன்னு ரண்டு மனுசத் தலதான் தெரியுது. ஆனா ஆட்டம்பாட்டம் சண்ட சச்சரவுன்னு எங்க சனமாட்டம் எந்நேரமும் ரவுசாக் கெடக்குது சாமி..." என்று சிரித்தார் குப்பன்.

உலை வைத்துவிட்டு வந்த ரோசா 'அது என்ன தாத்தா.. சுப்புக் கொடுக்கன் கத?' என்றாள்.

"தாயி நீ எங்க சின்னச்சாமி பிள்ளை ஆயா. என்னயப் போயித் தாத்தான்னு வரிச வெச்சு அழைக்கலாமா. குப்பான்னு கூப்புடு."

"நா எப்பிடிக் குப்பான்னு கூப்பிடுவன்? தாத்தாதான். ஆனா என்னய நீ ஆயான்னு கூப்பிடக்கூடாது."

ரோசாவின் பேச்சைக் கேட்டுச் சந்தோசமாகச் சிரித்தார்கள்.

"என்ன பேச்சுப் பேசுது பிள்ள. எங்காயா கத்துக்கிட்ட."

"பாரு என்னய மறுபடியும் ஆயான்னு கூப்பிடற" எனக் கோபித்துக்கொண்டாள்.

"இல்ல சாமி இல்ல சாமி.. இன்னமே ஆயான்னு என் வாயில வராது. சாமின்னு கூப்புடறன். அப்பன் இருந்தாருன்னா சின்னச்சாமின்னு கூப்புடறன்" என்றதும் ரோசா சிரித்தாள்.

"சுப்புக் கொடுக்கன் கதைய எனக்குச் சொல்லோனும்" என்றாள்.

"ராத்திரி நேரத்துல வேண்டாஞ் சாமி. நாளைக்கு மத்தியானம் சொல்லறன்" என்று தயவாகக் கேட்டுக் கொண்டார் குப்பன்.

முயல்கறியைத் தாளித்து வேகவிட்டதும் அந்த அடுப்பை ஒட்டி இன்னும் இரண்டு கற்களை வைத்து இணை அடுப்புக் கூட்டிக் களிக்கு உலை வைத்தார்கள். ரோசாவுக்கு அதிகம் வேலையில்லை. முயல்கறி காய்ச்சும் அளவுக்கு ரோசா இன்னும் பழகவில்லை. களியைக் கிளறி இறக்கவும் முயல் கறியைப் பதம் பார்க்கச் சொன்னான் முத்து. அதற்குள் முத்துவை வண்டிக்குக் கூட்டிப்போய்ப் பாட்டிலை எடுத்துக் கொடுத்தார் குப்பன். 'பரவால்லா குப்பணா நல்லவேள செஞ்ச' என்று சொல்லிவிட்டு 'ரோசு கறியக் கொண்டாம்மா' என்றான். 'ஏப்பா பறக்கற? இன்னஞ் செத்த வேவோனும். உப்புக் கொஞ்சம் பத்துல. வந்து பாரு' என்றாள்.

சாராயத்தைப் பார்த்ததும் கறி மேல் இப்படி ஒரு வேகம் வந்துவிட்டதே என்று தன்னைக் கட்டுப்படுத்திக்கொண்டு குப்பனை அனுப்பினான். கொஞ்சம் உப்புப் போட்டுக் கிளறிவிடச் சொல்லிப் பதம் பார்ப்பதுபோல் வட்டலில் நாலு கறியைப் போடச் சொன்னார். 'கறியப் பாத்துச் சொல்லுங்க சாமி' என்றவாறே குப்பன் கொண்டுபோனார்.

சாராயத்தைக் காலி செய்ய அந்தக் கறியே போதுமானதா யிருந்தது. முயல்கறி எவ்வளவு வெந்தாலும் இப்படித்தான் திரண்டு நிற்கும். இறக்கிப் பாறைமேல் வைத்துத் தின்றார்கள். களிக்கும் முயல்கறிக்கும் நல்ல ருசி. கருஞ்சாமி பலியை மிச்சம் வைக்கக்கூடாது என்பது முறை. அதனால் மூட்டுப் போட்டுச் சாப்பிட்டுக் காலி செய்தார்கள். களி மிஞ்சியது. காலையில் கரைத்துக் குடிக்க ஆகும் என்று மூடி வண்டியின் மேல் பத்திரமாக வைத்தார்கள்.

சாக்குகளையும் போர்வைகளையும் போட்டுப் பாறைமேல் படுக்கும்போது திடீரென முத்து அழுதான். ‘என்னப்பா என்னப்பா’ என்று பதறினாள் ரோசா. குப்பனுக்கும் ஒன்றும் புரியவில்லை. ‘சாமீ’ என்றார். ‘ரோசுக்குட்டி உன்னய இப்பிடி மொட்டப்பாறையில படுக்க வெக்கறனே கண்ணு’ என்று சொல்லி மேலும் தேம்பி அழுதான். ‘ப்ச்’ என்று வாயைச் சப்பியவளுக்கு அப்போதுதான் புரிந்தது அப்பன் குடித்திருக்கும் விஷயம். அம்மா சொல்வது போலவே ‘பேசாத படுத்துத் தூங்குப்பா’ என்று அதட்டிவிட்டுத் திரும்பிக்கொண்டாள். குப்பன் சத்தம் வராமல் சிரித்துக்கொண்டார். ‘பெருமா உன்னய மாமன் மச்சனன் ஊட்டுல உட்டிருக்கறன். எந்தங்கத்த இங்க பாறையில படுக்க வெச்சிருக்கறன். என்னைக்கு நான் உங்கள யெல்லாம் சேத்தி மேடேத்தப் போறனோ’ என்று புலம்பினான். ரோசாவும் குப்பனும் ஆளுக்கொரு பக்கமாய்ப் படுத்திருந்தனர். அவன் புலம்பலுக்கு யாரும் பதில் தருகிற மாதிரி தெரிய வில்லை.

‘எனக்காவக் குப்பண்ணன் சொந்தபந்தம் எல்லாத்தயும் உட்டுட்டு வந்திருக்கறாரு. உனக்கு அரை ஏக்கரா உறுதி குப்பண்ணா. அடுத்த வாரம் எழுதீருவன். நீ ஒன்னும் கவலப் படாத. பாறையில படுத்திருக்கற உன்னப் பஞ்சு மெத்தயில படுக்க வெக்கறன். வெட்ட வெளியில கெடக்கற ரோசு உன்ன மாடமாளியில தூங்க வெப்பனாயா’ என்று பேசிக்கொண்டே சிரித்தான். ‘அப்பா பேசாத படுக்கறியா இல்லியா? இப்பவே எந்திருச்சு ஓடிருவனாமா’ என்று சொல்லிக்கொண்டே எழுந்து உட்கார்ந்தாள் அவள். ‘பேசுல கண்ணு. நீ தூங்கு’ என்று முனகியபடி படுத்தவன் உடனே தூங்கிப்போனான். ஊரி லிருந்து வந்ததும் வேலை செய்ததுமான அலுப்பு.

❀

28

அன்றைக்குச் வியாழக்கிழமை. பத்துக்கல் தொலைவிலிருக்கும் மட்டூரில் சந்தை. கரட்டூரைப் போலவே இங்கும் வியாழச் சந்தை. சந்தை நாளை நினைவு வைத்துக்கொள்வது சுலபம். குப்பனை இருளிருக்கும்போதே எழுப்பிச் சந்தைக்கு அனுப்பினான். சந்தைச் செலவு வாங்கவும் கோழிக் குஞ்சுகள் வாங்கவும். பாறைமேல் படுத்துக் கிடந்தவன் இரவில் ஒரு நொடிகூடக் கண்மூடித் தூங்கவில்லை. வானில் அரைநிலா முகிலுக்குள் ஒளிந்துஒளிந்து போக்குக் காட்டிக்கொண்டிருந்ததைக் கண்கள் பார்த்தனவே தவிர நினைவில் பதியவில்லை. நினைவு முழுக்கச் சுப்புக்கொடுக்கன் பற்றியே இருந்தது. ஊருக்குள் தங்காமல் காட்டுக்குள் இருக்கப் போகிறோம் என்றதுமே நாட்டாமை சுப்புக்கொடுக்கனைச் சொல்லித்தான் பயம் காட்டினார். அவன் அப்படியாப்பட்ட வல்லாள கண்டனா? பெருமாவையும் பிள்ளைகளையும் கூட்டி வந்து வைத்தபின் ஏதாவது ஒன்று என்றால் என்ன செய்வது? சேதம் ஏற்பட்டால் அது வாழ்நாளில் சரி செய்யக் கூடியதாக இருக்குமா? காடு திருத்தி வெள்ளாமை வைத்துப் பாதுகாப்புப் பண்ணிக்கொண்டு எல்லாரையும் கூட்டி வரலாம். அனாதிக் காட்டில் சொந்த பந்தம் துணை ஏதும் இல்லாமல் குடும்பத்தை வைத்துக்கொண்டு கஷ்டப்பட வேண்டாம். இதைச் சொன்னால் பெருமா கேட்பாளா? என்ன சொல்லி அவளைச் சமாளிப்பது?

ரோசா ஒருபக்கம் சுருண்டு வெள்ளாட்டுக்குட்டி கால்கள் மடக்கிப் படுத்திருப்பதைப் போலவே தூங்கிக் கொண்டிருந்தாள். குப்பனைப் போல வரம் வாங்கிய

பிறவியைப் பார்க்க முடியாது. படுத்தால் அடுத்த நொடி தூக்கத்திற்குள் போய்விடுவார். கள்ளோ சாராயமோ உள் ளிறங்கி இருந்தால் பெருக்கான்கள் சண்டை போட்டுக் கொள்வது மாதிரி விதவிதமான சத்தத்தில் குறட்டை விடுவார். பாறைமீது சின்னச் சாக்கு விரிப்புக்கூட இல்லை. 'பாற குத்தறது ஒடம்பப் புடிச்சு உடறாப்பல இருக்குது சாமீ' என்று சொல்லிவிட்டார். இருவரையும் மாறிமாறிப் பார்த்துக் கொண்டு எழவும் படுக்கவும் படுக்கவும் எழவும் என்று அப்படியே இரவு ஓடியது. ஒரு முடிவுக்கும் வரவில்லை. பச்சை மிளகாயின் காரநீர் அடித்தது போலக் கண்கள் எரிந்தன. நிலா வெளிச்சம் போய்விட்டாலும் வெட்ட வெளியாக இருந்ததால் இருளிலும் எல்லாம் நன்றாகத் தெரிந்தன. அவனைப் பார்த்ததும் எழுந்த மாடுகளுக்குக் கூடையில் மீதம் வைத்திருந்த புல்லை அள்ளிப் போட்டான். வாஞ்சையோடு அவற்றின் முதுகு தடவினான். லேசாக நெளிந்தபடி அவை புல்லைக் கவ்வின. அவை போட்டிருந்த சாணி மொத்தைகளை அள்ளியெடுத்துக் குப்பைக்குழியில் போட்டான். குப்பைக்கென ஆள் முழுகும் அளவிலான குழி ஒன்று இருந்தது. எப்போதோ அந்த இடத்தில் மண்ணள்ளி இருக்கிறார்கள். வீட்டுச்சுவர் எழுப்ப இந்த மண் ஆகும்.

ஊற்றுக்குப் போய்த் தண்ணீர் கொண்டுவந்தான். சிறு குடம் மூழ்கும் அளவுக்கு ஊற்றில் தண்ணீர் இருந்தது. ஊற்றைப் பார்க்கும் போதெல்லாம் 'இதைப் போல எல்லாம் அமையும்' என்று மனதுக்குத் தோன்றும். இரண்டு மூன்று குடம் எடுத்துத் தலையோடு ஊற்றிக்கொண்டான். அந்தியைவிட இப்போது சிலுசிலுவென்று இதமாக இருந்தது. காட்டுக்குள் நுழைந்து பத்து நாட்களிலேயே ரொம்ப நாள் பழகிய மாதிரி அப்படி ஒரு பிடிமானம் வந்துவிட்டது. காட்டின் மூலை முடுக்குகள் எல்லாம் பரிச்சயமாகிவிட்டன. இருளில் கை வீசிக்கொண்டு எங்கும் சென்றுவரக்கூடிய அளவு காடு நெருக்கமாகி இருக்கிறது. பிறந்து வளர்ந்து ஓடியாடிய காட்டோடு இருந்த பந்தம் அது அறுந்தபோதுதான் தெரிந்தது. இது அப்படியல்ல. வாழ்நாள் முழுக்கத் தொடரப் போகும் கல்யாணப் பந்தம் போலச் சட்டென உடலோடும் மனதோடும் ஒட்டிக்கொண்டது.

தலையைத் துவட்டிக்கொண்டு கோவணத்தை உருவிப் பிழிந்தபடி காட்டுக்குள் நடந்தான். கருஞ்சாமி கோயில் பக்கம் வந்த பிறகுதான் மொட்டைக்கட்டையோடு நடப்பதை உணர்ந்தான். துண்டை இடுப்பில் கட்டிக்கொண்டு கருஞ்சாமியைக் கும்பிட்டான். வார்த்தையாக எதுவும் சொல்லாமலே கருஞ்சாமியிடம் எவ்வளவோ சொல்லிவிட்ட

மாதிரி இருந்தது. எந்தத் தெளிவும் வரவில்லை என்றாலும் நல்லபடி நடக்கும் என்று நிம்மதிப் பட்டான். திரும்பப் பாறைக்கு வந்து உட்கார்ந்தான். ஏதோ ஒரு பனையின் உச்சியில் இருந்து கரிக்குருவிகள் கத்தத் தொடங்கின. இவையும் தூக்கம் வராத ஜீவன்களோ. எப்போது நேரம் ஆகும் ஆகும் என்று பார்த்திருந்து கத்தத் தொடங்கிவிடுகின்றன. இத்தனை நேரத்தில் எழுந்து செய்வதற்கு இவற்றிற்கு என்ன வேலை இருக்கும்? உலகத்து உயிர்கள் எல்லாவற்றையும் நீதான் எழுப்பிவிட வேண்டும் என்று சாமி வரம் கொடுத்து அனுப்பிய ஜீவன் கரிக்குருவி என்பார் பட்டூர் மரமேறிக் கிழவன்.

இன்னும் விடிய நேரம் இருக்கிறது. என்றாலும் இப்போதே குப்பனை எழுப்பினால் அவர் சந்தைக்குப் போய்ச் சேரப் பச்பச்சென்று விடிந்துவிடும். 'சாமீ தூங்குலீங்களா?' என்று கேட்டார் குப்பன். 'இன்னைக்கு உன்ன மாதிரி வேற ஆரோ என்னோட தூக்கத்துக்கு வரம் வாங்கிட்டாங்க. அதான் அங்க போயிருச்சு. வந்திரும். நாளைக்கு இல்லாட்டி நாளான்னிக்கு. இன்னம் ஒரு மாசம், வருசம் கழிச்சாச்சும் வந்துதான ஆவோனும்' என்று அவன் சிரித்தான். 'சாமீ இப்பிடித் தூங்காத இருக்காதீங்க. செத்த நேரமாச்சும் கண்ணசந்தாத்தான் ஊரு ஒலகம், ஆள் அம்பு எல்லாத்தையும் மறந்திருக்கலாம். நெனப்புக்கு அதிக எடம் கொடுக்காத பாத்துக்கங்க' என்றார் குப்பன். 'என்ன குப்பணா பண்றது? நெனப்புத்தான் பொழப்ப யும் கொடுக்குது. நெனப்புத்தான் பொழப்பயும் கெடுக்குது' என்று சொன்னான் முத்து.

சந்தையில் இரண்டு படி அரிசி வாங்குவது அவசியம். முயல் கிடைத்த மாதிரி ஏதாவது கிடைத்தால் நெல்லஞ்சோறு ஆக்கலாம். ரோசாவுக்குப் பொரிகடலை, பேரிக்காய், கச்சாயம் எனத் தின்பண்டங்கள். மாடுகளை மேய்ச்சலுக்குக் கட்டி விடக் கயிறுகள் வேண்டும். வெள்ளாட்டுக் குட்டிகளுக்கும் கயிறு வேண்டும் என்றிருக்கிறாள் அவள். எல்லாவற்றையும் சொல்லி அனுப்பினான் முத்து. சந்தைசாரிக்குப் போய்ப் பழக்கம் இல்லை என்றாலும் எந்த ஒன்றையும் தீர விசாரித்து எச்சரிக்கையோடு வாங்குவார். அவசரம் ஒன்றுமில்லை. அவர் மெதுவாக வந்தால் போதும். முத்து அன்றைக்குச் செய்ய நிறைய வேலைகள் வைத்திருந்தான்.

குப்பனை அனுப்பியதும் பொட்டியையும் அல்லக்கயிற்றை யும் எடுத்துக்கொண்டு பனைக்குப் போனான். இருள் பிரியும் முன் பனையேறித்தான் அவனுக்குப் பழக்கம். பனையேணியும் வண்டியிலிருந்தது. பொட்டி கட்டிப் பனையைத் தொட்டுக்

கும்பிட்டு ஏறினான். மரமேறி ரொம்ப நாட்களாயிற்று. ஆனாலும் கற்ற வித்தை எப்படி மறக்கும்? சடையாய்த் தொங்கிய ஓலைகளை வெட்டிப் போட்டான். பட்டைகளையும் பன்னாடைகளையும் அறுத்தெடுத்தான். பனையில் எலிகள் படுத்திருக்கும். அவற்றைப் பிடித்துத் தின்னச் சில பாம்புகளும் மரமேறி வரும். சடைந்து கிடக்கும் பனையென்றால் அதில் கவனம் வேண்டும். இரண்டு வருசமாய் வந்த பாளைகள் காய்ந்திருந்தன. பெண்பனைகளின் அடியில் பனம்பழம் உதிர்ந்து கொட்டை காய்ந்து பொக்கையாகக் கிடந்தன. குரல்வளைவரை அறுக்காமல் ஓலைகளை விட்டே வெட்டினான்.

பாளை வந்திருந்த மரங்களில் பாளைகளை இடுக்கிவிட்டான். ஒன்றிரண்டு நாட்கள் தொடர்ந்து ஏறிப் பாளை இடுக்கினால்தான் எந்த மரம் ஏறுபனை என்பது பிடிபடும். பன்னிரண்டு பனைகளுக்கும் வேலை முடியப் பொழுது மேலேறிவிட்டது. எழுந்ததும் வெறும் தண்ணீர் குடித்ததுதான். மரங்களின் அடியில் ஓலைகளும் பட்டை பன்னாடைகளும் கண்டபடி கழற்றிப் போட்ட உடைகளாய்க் குவிந்து கிடந்தன. அவற்றை எல்லாம் பிரித்து எடுக்க வேண்டும். ஓலைகளை வாடவிட்டு மிதித்து வைக்க வேண்டும். அந்த வேலையைச் சாயந்திரம் பார்த்துக்கொள்ளலாம் என்று பொட்டி கயிற்றை அவிழ்த்து ஒரு பனையோடு சாத்தியிருந்த ஏணியின்மேல் வைத்தான். தூரத்தில் இருந்து பனைகளைப் பார்க்க இப்போது தான் கிராப்பு வெட்டி வந்த தலைகளாய்த் தெரிந்தன. ஊற்றுக்குப் போய்க் கைகால் கழுவிக்கொண்டு பாறைக்கு வரும்போது களியைக் கரைத்துத் தயாராக வைத்திருந்தாள் ரோசா.

அப்பன் கடைசிப் பனையிலிருந்து இறங்கும்போதே சோற்று வேலையைத் தொடங்கிவிட்டாள். மேலுலைச் சட்டியில் ஊற்றிக் கொடுத்த களியையும் வட்டிலில் தொலித்துப் போட்டிருந்த வெங்காயத்தையும் வாங்கிக்கொண்டு மகளைப் பார்த்தான். சிறுபிள்ளை. சின்னப் பாவாடை சட்டை போட்டிருக்கிறாள். அதுவும் முழங்காலுக்கு மேல் வந்துவிட்டது. குப்பனைப் பிள்ளைக்குப் பாவாடை சட்டை எடுத்துவரச் சொல்லியிருக்கலாம். அடுத்த வாரம் பார்க்கலாம். அவளையே கூட்டிப் போய்ப் பிடித்ததை எடுத்துக்கொள்ளச் சொல்லலாம். கையில் இருக்கும் காசு வெகுகுறைவு. வருமானம் என்று எதுவுமில்லை. இப்போதைக்கு வரும் வழியுமில்லை. பொறம்போக்குக்குத் தீர்வை போட்டுத்தர மணியாரர் எவ்வளவு பணம் கேட்பாரோ. மத்தியான நேரம் இன்னும் மிச்சமிருக்கும் பணத்தைக் கணக்குப் பார்க்க வேண்டும். ரோசாவும் களிக்

குடித்தாள். இவ்வளவு நேரம் அவளும் பசியோடு கிடந்திருக் கிறாள்.

பனை வேலை முடிய வேண்டும் என்னும் முசுவில் பிள்ளையைக் கவனிக்கவில்லை. மாடுகளை மேய்ச்சலுக்கு நல்ல இடமாகப் பார்த்துக் கட்டியிருக்கிறாள். தண்ணீர் சேந்தி வந்திருக்கிறாள். பாண்டங்களை எல்லாம் கழுவியிருக்கிறாள். அரைக்கூடை அளவுக்குப் புல் வெட்டியிருக்கிறாள். அவள் வேலையைப் பார்க்க அவனுக்குச் சந்தோசமாக இருந்தது. ஈட்டியை எடுத்துக்கொண்டு முயல் குத்த ஒருபக்கம் வந்து அவள் வந்து நின்ற தோற்றம் கண்ணிலேயே நிற்கிறது. ரோசாவைப் போலவே எல்லாரும் வேலை செய்தால் காட்டைத் திருத்துவது சுலபம்தான். 'தம்பி இல்லாத கஷ்டமா இருக்குதா கண்ணு' என்றான். 'வெள்ளாக்குட்டி இருக்குதப்பா' என்று சிரித்தாள். எந்நேரமும் வேலை வேலை என்றிருந்தால் பிள்ளை தாங்க மாட்டாள். ஓடி ஆடப் பேசப் பிடிக்க அவளுக்குத் தகுந்த ஆள் வேண்டும்.

சோற்றைக் குடித்துவிட்டுக் கொஞ்சநேரம் பாறையில் தலை சாய்ந்தான். அங்கிருந்த வேம்பின் நிழல் அடர்ந்திருந்தது. காடு முழுக்கப் பாறைகள். சமைக்கவும் படுக்கவும் என்றிருக்கிற இந்தப் பாறைமேல் கொட்டாயைப் போட்டுவிடலாம். இது வண்டித் தடத்திற்கு எட்டிப் பிடிக்கிற தூரத்தில்தான் இருக்கிறது. இந்த இடம்தான் குடியிருக்கப் பொருத்தமான இடம். இரண்டு பக்கப் பாதையும் பிரியும் இடத்திற்கு நேராக இருக்கிறது. இங்கிருந்து பார்த்தால் பாதையில் போவோர் வருவோர் தாராளமாகத் தெரிவார்கள். வெயில் காலத்தில் பாதையில் போக்குவரத்து இல்லை. வெள்ளாமைக் காலம் தொடங்கி விட்டால் மக்கள் போகவும் வரவும் இருப்பார்கள். பாதை கொழிமண்ணாகக் கிடக்கிறது. எத்தனையோ வருசங்களாக வண்டிகள் போய் வந்த வண்ணம் இருந்திருக்கும். கொட்டாயி லிருந்து பார்த்தால் ஆட்கள் நன்றாகத் தெரிவார்கள். காட்டுக்குள் யாரும் இறங்கினாலோ வெள்ளாமையில் கை வைத்தாலோ சட்டெனக் கண்டுவிடலாம். கொஞ்சகாலம் போனபின் வேலி போட்டுவிட வேண்டும். அதுவரை?

பாறை இருப்பதால் வீடு வழிக்கிற பிரச்சினையில்லை. பாறையின் ஒருபக்கம் இருக்கும் வேம்பு போலச் சுற்றிலும் நான்கைந்து மரங்கள் வைத்துவிட்டால் கட்டுத்தரை ஆகிவிடும். பெரிய அணப்பு அளவுக்கு இந்தப் பாறை இருக்கிறது. இதைக் களமாகவும் பயன்படுத்தலாம். ஆனால் இந்த இடத்தில் என்றால் தடத்தில் போவோர் வருவோர் கண்படும். காட்டின் நடுப்பகுதி

யில் இருக்கும் பாறை ஒன்றைக் களமாக்கிக்கொள்ளலாம். தீவனப்போர் போடவும் பாறையாக இருந்துவிட்டால் அடிப்பட்டறை கூட்ட வேண்டியதில்லை. காட்டில் இருக்கும் பாறைகளை அளந்தால் இரண்டு ஏக்கருக்கு மேல் வரும். ஆனால் பாறையும் அவசியம்தான். யோசித்துக் கண்மூடிக் கிடந்தவன் எழுந்தான். காலை நேரத்தில் கிறங்கிப் படுத்திருந் தால் வேலை ஆகுமா?

ரோசா புல் வெட்டிக்கொண்டிருந்தாள். 'கொஞ்ச நேரம் உக்காந்து இருக்கலாமல்ல' என்றான். 'வெள்ளாக்குட்டிவ கூப்பிடுதப்பா' என்று சிரித்தாள். 'தாய மறந்திருச்சா? அதுக்குள்ள மறந்திருச்சு பாரு. அதான் மனசனுக்கும் மிருகத்துக்கும் உள்ள வித்தியாசம். தண்ணி கிண்ணி குடிக்குதா?' என்று கேட்டான். 'பக்கூ பக்கூ' என்று கூப்பிட்டதும் தாயின் அழைப்பெனக் கருதி அவை ஓடிவந்து அவன் விரல்களைப் பிடித்துச் சப்பத் தொடங்கின. அப்போது காட்டுக்குள் இறங்கும் மாட்டுவண்டி யின் சத்தம் கேட்டது. பெருமா தன் தம்பியை அனுப்பியிருக் கிறாள். அவள் உடல்தான் அங்கிருக்குமே தவிர உயிர் இங்கே தான். தன் மாமன் வண்டி என்பதை உடனே கண்டுகொண் டாள் ரோசா. வண்டியின் மேல் வீரண்ணனுக்குப் பின்னால் வெள்ளைச் சேலை கட்டிய உருவம் ஒன்று உட்கார்ந்திருந்தது. யாரென அடையாளம் தெரியவில்லை. சரியாக விசாரித்துக் கொண்டு வந்து சேர்ந்துவிட்ட வீரண்ணன் மேல் பிரியம் சுரந்தது. ஊரிலிருந்து இப்படி ஓர் ஒத்தாசை கிடைக்கும் என எதிர்பார்க்கவேயில்லை. இப்போதைக்கு யாரும் இந்தப் பக்கம் வர மாட்டார்கள் என்று நினைத்திருந்தான். 'மாமோய்' என்று கூவிக்கொண்டே ரோசா ஓடினாள். வெள்ளாட்டுக்குட்டி களும் அவள் பின்னால் ஓடின.

29

தன்னாயாப் பாட்டிக்குக் கரிக்குருவி கத்தும் போதே தூக்கம் தெளிந்துவிடும். அதன் கீச்சாங் குரலைக் கேட்டுக்கொண்டும் அப்படியே படுத்திருப்பார். அவ ருடைய இத்தனை வருச வாழ்க்கையில் இவ்வளவு பக்கத்தில் காதில் வந்து ஊதுகிற மாதிரி குருவியின் குரலைக் கேட்டதில்லை. பாறையில் படுத்த முதல் சிலநாள் என்னமோ கத்துகிறது என்றுதான் இருந்தார். கொஞ்சம் காதைக் கொடுத்துக் கேட்கத் தொடங்கியபின் அந்தக் குரல்களில் ஏதோ ஒழுங்கு இருப்பதாகப் பட்டது. சில சமயம் ஒரு குருவி மட்டும் கத்தியது. அது நிறுத்திய பின் அடுத்தது கத்தும். சில சமயம் இரண்டும் சேர்ந்து இடைவிடாமல் கத்தும். அவற்றுக்கெல்லாம் ஏதோ அர்த்தம் இருப்பதாகப் பட்டது. பாட்டியே அந்தக் குரல்களை இனம்பிரிக்கத் தொடங்கினார்.

கரகரத்த குரலில் எடுத்தவுடன் சத்தமாகக் கத்துவது ஆண்குருவி என்று கொண்டார். மென்மையாகவும் அடக்கமாகவும் குரல் எடுப்பது பெண்குருவி. அவை காலையில் எழுந்ததும் அன்றைய வேலைகளைப் பற்றிப் பேசி முடிவு செய்துகொள்கின்றன என்று தோன்றியது. நீ இந்தப் பக்கம் போய் இன்றைக்கு இரை தேடு, நான் அந்தப் பக்கம் போகிறேன். வெயில் ஏறுவதற்குள் புழு பூச்சியையோ கம்புசோளத்தையோ கொண்டு வந்துவிட வேண்டும். அப்புறம் இரண்டு பேரும் சந்தித்துக்கொள்ள லாம். இன்றைக்கு யார் அதிகமாக இரை தேடுகிறோம் என்று பந்தயம் வைத்துக்கொள்ளலாமா? நான் இரைக்குப் போகும்போது நீ கூட்டிலேயே இருக்க வேண்டும். நான் வந்த பிறகு நீ போ. நான் பார்த்துக்கொள்கிறேன். இப்படி அவை எவ்வளவோ பேசுவதாகப் பாட்டி கற்பனை செய்துகொண்டார்.

இருள் பிரியத் தொடங்காத விடிபொழுதில் எழுந்து ஒன்றும் செய்ய முடியாது. பாறைச்சரிவில் எங்காவது கால் வைத்துச் சறுக்கி விட்டுவிட்டால் அவ்வளவுதான். பேத்தி வீட்டுக்கு உதவ வந்து அவர்களுக்கு எடங்காடு செய்ததாகி விடும். அது மட்டுமா. தூரதேசம் கூட்டிப்போய்ப் பாட்டி காலை உடைத்துவிட்டார்கள், இடுப்பை உடைத்துவிட்டார்கள் என்றெல்லாம் ஒரு பேர் வாங்கித்தர வேண்டுமா? கடைசி காலத்தில் நம்மாலான ஒரு உதவி. அதனால் எழுவதில்லை. படுத்தபடியே பறவைக் குரல்களுக்கு அர்த்தம் கொடுத்துக் கொண்டிருப்பார். பழக்கத்தில் ஆண்குருவியைத் தன் புருசன் சின்னானாகக் கருதிப் பார்த்தார். 'எடேய் சின்னான்' என்று ஒருநாள் கூப்பிட்டார். அவருக்கே வெட்கம் வந்து விட்டது.

புருசன் இருந்தபோது நெருக்கத்தில் அப்படிக் கூப்பிட்டது உண்டு. மற்றபடி வெளியில் பேர் சொல்லும் பழக்கமில்லை. தூரத்தில் இருந்தால் 'ஓ பயா பயா' என்று சத்தமிடுவாள். தன் பையனைக் கூப்பிடுவதாகப் பேர். அது புருசனைத்தான் என்பது அவருக்கும் தெரியும். ஊருக்கும் தெரியும். மற்றவர்களிடம் சொல்லும்போது 'எங்க பயமூட்டு அப்பன்' என்று சொல்வார். அவர் போய்ச் சேர்ந்து பத்து வருசத்திற்கு மேலாகிவிட்டது. அவ்வப்போது அவர் ஞாபகம் வராமல் இல்லை. ஆனால் என்னவோ இப்போது இந்தக் குருவிகளின் குரலைக் கேட்டால் அவர் பேசுவது மாதிரியே இருக்கிறது. அதற்குப் பதில் சொல்லிப் பாட்டியும் பேசிப் பார்த்தார். விடிகாலை வேளையில் அது சுவாரசியமாகவும் தூக்கமற்ற பொழுதைக் கழிக்க வாகாகவும் இருந்தது. ஆளற்ற காட்டுப் பாறையில் படுத்துக்கொண்டு யாரிடம் பேசுவது? ஊரில் இருந்தாலும் இந்நேரத்திற்குப் பேச ஆள் கிடையாது.

பாட்டிக்கென ஒதுக்கப்பட்ட தாவாரத்தில் தனியாகப் படுத்திருப்பார். சோறாக்குவது எல்லாம் தனிதான். 'கைகால் சமுத்து இருக்கற வரைக்கும் நாமளே ஆக்கித் தின்னுக்கோனும். ஒருத்தருக்கு எதுக்குக் கஷ்டம். நம்புளுக்குப் பசிக்கறப்ப அவுங்களுக்கு வேற வேல இருக்கும். அவுங்க கூப்பிடறப்ப நம்புளுக்குப் பசிக்காது. நாமளே காப்படி போட்டு ஆக்கிக்கிட்டா வேணுங்கற நேரத்துக்குப் போட்டுத் தின்னுக்கலாம். திங்காமலும் கெடக்கலாம். கட்டலோட கெடையாக் கெடக்கற காலத்துல பாத்துக்கலாம். அதுவரைக் கும் தனிதான்' என்று சொல்வார். அவருக்கென்று ஒருவேலை யும் இல்லை. மகன், மருமகள், பேரன்பேத்தி என்று ஆளுக்குக் குறை கிடையாது. பாட்டியாகப் பார்த்து ஏதாவது செய்தால்

உண்டு. மாட்டைப் பிடித்துக் கட்டவோ சாணி எடுக்கவோ செய்யலாம். கன்றுக்குட்டியைப் பிடித்துக் கட்டப் போய் ஒருமுறை அதன் இழுப்புக்கு ஈடு கொடுக்க முடியாமல் கீழே விழுந்துவிட்டார். மகன் ‘உன்னய ஆரு இதெல்லாம் செய்யச் சொல்றா? சோத்தத் தின்னுட்டு ஊட்டக் காத்துக் கிட்டுக் கெடவேன்’ என்று திட்டினான். யாரும் ஏன் செய்ய வில்லை என்று கேட்பதில்லை.

யாருக்கும் தேவையில்லாமல் உட்கார்ந்திருப்பதைவிட இப்படித் தேவையிருக்கிற யாருக்காவது உதவினால் ஆகும் என்றுதான் புறப்பட்டு வந்தார் பாட்டி. அவரது மூத்தமகள் வழிப் பேத்தி பெருமா. பெருமா சின்னக் குழந்தையாக இருந்தபோது ‘அம்மாயி அம்மாயி’ என்று தன்னாயிப் பாட்டியையே சுத்திச் சுத்தி வருவாள். விவரம் தெரிந்துகூட அம்மாயி வீட்டிலேயே கிடந்தாள். கிட்டத்தட்ட வளர்த்ததே தன்னாயிப் பாட்டிதான். நெஞ்சிலும் முதுகிலும் தூக்கிச் சுமந்த பேத்தி. இப்பவும் ஊருக்கு வந்தால் அம்மாயியைப் போய்ப் பார்க்காமல் இருக்க முடியாது. அம்மாவிடம் இரண்டு வார்த்தை பேசியதும் ‘இரு அம்மாயப் பாத்துட்டு வர்றன்’ என்று கிளம்பிவிடுவாள். அப்பேர்ப்பட்ட பேத்திக்குக் கடைசி காலத்தில் தன்னால் ஒரு பிரயோசனம் இருக்கட்டுமே என்னும் எண்ணம்தான் பாட்டியைக் கிளம்ப வைத்தது.

ரோசாவைக் கூட்டிக்கொண்டு முத்து போனபின் பெருமா எப்போதும் பாதையைப் பார்த்துக்கொண்டே உட்கார்ந்திருந் தாள். மறுபடியும் ஒருமுறை முத்து வந்தான். ஆனால் இப்போதைக்கு யாரையும் அங்கே கூட்டிப் போவதில்லை என்று சொல்லிவிட்டான். சுப்புக்கொடுக்கன் பேச்சைப் பற்றிச் சொல்லிக் ‘கொஞ்ச நாளூப் போவட்டும். என்ன ஏதுன்னு தெரிஞ்சுக்கிட்டுக் கூட்டிக்கிட்டுப் போறன்’ என்றான். பெருமாவுக்கு அது பிடிக்கவில்லை. ஆனால் முத்து கறாராகச் சொன்னபிறகு என்ன செய்வது? எத்தனை நாளைக்கு அம்மா வீட்டில் உட்கார்ந்து தின்னுவது என்று சொல்லித் தனிக் கொட்டாயில் சோறாக்க ஆரம்பித்துவிட்டாள். காட்டுவேலைக்கும் போகத் தொடங்கினாள். மற்ற நேரங் களில் பித்துப் பிடித்த மாதிரி அவள் உட்கார்ந்திருப்பதைப் பார்க்கப் பொறுக்காமல் வீரண்ணன் வண்டி கட்டிக் கொண்டு கிளம்பினான்.

முத்துவிடம் பேச்சுவாக்கில் வழித்தடம் எல்லாம் கேட்டு வைத்திருந்தான். வாயிருக்கும்போது வழி தெரியாமலா போய்விடும்? அப்போதுதான் தன்னாயாப் பாட்டியும்

கிளம்பினார். 'ஆம்பள இப்ப உன்னய வர வேண்டாமுன்னு சொன்னா அதுக்கு ஆயரம் காரணம் இருக்குங் கண்ணு. வயசுக்கு வர்ற பிள்ளைய வெச்சிருக்கற. பையன் இன்னம் சின்னஞ்சிறுசா இருக்கறான். அதையெல்லாம் ஓசிச்சித்தான் தம்பி சொல்லீருக்கும். எனக்கென்ன கெழட்டுக்கட்ட. நான் போயிப் பாத்துட்டு அப்பிடியே கொஞ்சநாளைக்கு இருந்துட்டு வர்றன். நீ கவலப்படாத பிள்ளைவளப் பாத்துக்கிட்டு இரு' என்று பெருமாவுக்குச் சொன்னார் பாட்டி.

முகம் தெரிகிற மாதிரி இருள் பிரிந்ததும் பாட்டி எழுந்து விடுவார். அப்போது எல்லாப் பறவைகளின் குரல்களும் கலந்து அங்கங்கே கேட்கும். பிள்ளை ரோசா தூங்கிக்கொண்டிருப்பாள். சின்னஞ்சிறுசு. பெருமா குழந்தையில் இருந்த மாதிரியே இருக்கிறாள். பழைய காலம் மீண்டு வந்துவிட்டதோ என்று சிலசமயம் சந்தேகம் வரும். பெருமாவை இன்னொரு முறை வளர்த்த வேண்டி இருந்தால் தனக்கும் வயது குறைந்திருக்குமே. இது பெருமாவின் பிள்ளை என்று நினைவுபடுத்திக் கொண்டால் எல்லாம் போய்விட்டதே என்று ஒரு பெருமூச்சு வந்து ஆசுவாசப்படுத்தும். ரோசா அசந்து தூங்குவதைப் பார்க்க எழுப்ப மனம் வராது. வெயில் முகத்தில் அடிக்கும்வரை இந்த வயதில்தான் தூங்க முடியும். அதற்குப் பின் தூங்க நேரம் வாய்த்தாலும் வராது. பாறைமேல் இருந்த பானையில் எப்போதும் நீர் நிரம்பி இருக்கும். ரோசாவோ முத்துவோ பள்ளத்துப் பக்கம் போகும் போதெல்லாம் ஒருகுடம் கொண்டு வந்து ஊற்றிவிடுவார்கள். பேத்தி புருசனை அருகிருந்து பார்க்கும்போது பாட்டிக்குப் பெரும் திருப்தியாக இருந்தது. உடல் வளைந்து வேலை செய்வது மட்டுமல்ல, ஒவ்வொரு வேலையிலும் நேர்த்தி இருந்தது.

பானைத் தண்ணீரை முகத்தில் அடித்துக்கொண்டால் உடல் முழுக்க அதன் குளிர்ச்சி பரவிவிடும். வாய் கொப்பளித்துக் கொண்டு களி நீத்தண்ணியைக் குண்டாவில் ஊற்றி அரைக் குண்டா குடிப்பார். இது வெகுநாளைய பழக்கம். எப்பேர்ப் பட்ட விருந்துச் சாப்பாடும் நீத்தண்ணிக்கு ஈடாகாது. கம்மஞ் சோற்று நீத்தண்ணியாக இருந்தால் இன்னும் நல்லது. கரும்புச் சாற்றைக் குடிக்கிற மாதிரியே இருக்கும். வயிற்றுக்குள் சில்லென்று இறங்கும் நீத்தண்ணி பொழுது தலைக்கு வரும் வரைக்கும்கூடத் தாங்கும். அதன்பின் கொந்தாளத்து வாச்சி போல வெட்டி வைத்திருக்கும் பனம்பட்டைகளைக் கையில் எடுத்துக்கொண்டு காட்டுக்குள் இறங்கினால் எல்லாமே மறந்துவிடும். அப்புறம் சோத்துக்கு ரோசா கூப்பிடும்வரை கற்களோடுதான் பேசிக்கொண்டிருப்பார்.

காட்டுக்குள் வந்து இறங்கியபோது இங்கே தான் என்ன வேலை செய்வது என்றே புரியவில்லை. சோறாக்கி வைக்கவும் மாடுகளுக்குப் புல் வெட்டவும் வெள்ளாட்டுக் குட்டிகளோடு திரியவும் என்று சீக்கிரம் காட்டோடு பழகிப் போன ரோசாப் பிள்ளைக்குத் துணையாக இருக்க வேண்டியதுதான் என்று நினைத்தார். அன்றைக்கு இராத்திரி பாறை மேல் ஆளுக்கொரு பக்கமாகப் போர்வையை விரித்துப் படுத்திருந்தபோது முத்து மனம் உருகிச் சொன்னான். 'எங்களுக்குத் தான் தலையெழுத்து. நல்லா வாந்து களமாட்டம் வாசலும் நாலு பேரு காலு நீட்டிப் படுக்கறாப்பல திண்ணையும் கட்டிப் பெரிய ஊட்டுல இருந்து பழவுன உங்களுக்கு எதுக்கு இந்த மொட்டப்பாற? நாடோடி ஊடு கூடக் கூடாரம் போட்டுக்கிட்டுப் பொழைக் கறாங்க. நாதியத்த நாயா இங்க கெடக்கறம். உங்களுக்கு இது வேண்டாம். நாளைக்கே கூட்டிக்கிட்டு வந்து உட்டர்றன். உங்களக் கஷ்டப்படுத்துன பாவம் எனக்கெதுக்கு?' அவன் சொன்னதைக் கேட்டதும் பாட்டிக்குச் சிரிப்புத்தான் வந்தது.

'நான் எல்லாத்தயும் பாத்தவதான் தம்பி. எனக்கு இந்த மாதிரி மொட்டப்பாறையிலதான் வேலயே. பாறையில்லாத காடு நமக்கு எதுக்காவும்? மனசன் சிண்ணாம்பையும் மொட்டையும் கலந்து பூசிக் கார போடறானே, அதெல்லாம் இந்த மொட்டப்பாறைக்கு முன்னால நிக்க முடியுமா தம்பி? சாமியாப் பாத்து மனசனுக்குக் கொடுத்த எடம் இந்தப் பாற. இதுல படுத்துப் பாரு, அப்படியே முதுவுக்கு எதமா இருக்கும். ரண்டு பேரு கையையும் காலையும் புடுச்சு உடறாப்பல சொகமா இருக்கும்' என்றார் பாட்டி. கொஞ்சம் தள்ளிச் சாக்கை விரித்துப் படுத்திருந்த குப்பன் சிரித்தார். 'இவுங்களப் பத்தி உங்களுக்குத் தெரியாது சாமீ. இவுங்க ளுக்குச் சக்கூர்தான் அப்பனூரு. எங்கூருக்கு வந்து சேந்ததியும் ஒரு மவராசியே வந்தாப்பல ஆயிருச்சு பாத்துக்கங்க' என்று சொல்லிவிட்டுத் தன்னாயாப் பாட்டியைப் பற்றி ஆரம்பித்தார். ரோசாவுக்குக் கதை கேட்கும் ஆர்வம் மிகத் தான் இருந்த இடத்தில் இருந்து எழுந்தோடி வந்து குப்பனுக் குப் பக்கத்தில் உட்கார்ந்துகொண்டாள். 'சின்னச்சாமிக்குக் கதையின்னா குருவலம்' என்றார் குப்பன்.

தன்னாயா கல்யாணமாகி அந்த ஊருக்கு வந்த வருசம் காட்டில் ஆரியம் நட்டுப் பெருவிளைச்சல். கிணற்றில் தண்ணீர் குறையவே இல்லை. ஈரம் காயக்காயத் தண்ணீர் பாய்ச்சியதால் ஆரியத்தாள்கள் பலத்துக் கையகலம் விரிந் திருந்தன. பூட்டைகளில் ஒன்றுகூடப் பொக்கை இல்லை. ஆரியம் குண்டுமணியாட்டம் தகதகத்தது. பூட்டையைக் கிள்ளித்

தேய்த்துக் கருப்பட்டி போட்டு மாமியார் இடித்துக் கொடுத்தார். பச்சை ஆரியத்தை வெறுமனே தின்றாலே இனித்துக் கிடந்தது. கருப்பட்டியும் சேர்ந்த பின் அப்படி ஒரு ருசி. பூட்டை முற்றிக் காயத் தொடங்கியதும் பொறுக்கி எடுக்க நாள் குறித்து ஆளுக்குச் சொன்னார்கள். நாலு ஏக்கர் காடு முழுக்கவும் ஆரியம்தான். நிறைய ஆள் வேண்டும் என்று எல்லா வளவிலும் ராத்திரி ஒன்பதுமணிச் சங்கு ஊதும் முன் போய்த் தன்னாயாவின் மாமியார் சொல்லி வந்தார்.

பூட்டைப் பொறுக்க எப்போதும் ஆளுக்குப் பஞ்சமிருக்காது. ஆளுக்கொரு கொறக்கூடையைத் தூக்கி இக்கத்தில் வைத்துக் கொண்டு கம்பரக்கத்தி ஒன்றோடு கிழடு கிண்டுகளும் இடுப் புயரம் வளர்ந்த பிள்ளைகளும் எனக் காடு நிறைந்துவிடும். ஆள்கூட்டம் காட்டுக்குள் இறங்கிப் பூட்டை பொறுக்கும்போது தலைகள் எறும்புச் சாரி போல நகர்வதும் கம்பரக்கத்தி பூட்டையை அறுப்பதும்தான் தெரியும். ஏதோ பெரும்பூச்சிகள் வந்திறங்கிக் காடு முழுவதையும் காலி செய்துவிட்டுப் போனாற் போலத் தோன்றும். பொழுது நெற்றிக்கு நேராக வருவதற்குள் வேலை முடிந்து போகும். காட்டுக்குள் எல்லாம் இழந்து வெற்றுத்தாள்கள் பரிதாபமாக நிற்பதைப் பார்க்க என்னவோ போலிருக்கும். அதன்பின் ஆளுக்குத் தக வேலைக்குக் கூலியாக அவரவர் கொண்டு வந்திருக்கும் கூடையில் ஆரியப் பூட்டை களைக் காட்டுக்காரர் அள்ளிப் போட்டு அனுப்புவார்கள். பூட்டை பொறுக்கும் வேலைக்கு மட்டும் பணக்கூலி கிடையாது. காட்டுக்காரர் கை அள்ளிப் போடும் பூட்டை அளவுதான் கூலி. அவர்கள் எவ்வளவு போட்டாலும் பேசாமல் வாங்கிக் கொண்டு போக வேண்டியதுதான்.

தன்னாயாவின் மாமியார்க்காரி ஊர் முழுக்கப் போய் அழைத்திருந்தாள். பூட்டை விளைந்து தலைநிமிர்த்தி நிற்பதை ஊரார் எல்லாரும் அறிவார்கள். அதனால் கூட்டம் வந்துவிடும் என்று இரண்டு மூன்று பேரணைக்கூடைகளும் பானைகளில் குடிதண்ணீருமாகக் காட்டுக்குள் குடும்பமே போய் நின்றுகொண்டது. ஆனால் பொழுது கிளம்பியும் காட்டுக்குள் வந்து நின்றவர்கள் பத்துப் பேர்தான். அவர்கள் பங்காளி வீட்டுப் பெண்டுகள் ஐந்தாறு பேர். பண்ணயத்தாள் வீட்டிலிருந்து இரண்டு மூன்று பேர். அவ்வளவுதான். ஏன் ஆட்கள் வரவில்லை என்று முதலில் புரியவில்லை. வந்திருந்த பெண்டுகள் மெல்ல எடுத்துச் சொன்ன பிறகே விஷயம் புரிந்தது. போன வருசம் இதே மாதிரி பூட்டை பொறுக்கிய நாளில் தன்னாயாவின் மாமியார் கூலிப் பூட்டையை அள்ளிக் கூடையில் போட்டு அனுப்பினாள். பொழுதேறும்

வரை பொறுக்கிய பெண்டுகள் ரொம்பவும் ஏமாந்து போனார்கள். பூட்டையைக் காயவைத்து அடித்துப் புடைத்தால் அரைப்படி ஆரியம்கூடத் தேறாது.

ஒவ்வொரு வருசமும் இதேதான் பிரச்சினை. தன்னாயா வின் மாமியாருக்குக் கையே வராது. ஆனால் போன வருசம் ரொம்பவும் மோசம். இப்படியுமா ஒரு பொம்பிளை இருப்பாள் என்று ஊரே பேசியது. 'அவளுக்கு வாய் சக்கர கை கொக்கர' என்றார்கள். அதனால் இந்த வருசம் அவர்கள் காட்டுக்குப் பூட்டை பொறுக்க வர யாரும் ஆர்வம் காட்டவில்லை. 'ஆமா அவ காட்டுக்குப் போயி வெறுங்கூடையத் தூக்கிக்கிட்டு வர்றதுக்கு ஊட்டுல எதாச்சும் உருப்படியா வேல செய்யலாம்' என்றார்கள். 'கூடையச் சொமந்ததுக்குக்கூடக் கூலி இல்லீனா எப்பிடி. மரத்து நெவுல்ல உக்காந்து பாடு பழம பேசுனாக்கூட பொழுது போயிரும். அங்க போயிக் கஷ்டத்தோட வர்றதுக்கு இது எவ்வளவோ பரவால்ல' என்று கிழடுகள் சொன்னார்கள். பேசி வைத்தது போல ஊரே நின்றுவிட்டது. ஆள்குடி வளவிலிருந்தும் வரவில்லை. தன்னயாவின் மாமனாருக்குக் கோபம் மீறி மாமியாரைக் காட்டுக்குள்ளேயே துரத்தி துரத்தி அடித்தார். ஆட்கள் போய் விலக்கிவிடும்படி ஆனது.

அன்றைக்கு வந்திருந்த பத்துப் பேரோடு தன்னாயா வும் மாமியாரும் தன்னாயா புருசனின் பாட்டியும் என மூன்று பெண்டுகளும் சேர்ந்து பூட்டை பொறுக்கினார்கள். ஓர் அணப்பு முடிந்ததும் போதும் நாளைக்குப் பார்த்துக் கொள்ளலாம் என்று நிறுத்திவிட்டார்கள். பூட்டை பொறுக்கி யவர்களுக்குக் காட்டுக்காரப் பெண்கள்தான் கூலிப்பூட்டை போட வேண்டும். ஆண்கள் செய்வதில்லை. பொன்னாயாவை அவள் மாமனார் கூலிப்பூட்டை போடச் சொன்னார். தன்னாயா கல்யாணமாகி வந்து புதுமெருகு குலையவில்லை. தலை நிறைய வைத்த கனகாம்பரம் இருபுறமும் அசைய வளையல்கள் குலுங்கும் கைகளைக் குவித்துப் பூட்டையை அள்ளி அள்ளி மூன்றுதரம் போட்டாள். கூடை நிறைந்து ததும்பியது. 'இந்த ஊட்டுக்கு மவராசி வந்து வாச்சிருக்கறா. கையில பூட்டய அள்ளறப்ப மொவத்துல அப்பிடி ஒரு சிரிப்பு. பூட்ட கையில இருந்து வர்ல. மனசிலருந்து வருது பாத்துக்க' என்று வந்த பெண்கள் போய் ஊர் முழுக்கச் சொன்னார்கள்.

அடுத்த நாள் இருள் பிரியும் முன்னமே காட்டுக்குள் ஆட்கள் நிறைந்து நின்றார்கள். கரட்டூரிலிருந்து பத்து மணிச் சங்கு ஊதுவதற்குள் பூட்டை பொறுக்கும் வேலை முடிந்து விட்டது. அன்றைக்கும் தன்னாயா மனசிலிருந்துதான்

பூட்டையை அள்ளிப் போட்டாள். எல்லாரும் நிறைசிரிப்போடும் வாய் நிறைய வாழ்த்தோடும் கூடையைத் தூக்கித் தலையில் வைத்துக்கொண்டு போனார்கள். அதற்குப் பின் எல்லா வருசமும் அப்படியே. குப்பன் சொன்னார், 'இன்னைக்கு வரைக்கும் பூட்டை அள்ளிப் போடறதுல இந்த ஆயாவுக்குப் போட்டியா ஆரும் வல்லீனாப் பாத்துக்குங்க.' அம்மாயி என்று பெருமா கூப்பிடுவதால் அவள் பிள்ளைகளும் தன்னாயாப் பாட்டியை அப்படியே கூப்பிடுவார்கள். ரோசா கேட்டாள் 'அம்மாயி... பூட்ட பொறுக்கறவங்களுக்கே எல்லாத்தையும் போட்டுட்டா அப்பறம் காட்டுக்காரங்க என்ன பண்றது?' 'சிறுசுன்னாலும் என்ன வேய்க்கானமாக் கேக்குது பாரு' என்று பாராட்டிக்கொண்டே பாட்டி 'வெளைச்சலுக்குத் தகுந்த மாதிரிதான் போடுவங் கண்ணு. பொறுக்கறவங்களுக்குப் போடறதால நம்புளுக்குக் கொறஞ்சி போயராது. அவுங்க நாலு வார்த்த நல்ல சொல்லுச் சொல்றாங்க பாரு, அதனால அடுத்த வருசம் இன்னம் சேத்துத்தான் வெளையும். கூலிக்காரங்க மனசு நெறஞ்சா நம்ம காடு நெறையுமாயா' என்றார். ரோசா குனுப்பமாகக் கேட்டுக் கொண்டாள்.

குப்பனுக்குப் பேச்சு வளர்ந்தால் அவ்வளவு சீக்கிரம் நிறுத்த முடியாது. 'இவுங்க வந்துதான் அந்தப் பண்ணயமே மேடேறிச்சு பாத்துக்கங்க. மேட்டாங்காடு நாலு ஏக்கராவ ஒண்டியாளாத் திருத்துனாங்க. எந்த நேரம் பாத்தாலும் காட்டுக்குள்ள கல்லக் கூட்டிக்கிட்டே இருப்பாங்க. ஒரு நாலஞ்சு வருசத்துல காடு களமாட்டம் நெகுநெகுன்னு ஆயிருச்சு பாத்துக்கங்க' என்றார். அது முத்துவுக்கு ஆச்சரிய மாக இருந்தது. 'காட்டுக்குள்ள கெடக்கற கல்ல அப்பிடிக் கூட்டி அள்ளீற முடியுமா?' என்றான். அதற்குப் பாட்டி 'முடியுந் தம்பி. ஒரு கல்லுக் கெடந்தா ஒரு பயிரு போச்சு. காடு முழுக்கக் கல்லாக் கெடந்தா எத்தன பயிரு போவும் பாத்துக்க. இந்த வருசம் ஒரு மெராசு கூட்டி அள்ளீர்றமுன்னு வெச்சுக்க, ஓழவு ஓட்டுன ஓடன உள்ளருந்து மறுபடியும் கல்லு மேலே வந்திரும். மறுவருசமும் கூட்டோணும். அப்பிடியே மூனு நாலு வருசம் கூட்டுனாப் போதும். அப்பறம் ஆடு மாட்ட எடுத்து இடறதுக்குக்கூட ஒரு கல்லுக் கெடைக்காது. மண்ணுனா நெத்தியில எடுத்து இட்டுக்கற மாதிரி இருக்கோ ணும். அப்பத்தான் வெள்ளாம பண்ண நல்லா இருக்கும். சும்மா கல்லுக்குள்ள கொண்டோயி வெதச்சா எப்பேர்ப் பட்ட மண்ணா இருந்தாலும் பயிரு சொணங்கித்தான் போவும்' என்றார்.

‘இந்தக் காட்டுலயும் எங்க பாத்தாலும் கல்லாத்தான் கெடக்குதுங்க’ என்றான் முத்து. ‘நானும் பாத்தன் தம்பி. இங்க வந்து செய்யறதுக்கு எனக்கு என்ன வேல இருக்கப் போவுதுன்னு நெனச்சன். இந்த வேல இருக்குது. உங்காட்டுக் கல்லக் கூட்டி அள்ளாத என் ஆயுசு போவாது. அதுக்குத்தான் அந்தச் சாமி என்னய இங்க அனுப்பீருக்கறா. பனையில ஓல வெட்டிப் போட்டிருக்கறயே. அதுல பத்துப் பாஞ்சு பட்ட நல்லாக் கைக்கு அடக்கமாக் கூட்டி அள்ளற மாதிரி சீர் பண்ணிக் குடுத்துரு தம்பி. காத்தாலக்கே தொடங்கீரலாம். எம்பேத்தி பெருமான்னா எனக்கு உசுரு. உசுரா இருந்து என்ன பண்றது. எதுனா இப்பிடிச் செஞ்சாத்தான் ஆவும்’ என்றார். விடிகாலையிலேயே முத்து பட்டையை வெட்டிக் கொடுத்தான். காடு முழுவதையும் இந்த வருசம் விதைக்க முடியாது என்பதால் மூன்று அல்லது நான்கு ஏக்கர் அளவுக்கு மட்டும் விதைக்கலாம் என்று முத்து முடிவு செய்திருந்தான். மொத்தக் காட்டுக்கும் நடுப்பகுதி அது. நடுவில் விதைத்து விட்டால் சுற்றிலும் வேலை செய்யலாம். விதைத்த காட்டுக்கும் பாதுகாப்பாக இருக்கும். அந்தப் பகுதியை முதலில் காட்டினான்.

எல்லாம் சிறுசிறு அணைப்பாகப் பிரிக்கப்பட்டிருந்தன. அவற்றில் மூன்று நான்கைச் சேர்த்து ஒரே அணைப்பாக்கி ஓட்ட வேண்டும். அப்போதுதான் உழவோட்டவும் புழங்கவும் வசதியாக இருக்கும். அங்கிருந்தே பாட்டி தொடங்கினார். கரட்டுச் சாமி இருக்கும் பக்கம் திரும்பி ‘அய்யா... இந்த வேலய முழுசா முடிச்சுக் குடுத்திரய்யா. உங்கோயில்ல வந்து அடி உழுந்து கும்பிட்டர்றன்’ என்று வேண்டிக் கொண்டார். பனிப்பதத்தில் பனம்பட்டை சரக்கென்று கூட்டும் ஓசை கேட்டது. முதலில் முத்துவுக்கு நம்பிக்கையே இல்லை. வாசலைக் கூட்டி அள்ளலாம். கட்டுத்தரையைக் கூட்டி அள்ளலாம். களத்தைக்கூடக் கூட்டி அள்ளலாம். காட்டைக் கூட்டி அள்ள முடியுமா? தலையில் முந்தானைச் சேலையை மண்டக்கட்டுக் கட்டிக்கொண்டு பாட்டி ஓர் சின்ன அணப்புக்குள் உட்கார்ந்தார். கையிலிருந்த பட்டை மண்ணில் இழுபடும் ஓசை வந்துகொண்டேயிருந்தது.

கொஞ்சநேரம் நின்று பார்த்துவிட்டு முத்து அவன் வேலையைப் பார்க்கப் போய்விட்டான். காட்டுக்குள் அங்கங்கே அடர்ந்திருந்த சீமைக் கருவேல முட்செடிகளைக் குப்பன் வெட்டிக்கொண்டிருந்தார். அன்றைக்கு முழுக்கப் பனம் பட்டையிலிருந்து அவுனி உரிக்கும் வேலைதான் முத்துவுக்கு. எப்படியும் முந்நூறு அவுனி வரும் அளவுக்குப் பட்டைகள் இருக்கும் என்று கணக்கிட்டான். பாறையில் சட்டென்று

ஒரு குடிசையைப் போட்டுக் கொடுத்தால் பாட்டியும் பேத்தியும் படுத்துக்கொள்ள நன்றாக இருக்கும். ஆம்பிளைகள் எங்கும் எப்படியும் கிடக்கலாம். பொழுது கிளம்பிப் பளிச்சென்று வெயில் அடித்தபோது அவுனி உரிக்கும் வேலையைக் கொஞ்சம் நிறுத்திவிட்டுப் பாட்டி என்ன செய்கிறார் என்று பார்க்கப் போனான். அவருக்குத் தெரியாத மாதிரி தூரத்தில் நின்று கொண்டு எட்டிப் பார்த்தான். முதலில் காட்டுக்குள் உட்கார்ந்த அதே கோணத்தில் உட்கார்ந்திருந்தது தெரிந்தது. நான்கைந்து இடங்களில் கல்குட்டான் கண்ணுக்குப் பட்டது. சரி, பாட்டி எதுவோ செய்யட்டும் என்று அவன் வேலையைப் பார்க்கப் போனான்.

பாட்டி பட்டையைக் கொண்டு கற்களைக் கூட்டினார். கை எட்டும் அளவு வட்டம் போட்டு அதற்குள் சேரும் கற்களைக் கூட்டி ஒரே இடத்தில் சேர்த்தார். அந்த அணப்பில் ஓடக்கற்கள் மொட்டு மொட்டாய்க் கிடந்தன. அவற்றைக் கூட்டுவது வாகாக இருந்தது. மாசமாக இருக்கும் பெண்கள் இந்தக் கல்லைத்தான் கடித்துத் தின்பார்கள். மாவு போல அப்படியே இனித்துக் கிடக்கும். வீட்டு வாசலுக்கு இந்தக் கற்களைப் போட்டு அடித்துவிட்டு மேலே மண் கொட்டலாம். எப்பேர்ப்பட்ட மழை பெய்தாலும் வாசல் கரைந்து போகாது. கல் அப்படிக் காரை போலப் பிடித்துக்கொள்ளும். ஓடக்கல் போட்டு அடித்த வாசல் தவசம் காய வைக்க நல்ல களமாகும். பாட்டி அதில் திருத்தமான கல் ஒன்றை வாயில் போட்டு மென்று பார்த்தார். மாசமாக இருக்கும் பெண்ணுக்கு என்றில்லை, இப்போது தின்றாலும் இனிக்கத்தான் செய்தது. இந்தக் கற்களைத் தனியிடத்தில் கொட்டி வைக்கச் சொல்ல வேண்டும் என்று நினைத்துக்கொண்டார்.

ஒருவட்டம் கூட்டினால் சின்னப் பொட்டுக்கூடை அளவு கல் சேர்ந்தது. இது மிகவும் அதிகம். காடு முழுக்கக் கூட்டினால் வண்டிக்கணக்காகக் கல் சேரும். அந்த அணப்பில் பாதியளவு கூட்டி முடித்ததும் வயிறு சுள்ளென்று இழுத்தது. ஏதாவது வயிற்றுக்குள் போட்டால்தான் சரிப்படும். இடுப்பும் முதுகும் வலித்தன. முன்போல இப்போது குனிந்து வேலை செய்ய முடியவில்லை. காலை மடித்து உட்கார்ந்திருந்ததில் கொறக்குளி பிடித்ததைப் போலக் கால்கள் பிடித்துக்கொண்டன. எழுந்து நிற்கக் கஷ்டமாக இருந்தது. மெல்ல எழுந்து கால்களை உதறி நடந்தார். அணப்புக்கு வெளியே வந்து நின்று பார்த்த போது கூட்டிய வரைக்கும் சிறுபிள்ளை கூட்டிய வாசல் போலத் தெரிந்தது. பொடிக்கற்கள் இன்னும் நிறைந்திருந்தன.

இன்னொரு முறை கூட்டினால் அவற்றையும் வழித்தெடுத்து விடலாம்.

பாறைக்குப் போய்ச் சோற்றைக் குடித்துவிட்டு வேப்ப மரத்தடியில் படுத்த பாட்டி வெகுநேரம்வரை கண்ணயர்ந்தார். மத்தியானச் சோற்றைக் குடிக்க ரோசா எழுப்பிய பிறகே உணர்வு வந்தது. இரண்டு வெங்காயத்தைக் கடித்துக்கொண்டு களியைக் குடித்தார். அதற்கப்புறம் தூக்கம் வரவில்லை. ஆனால் வெயிலில் காட்டுக்குள் போக முடியாது. மூட்டைக் கம்பில் இரண்டு படி எடுத்துக் கொடுக்கச் சொன்னார். மரநிழலில் உட்கார்ந்து கம்பை முறத்தில் போட்டுச் சுத்தம் செய்யத் தொடங்கினார். பொழுதோடத்திற்குக் குப்பனை இடித்துத் தரச் சொல்லலாம். காலையில் கம்மஞ்சோறு செய்தால் விரும்பிச் சாப்பிடுவார்கள். ஒருநாளைக்குக் களி, ஒருநாளைக் குக் கம்பு என்று செய்யலாம். நாள் முழுக்கப் பாடுபடும் பெருங்கூட்டு ஆம்பளைகளுக்குக் கட்டுபடி ஆகிற மாதிரி சோறு இருக்க வேண்டும். கம்மஞ்சோற்றுக்கு அவரைப் பருப்பு கடையலாம் என்று நினைத்தார். அந்த வேலையை முடித்து விட்டு மீண்டும் கொஞ்சநேரம் மரத்தடியில் படுத்தார். பொழுது காட்டம் குறையத் தொடங்கியதை அறிந்து கையில் பட்டையை எடுத்தார். போகும்போது தூரத்தில் முள் வெட்டிக் கொண்டிருந்த குப்பனைக் கூப்பிட்டு ‘அப்பறம் ஓட்டுக்கூடயும் மமுட்டியும் எடுத்துக்கிட்டு வா குப்பா’ என்றார்.

அந்த அணப்பின் மீதப் பகுதியைக் கூட்டத் தொடங்கினார். கற்கள் உருண்டு வருவதும் திரண்டு ஓரிடத்தில் சேர்வதுமாக இருந்த காட்சியைத் தவிர வேறேதும் மனதில் பதியவில்லை. கூட்டக் கூட்டக் கற்கள் வந்த வண்ணமிருந்தன. பட்டையாக இருந்த கையகலக் கல் ஒன்றை எச்சரிக்கையோடு புரட்டினார். அடியில் இருந்து செந்தேள் குஞ்சுகள் நான்கைந்து நாலாப் புறமும் பரவி ஓடின. அதே கல்லால் ஒவ்வொன்றையும் நசுக்கினார். பொழுதிறங்கி நேரத்தில் இப்படியாகி விட்டதே என்று கவலையாக இருந்தது. அதே கணம் செந்தேள் இருக்கு மிடம் வளமான மண் என்னும் நினைவு வந்தது. சந்தோச மாகிவிட்டது. அணப்பின் ஒரு மூலையில் சேலை விரித்த அளவு மிச்சமிருந்தபோது குப்பன் வந்தார். ‘குப்பா இந்த அணப்பு முழுக்க ஓடக்கல்லு. நாளைக்கு எதுனா வாசலுக்குப் போட்டு அடிச்சு உடக்கூட ஆவும். ஒருபக்கமாக் கொட்டி வெக்கோணும். அங்க பாரு சின்ன வட்டப்பாற ஒன்னு இருக்குது. அள்ளி அதுல கொட்டீரு’ என்று சொல்லிவிட்டு மிச்சப் பகுதியைக் கூட்டத் தொடங்கினார். இதை

முடித்துவிட்டால் இன்றைய பொழுதுக்கு நிறைவாகிவிடும். 'சாமீ... கல்லு தனித்தனியாக் கெடக்கறப்ப அப்படித் தெரீல. அருமையான ஓடக்கல்லா இருக்குது. நம்பூரு மண்ணாரூடு கண்டாங்கன்னா வாரி அள்ளிக்கிட்டுப் போயிச் சுண்ணாம்பு ஆக்கிருவாங்க' என்று சொல்லிக் கொண்டே மண்வெட்டியால் அள்ளி ஒட்டுக்கூடையில் போட்டுத் தூக்கிச் சென்று பாறையின் ஒருபக்கத்தில் கொட்டினார்.

அங்கே இருந்தது சின்னப்பாறை. இருப்பதே தெரியாமல் மண்ணுக்குள் உள்ளடங்கிக் கிடந்தது. மேலே ஒரு முழம் மண் கொட்டினால் அதைக் காடாக்கிவிடலாம். அன்றைய ஓடக்கல் சின்னக் குத்தாரியாகப் பாறைமேல் சேர்ந்தது. அடுத்தநாள் அதே அணப்பில் குருணை போலக் கிடந்த பொடிக்கற்களைக் கூட்டிச் சேர்த்தார். உருண்டோடும் அளவிற் கான பெருங்கற்களைக் கூட்டுவது பெருங்காரியமில்லை. பொடிக்கற்களைக் கூட்டும்போது பட்டையை மண்ணோடு ஒட்டிக் கொண்டுபோக வேண்டும். மண் வந்துவிடாமலும் கல் விட்டுப் போகாமலும் கூட்ட வேண்டும். அன்றைக்குக் கொஞ்சம் அதிக நேரம் எடுத்தது. பொடிக்கற்களைத் தனியாகக் கொட்டச் சொன்னார் பாட்டி. முத்து வந்து பார்த்துவிட்டு ஆச்சர்யப்பட்டுப்போனான்.

பத்து நாள்களில் ஓடக்கல், பொடிக்கல்லோடு வெங்கச்சங்கல் பெரிய குட்டான் சேர்ந்திருந்தது. பாட்டி சாதாரண ஆளில்லை, காட்டையே கூட்டி எடுத்து வெள்ளாமைக்குத் தயார் செய்துவிடுவார் என்று நம்பினான் முத்து. 'செந்தேளு அங்கங்க இருக்குது தம்பி. அது இருந்தாலே மண்ணு பவுனுன்னு அர்த்தம். ஆகாவழியில செந்தேளு குடியிருக்காது' என்று பாட்டி சொன்னது அவனுக்கு இன்னும் திருப்தியாக இருந்தது. காடு முழுவதிலும் கல் பொறுக்கினால் சிறுமலையளவு வளர்ந்து விடும் குட்டான் என்று நினைத்தான். இத்தனை கற்களையும் என்ன செய்வது? ஒரு மழை பெய்தால் காட்டில் எந்தப் பக்கமிருந்து எந்தப் பக்கம் வெள்ளம் வடிந்தோடுகிறது, மண் அரிப்பு எங்கே ஏற்படுகிறது என்பது தெரியும். அதைப் பார்த்து அங்கே கரையை வலுப்படுத்தக் கற்களைக் கொட்டலாம். கரை வலுவாகிவிட்டால் தண்ணீர் அணப்புக்குள்ளேயே தேங்கும். மழை எப்போது வருமோ என்று வானத்தைப் பார்த்தபடி இருந்தான் முத்து. எந்த எண்ணமும் இல்லாமல் கற்களைக் கூட்டியபடியே இருந்தார் பாட்டி.

❀

30

அன்றைக்கு மட்ட மத்தியான நேரம். வேம்படியில் கட்டிலைப் போட்டு முத்து படுத்திருந்தான். வெயில் அலையடித்துக் கண்களைத் திறக்கவிடாமல் செய்தது. பொழுதேறிய பின் ஒருவேலையும் செய்ய விடவில்லை. சித்திரையின் கத்திரி வெயில். காட்டுக்குள் இருந்த முள் மரங்களை எல்லாம் கிட்டத்தட்ட வெட்டியாகி விட்டது. வெள்ள வேலா மரங்கள் இரண்டை மட்டும் கரையோரமாய் விட்டுவிட்டு மற்றவற்றை அடியோடு வெட்டியிருந்தார்கள். வெள்ளாட்டுக்குட்டிகள் வேல மரத்து இலைகளைக் கொரித்துக்கொண்டேயிருந்தன. சில வேம்புகள் மாத்திரம் நின்றன. விதைக்கும்போது அவற்றை அரக்கிவிட்டால் போதும். இந்த வருசம் முழுக் காட்டையும் விதைக்க முடியாது. விதைக்காத பகுதியில் இருக்கும் வேம்புகள் அப்படியே இருக்கட்டும். மாடுகள் கட்டவும் ஆள் உட்காரவும் ஆகும். வேம்பின் நிழலுக்கு ஈடேதும் இல்லை. மரத் துண்டுகள் அங்கங்கே காய்ந்து கொண்டு கிடந்தன. மார்கள் காடு முழுக்கப் பரவலாக இரைந்திருந்தன. காய்ந்ததும் கத்தை கட்டி வைக்க வேண்டும். எல்லாவற்றையும் ஒருநாள் வண்டியில் ஏற்றிச் சேத்தூருக்குக் கொண்டு போனால் விறகு மண்டியில் போட்டுவிடலாம். மூன்று வண்டி அளவு வரும். மார்களையும் விற்றுவிடலாம். காட்டுக்குள் கிடக்கும் சுள்ளி செத்தைகள் அடுப்பெரிக்கப் போதும்.

சீமைக் கருவேல முட்களைச் சும்மா இருக்கும் நேரம் பார்த்து முழநீள அளவுக்கு நறுக்கிச் சின்னக் கத்தையாக்கி வைக்கிறாள் ரோசா. பள்ளத்தோரப் பாறையை அதற்கென ஆக்கி அதன் மேல் முள் கத்தைகளை

அடுக்குகிறாள். எளிதாகத் தூக்கும்படி சிறுசிறு கத்தைகள். சீராக முள் நறுக்கும் அவள் கைகளையே பார்த்திருக்கத் தோன்றும். பாறை நிறையும் முள் கத்தைகள் வருசத்திற்கும் அடுப்புக்குப் போதும். இந்த முள் வெள்ளாமைக்குக் கேடு. ஆட்டூரில் இந்த முள் செடி துளியூண்டு முளைவிட்டு வரும்போதே வேரோடு பிடுங்கி எறிவார்கள். கண்ணில் பட்டு விடக் கூடாது. இந்த ஊரில் அப்படியல்ல. எங்கே பார்த்தாலும் சீமைக் கருவேல முட்கள் நெடிதோடிக் கிடக்கின்றன. விறகுக்கு விலை எப்படியும் இருபது முப்பது வரும். வெள்ளாமைக்கு முட்டுவழிச் செலவுக்கு ஆனால் பரவாயில்லை. அங்கங்கே அடர்ந்திருந்த புதர்களை வெட்டிச் சுத்தமாக்க இன்னும் பலநாள் ஆகும். ஓரிடம் சுத்தம் செய்யவே ஒரு பொழுதுக்கும் மேலாகிவிடுகிறது. ஆவாரை மரத்தை அப்படியே விட்டு விட்டார்கள். ரோசா அதைப் பார்த்துப் பார்த்து ஆச்சர்யப் பட்டாள். பாட்டி தன் சிறுவயதில் அப்படி மரத்தைப் பார்த் திருப்பதாகச் சொன்னார்.

சோற்றுப் பிரச்சினை இல்லை. வீரண்ணன் கொண்டு வந்து போட்டுவிட்டுப் போன மூட்டைகள் இன்னும் ஓரிரு மாதங்களுக்கு வரும். இன்னும் ஒரு வருசத்திற்கு என்றாலும் கொண்டு வந்து போடுவான் அவன். ரோசாவுக்குத் துணை யாகப் பாட்டியையும் கொண்டு வந்து விட்டுப் போயிருக் கிறான். பாட்டி சாதாரண ஆளில்லை. அவர் செய்யும் வேலையை வேறு யாரும் இத்தனை பொறுமையாகச் செய்ய முடியாது. இப்படிக் கஷ்ட காலத்தில் மாமன் மச்சினன்தான் உதவிக்கு வருகிறார்கள். பங்காளிகள் எங்கே இருக்கிறார்கள் என்றே தெரிவதில்லை. நன்றாகப் பிழைத்தால் பங்காளிகள் வரிசை வைத்து அழைத்துக்கொண்டு வந்து சேர்வார்கள். அந்தப் பக்கமே காடு பார்க்கச் சொல், வந்துவிடுகிறேன் என்று பொங்கி சொல்லியனுப்பினானாம். சொல்கிறவன் ஒருமுறை வந்து பார்த்துவிட்டுப் போனால் என்ன குறைந்து விடும்? வீரண்ணன் இந்த இரண்டு மாதத்தில் இருமுறை வந்துவிட்டான். அவன் வரும்போது வண்டியில் என்னென் னவோ பொருள்கள் வந்து சேர்கின்றன. முத்துவுக்குக் கூச்சமாக இருக்கிறது. ‘அதுக்கென்னங்க மாமா. ஒருத்தருக்கொருத்தரு ஒத்தாசதான. எனக்கு ஒன்னுன்னா நீங்க உட்ருவீங்களா?’ என்கிறான் அவன்.

பெருமாவைக் கட்டும்போது அவன் பொடியன். மோதிரம் எடுக்கும் சடங்கிற்கு அவனைப் பிடித்து வந்து உட்கார வைப்பதற்குள் போதும் போதும் என்றாகிவிட்டது. பெருமாவும்

அவள் அம்மாவும் அழவே ஆரம்பித்துவிட்டார்கள். அவனுக்கு அப்போது விவரம் போதவில்லை. பெருங்கூட்டம் சுற்றிலும் ஆரவாரம் செய்துகொண்டு நிற்பதைப் பார்த்துப் பயந்துவிட்டான். சொந்த மச்சினன் இருக்கும்போது வேறொருவனைக் கொண்டுவந்து உட்கார வைக்க முடியுமா? மூக்கில் சளி ஒழுக அழுகையோடு அவனைக் கட்டாயமாகத் தூக்கிவந்து உட்கார வைத்தார்கள். குடத்துக்குள் அவன் கையைப் பிடித்துத் திணிக்கத்தான் வேண்டியிருந்தது. அவன் இன்றைக்கு முத்து வுக்கே ஆறுதல் சொல்கிறான்.

படுத்திருக்கும் கட்டில்கூட அவன் கொண்டு வந்ததுதான். குத்துக்கால்களையும் சட்டங்களையும் கழற்றிக் கட்டிக் கோதானத்தில் போட்டுக் கொண்டுவந்தான். கயிற்றைச் சுருணையாக்கிவிட்டான். இரண்டு கட்டில்கள். இரண்டையும் திரும்ப முட்டி அவனும் குப்பனும் சேர்ந்து அரைநாள் முழுக்கக் கயிறு கட்டினார்கள். இரட்டைப் பிணி போட்டு நடுவில் சதுரம் வைத்துக் கட்டியதைப் பார்க்க நன்றாக இருந்தது. கட்டுவதையே ரோசா பார்த்துக்கொண்டிருந்தாள். முடித்ததும் கட்டிலில் ஏறி விதவிதமாகப் படுத்துப் பார்த்தாள். அவன் ஒருபகலும் இரண்டு இரவும் முழுதாகத் தங்கினான். அதற்குள் அவன் செய்துவிட்டுப் போன வேலைகள் அவனையே நினைத்துக்கொண்டிருக்கச் செய்கின்றன. கிணறு வெட்டினால் தோதான இடம் எது என்பதைத் தீர்மானிக்க அவன் சொன்ன யோசனை உதவியது. மற்ற வேலைகளை எல்லாம் முடித்து ஒருமழை பெய்தால் விதைத்துவிட்டுக் கிணற்று வேலையில் இறங்கிவிட வேண்டியதுதான். தொடங்கி வைத்தால் ஊரி லிருந்து ஐந்தாறு ஆட்களைக் கூட்டி வருவதாகச் சொல்லி யிருக்கிறான். விதைப்புக் காலம் முடிந்துவிட்டால் அங்கும் இரண்டு மூன்று மாதங்களுக்கு அவ்வளவாக வேலை இருக்காது. இங்கே முப்பதடி வெட்டினால் தண்ணீர் வந்துவிட வாய்ப்பிருக் கிறது. எல்லாத்தையும் அப்படியே போட்டுவிட்டு ஊர்ப்பக்கம் போய்வர முடியவில்லை. பெருமா கண்ணில் உயிரை வைத்துக் கொண்டிருப்பாள். தடம் பார்த்துக் கண் பூத்திருக்கும். இன்னும் மூன்று மாதம் பொறுத்துக்கொள்ளும்படி வீரண்ணனிடம் சொல்லி அனுப்பியிருக்கிறான். பெரிதாகக் கொட்டாய் போட வேண்டும். சுப்புக்கொடுக்கன் விஷயம் என்னவென்று பார்க்க வேண்டும். அதற்குப் பிறகுதான் பெருமாவை இங்கே கூட்டி வரலாம்.

மத்தியான வெயிலுக்கு லேசாகக் கிறக்கம் இருந்ததே தவிரத் தூக்கம் வரவில்லை. புரண்டு படுத்தபோது நான்கைந்து

ஆட்கள் வருவது போலத் தூரத்தே கானலில் மங்கலாகத் தெரிந்தது. இந்நேரத்திற்கு இங்கே யார் வரப் போகிறார்கள் என்று கண்ணை முழுதும் திறக்காமலே பார்த்தான். ஆனால் பேச்சுக்குரல் காதுகளில் விழ ஆரம்பித்ததும் சட்டென எழுந்து உட்கார்ந்தான். நாட்டாமையோடு நான்கைந்து பேர் வந்து கொண்டிருந்தனர். எல்லாரும் வயதானவர்களே இருந்தனர். இந்த வெயிலையும் பார்க்காமல் வருகிறார்கள். அப்படியானால் இரண்டு நாள்களுக்கு முன்பு நடந்த பிரச்சினை பற்றிப் பேசத்தான் வருகிறார்கள் என்று நினைத்தான். அதைப் பற்றி என்ன கேட்பார்கள், என்ன பதில் சொல்ல வேண்டும் என்று அவசரமாக மனதுக்குள் ஒத்திகை பார்த்த ஆரம்பித்தான்.

காட்டின் மேற்குப் பக்கம் பள்ளத்திற்குப் போகும் வழியில் ஒரு சின்ன அணைப்பு முழுக்கத் தமதமவென்று புற்கள் அடர்ந்து கிடந்தன. அருகம்புற்களோடு வெண்ணம் புற்களும் வகைவகை யான கொடிகளும் முளைத்தோடியிருந்தன. இந்தக் கான காலத்தில் இப்படிப் புற்கள் வளர்ந்திருக்க முத்து செய்த யோசனை ஒன்றே காரணம். தினந்தோறும் வேலை முடித்ததும் அந்திக் குளியல் நடக்கும். ஊத்துக்குப் போய் இஷ்டத்திற்கு நான்கைந்து குடங்கள் சேந்தி எடுத்துக் குளிப்பது வழக்கம். 'எத்தன கொடம் ஊத்துனாலும் ஊத்துத்தண்ணிய ஊத்திக் கிட்டே இருக்கலாம் குப்பணா' என்பான் முத்து. அவன் உடல் குளிர்ந்து போதும் என்று சொல்லும்வரை குப்பன் சேந்தி ஊற்றியபடி இருப்பார். ஊற்று வெயிலுக்கு வற்றி விடுமோ என்று பயந்திருந்தான். இதுவரை அப்படியாகவில்லை. புழங்குவதற்குத் தேவையான அளவு சுரந்துகொண்டிருந்தது. முத்துவும் குப்பனுக்கு ஊற்றுவான். 'நீங்க எனக்கு ஊத்தலாங் களா? நாலு பேரு என்ன சொல்லுவாங்க? பாட்டியவுங்க தான் என்ன நெனைக்கும்? நாளைக்கு ஊருப்பக்கம் போனா சாமி உன்னக் குளிப்பாட்டி உடறாராமுல்லன்னு கேலி பேசுவாங்க பாத்துக்கங்க' என்று சொல்லிப் பார்த்தார். முத்து கேட்பதாக இல்லை. 'ஆரோ சொல்லட்டும். நீ குளிரக்குளிர ஊத்து குப்பணா' என்பான். அவனுக்கு அதிகம் கஷ்டத்தைக் கொடுக்கக்கூடாது என்று 'போதுங்க சாமீ போதுங்க சாமீ' என்று குப்பன் சொல்வார்.

'ஊத்து குப்பணா குளிரக்குளிர ஊத்து குப்பணா. நம்ம ஊத்துத் தண்ணிய ஊத்து குப்பணா' என்பான். 'நீங்க எளரத்தம். நான் நாடி தளந்து போயிக் கெடக்கறன். ஊத்துத் தண்ணினா லும் கொஞ்சம் எச்சா ஊத்துனா குளுரெடுத்துச் செத்துப் போயிருவன். பொன்னூசின்னாலும் எடுத்துக் கொரவளையில

குத்திக்க முடியாது பாத்துக்கங்க' என்று சொன்னால்தான் நிறுத்துவான். 'நாடி தளந்து போச்சா உனக்கு? வேல செய்யறதப் பாத்தா இன்னொரு கண்ணாலம் பண்ணுனாலும் சமாளிப்பியாட்டம் இருக்குது' என்று கேலி பேசுவான் முத்து. 'ஆமா. இந்தூருப் பக்கந்தான் இன்னொரு பொண்ணுப் பாருங்க. அப்பிடியே காட்டுவேலைக்கும் ஆளுக் கெடச்சாப்பல இருக்கும்' என்று குப்பன் சிரிப்பார். 'பாத்தரலாம். அதுக்கு ஒரு கொழந்த குட்டின்னு பொறந்திருச்சின்னா என்ன பண்றது?' என்பான். 'சாமீ பொறக்கட்டுமே. எத்தனதான் பொறந்தா என்ன? நெலம்பொலம் ஊடுவாசன்னு சேத்து வெச்சிருந்தாத்தான் கஷ்டம். இங்கதான் ஒன்னுங் கெடையாதே. றக்க மொளச்ச குஞ்சுங்க அததும்பாட்டுக்குக் காடோடி எர தேடிக்கிட்டுப் போவுதுங்க. என்ன கெட்டுப் போயிருது பாத்துக்கங்க' என்பார் குப்பன்.

இப்படிப் பேசிக்கொண்டே இருந்தால் அடேங்கப்பா தண்ணீர் வார்த்துக்கொள்ளுதல் எப்பேர்ப்பட்ட இன்பம் என்று தோன்றும். ஊரில் கிணற்றில் குதித்து மேலேறும்போது கூட இப்படி ஒரு சுகம் கண்டதில்லை உடம்பும் மனமும். இருப்பதில் உழைப்பது பழகிய சடங்கு. உருவாக்க உழைப்பது பேரின்பம். ஒவ்வொரு வேலையையும் செய்யும்போது வேறேதும் புலனாவதே இல்லை. அப்படியே அதற்குள் முழுமையாக முழுகிவிட முடிகிறது. எவ்வளவு நேரம் வேலை செய்தாலும் அலுப்பதில்லை. எல்லாம் முடிந்தபின் அந்திக் குளியலின்போது அப்படி ஒரு சுகத்தை அனுபவிக்க முடிகிறது. குளித்து முடித்த பின்னும் நிலா வெளிச்சமாக இருந்தால் இன்னும் கொஞ்சம் வேலை செய்யலாம் என்று தோன்றுகிறது. பாட்டிதான் 'தம்பீ... காட்டுக்குள்ள அங்கங்க செந்தேளு ஊருதுப்பா. ராவுல எதுனா என்ன பண்றது? போதும் பகல்ல செஞ்சுக்கலாம்' என்று சொல்வார். பாட்டி சொல்லை மீற மனம் வருவதில்லை. எங்கிருந்தோ வந்து இத்தனை செய்யும் பாட்டிக்கு அவர் சொல்லைக் கேட்கிற சந்தோசத்தைக் கொடுப்போம் என்று நினைப்பான்.

சில சமயம் தண்ணீர் வார்த்துக்கொள்ள அந்தி நேரத்தில் ரோசாவும் வந்துவிடுவாள். சிறுபிள்ளை. கிணற்றில் கண் சிவக்க நீந்திக் களிக்கும் வயது. பையன்கள் எந்த வயதிலும் குதித்து நீந்தலாம். பெண்பிள்ளைக்கு இந்த வயதை விட்டால் அவ்வளவு தான். கிணற்றுக்குப் போய்விட்டால் நாள் முழுக்க என்றாலும் மேலேற அவளுக்கு மனம் வராது. பெருமா போய் மேலிருந்து கல்லெடுத்து இட்டு விரட்டி மேலேற்ற வேண்டும். 'பொட்டப்

பிள்ள இப்பிடிச் சொகங்கண்டுட்டா அப்பறம் உட முடியாதுடி. அளவா வெய்யி. ஆம்பளையா நிய்யி எப்பிடி வேண்ணாலும் ஆடறதுக்கு' என்பாள் பெருமா. 'போம்மா' என்று முகம் சுண்டிக் கிடப்பாள் ரோசா. அப்பேர்ப்பட்ட பிள்ளைக்குக் குடம் நீர் எந்த மூலை? தலையில் எத்தனை குடம் ஊற்றினா லும் திருப்தி வராது. இன்னும் இன்னும் என்று கெஞ்சுவாள். 'சின்னச்சாமீக்கு மனங்குளிரத் தண்ணி ஊத்த முடியலீங்களே' என்பார் குப்பன். அப்போது மட்டும் முத்து மௌனமாகி விடுவான்.

பாட்டிக்குக் குளுந்தண்ணி ஒத்துக்கொள்வதில்லை. இருட்டியதும் கல் அடுப்பில் பானையை வைத்துத் தீப்போட்டு விடுவார். தண்ணீர் காய வைப்பதற்கென்றே தனி அடுப்பு. ஓலையும் செத்தை சருகுகளும் தளவுமார்களும் என்று அந்த அடுப்புக்குத் தீயெரிக்க என்றே தனியாகச் சேர்த்து வைத் திருப்பார் பாட்டி. காட்டுக்குள் பொசுபொசுவென்று எரிகிற மாதிரி கிடக்கும் எதையும் விடமாட்டார். தீப்போட்டால் அது பானைக்கு மேலே ஏறி முழங்க வேண்டும். கைகளைத் தீயில் காய்ச்சித் தேய்த்துக்கொண்டே தீத்தள்ளுவார். டீக் கடைக்குப் போனபோது 'என்ன மேக்கத்தியாரே உங்க காட்டுப் பக்கமிருந்து தீ மொழங்குது தெனமும்' என்று சிலர் கேட்டனர். 'அது பேயோட்டறதுக்கு' என்று சொல்லி முத்து சிரித்தான்.

பாட்டிக்கு ஊற்றிக்கொள்ளும் தண்ணீர் நல்ல சூடாக இருக்க வேண்டும். கொதிக்கக் கொதிக்க இருந்தால்தான் பாட்டிக்குப் பிடிக்கும். 'அம்மாயி இப்பிடி ஊத்துனா தோல் வெந்து போயராது?' என்பாள் ரோசா. 'உங்கொம்மாளும் இப்பிடியேதான் கேப்பா போ. எனக்கு இப்பிடி ஊத்தியே பழகிப் போச்சாயா. நிய்யும் இப்பிடி ஊத்திப் பாரு உங்கருப்புத் தோலு வெளுப்பாயிரும் போ' என்று பாட்டி சொல்லிச் சிரிப்பார். 'பாருப்பா என்னக் கருவாச்சின்னு அம்மாயி சொல்லுது' என்று ரோசா சிணுங்குவாள். 'உடுறா கண்ணு. கருப்புக்குக் கண்ணாடி செவப்புக்குச் செருப்படி' என்பான் முத்து. பாட்டிக்கு மாநிறத் தோல். 'உட்டா ரண்டு பேரும் செருப்படி போட்டுருவீங்களாட்டம் இருக்குது போ' என்று பொக்கை வாய் காட்டிக் கெக்கெக்கென்று சிரிப்பார் பாட்டி. இந்தப் பேச்சுக்கள் பாட்டிக்கும் இனிப்பதை முத்து கண்டுகொண்டிருந்தான். அதனால் அவ்வப்போது பேச்சை வளர்த்துவான்.

தண்ணீர் ஊற்றிக்கொள்ளும் இடத்தை முத்துதான் மாற்றினான். மட்டூர் சந்தையில் வாங்கி வந்த பெரிய

மொடா ஒன்றைப் பள்ளத்துப் பக்கம் இருந்த அணப்பில் அடியணை கூட்டி வைத்தான். குடத்தில் தண்ணீர் சேந்தி வந்து பானையை ஒருவர் நிறைக்க வேண்டும். இன்னொருவர் மோந்து மோந்து ஊற்றிக்கொள்ள வேண்டும். பானை தினமும் ஓரிடமாய்க் கொஞ்சம் தள்ளித்தள்ளி வைக்கப்பட்டது. முத்து எதிர்பார்த்த மாதிரியே எட்டாம் நாளில் அங்கு புற்கள் முளைக்கத் தொடங்கின. வெவ்வேறு இடத்தில் வைத்து ஊற்றுவதால் அணப்பு முழுக்கவும் நனைந்தது. எங்கும் பசுமை. அடுத்த பாஞ்சாம் நாள் புற்கள் நிலத்தை மூடிவிட்டன. இரண்டு நாளுக்கு ஒருமுறை பாத்தியளவு அந்தப் புல்லில் வெட்டிக்கொண்டு போய்ப் போட்டால் மாடுகள் இரண்டும் ஆவலாய்த் தின்றுவிடும். கண்மூடித் திறக்கும் நேரம்தான். புல் காணாமல் போயிருக்கும். 'நெசமே மாட்டுக்குப் பில்லுப் போட்டீங்களா?' என்பார் பாட்டி. புல்லுக்குத் தண்ணீர் பாய வேண்டும் என்பதற்காகவே இன்னும் இரண்டு குடம் சேர்த்து ஊற்றிக்கொள்வார்கள்.

அப்படி வளர்த்த புல்லை ஓராள் வந்து வெட்டிக்கொண்டு போவதென்றால் விட முடியுமா? மத்தியானச் சோறு குடித்துவிட்டுப் படுத்திருந்தபோது பாட்டிக்கு ஏனோ வயிறு கடமுடவென்று கத்தியது. 'நம்ம பொச்சிருக்கற லச்சணத்துக்கு மட்ட மத்தியானத்துல பீக் கேக்குதா?' என்று பேசிக்கொண்டே பாட்டி எழுந்து பள்ளத்துப் பக்கம் போனார். பள்ளத்து அணப்பில் யாரோ புல் வெட்டிக்கொண்டிருப்பது புகைப் படலம் போலத் தென்பட்டது. புடவையின் அசைவுகள் தெரிந்தன. சட்டென்று குரல் உயர்ந்துவிட்டது. 'எவடி அவ? மட்ட மத்தியானத்துல காட்டுல திருட்டு வேல செய்யறவ? அரிப்பெடுத்துக்கிடுச்சுனா போறது வேலி கண்ட பக்கம் ஒரச. நாங்க ஓடிஓடித் தண்ணி ஊத்தி வளத்து வெப்பம். நீ நோவாம வந்து ஊம்பிப்புட்டுப் போவயா' என்று தன் ஊரில் கேட்பது போல எகத்தாளமாக இடைவிடாமல் பேசி விட்டார்.

புல் வெட்டிக்கொண்டிருந்த பெண்ணுக்கு முப்பது வயதுக்குள்தான் இருக்கும். மூக்குத்தி மினுக்கம் அடிக்க நிமிர்ந்தாள். அரைக்கூடை புல் சேர்ந்திருந்தது. 'அடியே மூக்குத்திக்காரி, உம்பவுசு இங்க செல்லாதடி. புல்லாக்குக் கொண்டய அறுத்துப்புடுவம் பாத்துக்க. பில்லக் கொட்டீட்டு ஓடு' என்று கைகளை நீட்டிப் புடைப்பது போலக் காட்டிக் கொண்டு வேகமாகப் போய்க் கூடைப் புல்லைக் கீழே கொட்டி விட்டுக் கூடையை வீசி எறிந்துவிட்டார். இப்படிச் சண்டை

போட்டு ரொம்ப நாட்கள் ஆகியிருந்தன. இங்கே ஆட்களைக் காண்பதே அரிதாக இருந்தது. காட்டுப்பக்கம் வரும் போகும் பெண்களிடம் ஓரிரு வார்த்தைகள் பேசுவதுண்டு. பாட்டிக்கு அந்தப் பெண் ஒரு நிமிசம் பதில் சொல்லக்கூட நேரமில்லை. கூடை இரண்டு மூன்று கரணம் அடித்து அடுத்த அணப்பில் போய் விழுந்ததைப் பார்த்த பிறகுதான் அவள் கத்தினாள். 'எங்கூர்ல வந்து எங்கிட்டயே தொறக்கறயா? இருடி கெழ்ட்டுக்கூதி உன்னயப் பாத்துக்கறன்' என்று பேசிக் கொண்டே கூடையைத் தூக்கியபடி வேகமாகக் கிளம்பிப் போனாள். அவள் 'எங்கூரு' என்று சொன்ன பின்னால்தான் பாட்டிக்கு 'அடடா இது வேற ஊராச்சே' என்று நினைவு வந்தது.

அவள் போகிற வேகத்தைப் பார்த்தால் பெரிய வில்லங் கத்தைக் கொண்டு வந்துவிடுவாள் என்று தோன்றியது. சொந்த ஊரில் பேசுகிற மாதிரி பேசிவிட்டோமே. பேத்தி வீட்டுக்கு உதவி செய்ய வந்து இக்கட்டில் மாட்டிவிடுகிற மாதிரி ஆயிற்றே என்று பாட்டிக்குப் பயமாயிற்று. அந்த ஊர்க்காரர் களிடம் முத்து எச்சரிக்கையோடும் பவ்வியமாகவும் பேசி நடப்பதைப் பார்த்திருக்கிறார். குப்பனிடம்கூட 'இந்தாளுங்க கிட்ட வாய் குடுத்தராத குப்பணா' என்பான். பாட்டியிடமோ ரோசாவிடமோ எதுவும் சொன்னதில்லை. அவர்கள் வெளியே எங்கும் போகப் போவதில்லை என்பதாலோ அவர்களால் யாரிடமும் பிரச்சினை வரப் போவதில்லை என்பதாலோ அப்படிச் சொல்லத் தோன்றியதில்லை. ஆனால் இப்போது பாட்டியால்தான் பிரச்சினை என்றால் முத்து என்ன சொல்வானோ. வயிறு அப்படியே கீழே இறங்கிவிடுவதைப் போலப் பெரும்பாரம் அழுத்தியது. பள்ளத்திற்குள் போய் அவசர அவசரமாக உட்கார்ந்துவிட்டுப் பானைத் தண்ணீரில் கால் கழுவிக்கொண்டு முத்து படுத்திருந்த மரத்தடிக்கு ஓடினார்.

'தம்பீ... இந்நேரத்துல காட்டுப்பக்கம் போயி இப்பிடி ஆயிப் போச்சே தம்பீ' என்று கதறியதைப் பார்த்து ஏதாவது பாம்புதான் கடித்துவிட்டதோ என்று பயந்து முத்து 'எங்க எங்க' என்றான். குப்பனும் ரோசாவும் ஓடி வந்தார்கள். 'அதெல்லாம் ஒன்னுமில்ல தம்பி. எவளோ ஒருத்தி ஒத்தக் கல்லு மூக்குத்தி போட்டு மினுக்கிக்கிட்டு தண்ணி அணப்புல பில்லு வெட்டிக்கிட்டு இருந்தாளா. என்ன ஏதுன்னு கேக்காத வாய்க்கு வந்ததப் பேசீட்டன். எனக்கு அப்ப இது அசலூருன்னு நெகாச் சிக்காத போயிருச்சு. அவ வேற ஆங்காரமாப் போறா.

என்ன பண்ணுவாளோ தெரீல போ தம்பி' என்று பாட்டி சொல்லவும் முத்துவுக்குக் கொஞ்சம் பதற்றம் குறைந்தது. பூச்சி பொட்டு கடித்திருந்தால் எங்கேயோ சீமைக்குக் கொண்டு போய்ப் பாட்டியைப் போக்கடித்துவிட்டானே என்னும் பழி சேருமே. அதிலிருந்து தப்பித்த நிம்மதி. 'அவ்வளவுதான பாத்துக்கலாம் உடுங்க. நானே எதாச்சும் பூச்சி பொட்டு கடிச்சிருச்சோன்னு பயந்து போயிட்டம். வர்ட்டும், எத்தன பேருன்னாலும் வர்ட்டும் பாத்துக்கலாம்' என்று பாட்டிக்குத் தைரியம் சொன்னான். அவன் பார்வை காட்டின் நாலாப் புறமும் அலைபாய்ந்து ஊர்ப்பக்கம் திரும்பி அங்கேயே நிலைத்தது.

❁

31

பேச்சுக் கேட்டுப் போனவள் சும்மா இருக்க மாட்டாள். உடனடியாக ஆட்களைக் கூட்டி வருவாள் என்று முத்து எதிர்பார்த்தான். அப்படி நடக்கவில்லை. மத்தியான வெயில் தலையெரித்தது. இங்கே வந்தபின் ஒருமழை பெய்ததோடு சரி. ஒருழவு மழை அது. பாட்டி கல் கூட்டி வைத்திருந்த இரண்டு அணப்புகளை உழவோட்டினான். ஒருழவு போதவில்லை. காடு கரடு தட்டிப் போயிருந்தது. ஓரக்கால்களில் கலப்பை பதிந் திருக்கவில்லை. பாறையைப் பிளப்பது போலிருந்தது. இரண்டாம் உழவும் போட்டான். அப்போது பச்சைப் பயிறு அரைப்படியைப் பாட்டி காட்டுக்குள் தூவி விட்டார். மண்ணிலிருந்து குவிந்த கைபோல முளைத் தெழுந்த செடிகள் மேலெழும்ப மழை பெய்யவில்லை. செடிகளை வெள்ளாட்டுக்குட்டிகள் கடித்துக்கொண் டிருந்தன. வெயில் குறையவே இல்லை. இப்படித்தான் வருசாவருசம் இருக்குமோ என்றும் பயந்தான். மழை இல்லாமல் போனால் நிலம் எப்படி இருந்து என்ன செய்வது? வைகாசியில் எப்படியும் மழை பெய்துவிடும் என்னும் நம்பிக்கை இருந்தது. டீக்கடையிலும் அப்படித் தான் பேச்சு இருந்தது. விதைக்கடலையும் சோளமும் வீரண்ணன் வண்டியில் வந்திறங்கிக் குடிசைக்குள் பத்திரமாக இருக்கின்றன.

வெயில் தாழ ஆட்கள் வருவார்கள் என்று தோன்றி யது. இந்த ஊர்க்காரர்கள் சுகவாசிகள். எப்பேர்ப்பட்ட விஷயமாக இருந்தாலும் சுகத்தை இழக்க மாட்டார்கள். வெயில் தாழ வந்தால் நல்லது என்றே நினைத்தான். விஷயம் கொஞ்சம் ஆறியிருக்கும். துள்ளலும் துடிப்பும்

குறைந்து போகும். பேச்சைக் கேட்கக் காது திறந்திருக்கும். ‘சாமீ... எச்சு வார்த்த பேசீராத பாத்துக்கங்க. கொட்டுன நெருப்ப அள்ளீரலாம். வார்த்தய அள்ள முடியாது. பாத்துக்கங்க’ என்று குப்பன் எச்சரித்திருந்தார். பாட்டி ‘எம் வாயில புழுவு வெக்க. வயசாயி எதுக்குப் புண்ணியம்?’ என்று புலம்பிக் கொண்டிருந்தார். முத்துவின் மனதில் எத்தனை பேர் வருவார் கள், என்ன கேட்பார்கள், எப்படிப் பதில் சொல்லலாம் என எல்லாம் ஓடிக்கொண்டிருந்தன. யாரும் வராவிட்டால் ராத்திரிக்கு ஊருக்குள் போய் நாட்டாமையைப் பார்த்து விடலாம். விடிகாலையில் எழுந்து போனால் கருங்கரட்டு அடிவார டீக்கடைக்கு நாட்டாமை வருவார். ஊருக்குள் போய்ப் பார்ப்பதைவிட டீக்கடைக்குப் போய்ப் பார்ப்பது தான் நல்லது. தண்மையாகப் பேசினால் எதுவும் பிரச்சினை வராமல் அவர் பார்த்துக்கொள்வார். டீக்கடையில் பழக்க மாகியிருக்கும் வயசாளிகள் பலரும் முத்துவுக்கு உதவக்கூடும். எப்படியானாலும் எச்சரிக்கையாக இருக்க வேண்டும். எவ்வளவு பழகினாலும் ஆள் என்று வந்தால் தன்னுடையவன் பக்கம்தான் நிற்பார்கள்.

வாரம் பத்து நாளுக்கொரு முறை அடிவார டீக்கடைக்குப் போய் வருவான் முத்து. விடிகாலை எழுந்து மாட்டுக்குத் தீனி போட்டபின் மறுபடியும் தூக்கம் வராது. புரண்டுகொண்டே கிடப்பதற்கு அந்தப்பக்கம் போய் வந்தால் ஏதாவது ஊர் விஷயமாவது தெரியவரும் என்று நினைப்பான். அப்படியே கரடேறிச் சாமியை ஒருமுறை கும்பிட்டு வரலாம் என்றும் தோன்றும். பொழுது கிளம்பும் முன் மலையேறுவது நன்றாக இருக்கும். படியற்று மண் மேடாக இருக்கும் பாதை யில் சறுக்குவது போல ஏற வேண்டும். கரட்டூரில் படிகள் உண்டு. வலுவான ஆள் நிற்காமல் கடகடவென்று ஏறி விடலாம். வயதானவர்கள் மண்டபங்களில் இளைப்பாறி மெல்ல மெல்ல ஏறலாம். ஆனால் இதில் வயதானவர்கள் ஏறவே முடியாது. மண் பாதை சறுக்கிவிடும். குச்சியை ஊன்றி ஏறுவதும் கஷ்டம்தான். மேலே கோயிலுக்கு அருகில் கொஞ்சம் படிகள் இருந்தன. அவ்வளவுதான். சுற்று வட்டார ஊர்களில் இருந்து பலபேர் டீக்கடைக்கு வருவார்கள்.

முதலில் புதியவர்கள் போலிருந்தவர்கள் எல்லாம் கொஞ்சம் கொஞ்சமாகப் பழக்கத்திற்கு வந்தார்கள். கோயிலுக்குத் தர்மகர்த்தாவாக இருந்தவர் ஒருநாள் பழக்க மானார். அவரிடம் அறிமுகமான முதல் நாளிலேயே ‘நான் சாமியப் பாக்கப் பாஞ்சுக்கு ஒருநாளாச்சும் ஏறிருவங்க. பூசாரி இருந்தாலும் இல்லீனாலும் ஒரு கும்புடு போட்டுட்டு

வந்திருவனுங்க' என்றான். 'நீ போவீன்னு டீக்கடை சொல்லீருக்கறாரு. எப்படியோ புதுசா வர்ற மனசங்களையும் தங்கிட்டச் சேத்திக்கறாரு சாமி' என்றார் தர்மகர்த்தா. 'சாமி சேத்திக் குங்க. மனசங்கதான் சேத்திக்கறது கஷ்டம்' என்றான் முத்து. தர்மகர்த்தாவின் முகம் லேசாகச் சுருக்கம் படிந்தது. 'என்ன அப்படிச் சொல்லீட்ட. உனக்கு எதுனாக் கஷ்டமுன்னாச் சொல்லு' என்றார் அவர். 'அய்யோ எதும் வித்தியாசமா நெனச்சுக்காதீங்க. சும்மா பேச்சுக்குத்தான் சொன்னன்' என்றவன் கோயில் படிகளைப் பற்றிப் பேசிக்கொண்டிருந்தான்.

அப்போது 'இந்தச் சாமிதான் எனக்கு இங்க எடம் வாங்கச் சொல்லிக் காட்டுனாரு. இந்த வெருசம் பங்குனி நோம்பியப்பப் பாத்தன். ஏராளம் சனங்க வந்து சேருது. அதனால் அவரு கோயிலுக்கு என்னோட காணிக்கையாப் பத்துப் படி அமச்சுக் குடுத்தர்றன். இந்த வருசம் வேண்டாம். இன்னொரு வருசம் ஆவட்டும். காடு வெளஞ்சு கையில ரண்டு காச வெச்சிக்கிட்டுச் சொல்றன். இன்னம் வேற ஆரும் செய்யறமுன்னாங்கன்னாக் கேட்டுச் சொல்லுங்க. சேத்துச் செஞ்சரலாம். இரவது முப்பது படின்னா சனங்க சாமியப் பாக்கப் போறது சுலபமாயிரும்' என்று அவரிடம் சொன்னான். அவருக்கு வெகு சந்தோசம். அதற்கப்புறம் அவனைப் பற்றிப் பல பேரிடமும் சொல்லிவிட்டார். மேக்கத்திக் காரருக்கு அதனால் சுற்று வட்டாரத்தில் அவனைத் தெரியாதவர்கள் இல்லை என்னும் அளவுக்கு எல்லாரும் பேச ஆரம்பித்திருந்தார்கள். 'எல்லாம் கரட்டுச் சாமி வேல' என்று குப்பனிடம் சொன்னான் முத்து.

நாட்டாமைக்காரர் டீக்கடைக்குத் தவறாமல் வருபவர். அவரை அங்கே கண்டு பேசலாம் என்று நினைத்திருந்தான். ஆனால் அதற்கு முன்பாகவே அன்றைக்குப் பொழுதிறங்கும் நேரத்தில் பத்துப்பேர் வந்துவிட்டார்கள். சண்டைக்கு என்றே திட்டமிட்டு வந்தது அவர்கள் முகத்தில் தெளிவாகத் தெரிந்தது. வெறுங்கையோடுதான் வந்திருந்தார்கள். 'தனியா ஒரு பொம்பள வந்தா என்ன வேண்ணாலும் பண்ணீருவியா?' என்று முதலில் ஒருவன் கேட்டான். 'பொம்பளகிட்டக் காட்டுன வீரத்த எங்கிட்டக் காட்டு பாப்பம்' என்றான் இன்னொருவன். 'என்ன நடந்துச்சுன்னு தெரியாத கண்டதையும் பேசாதீங்க' என்றான் முத்து. அதற்குள் குப்பன், பாட்டி, ரோசா எல்லாரும் அவனருகே வந்து நின்றுகொண்டார்கள். யார் வந்தாலும் எதுவும் பேசக்கூடாது என்றும் தான் பார்த்துக்கொள்வதாகவும் அவர்களிடம் முன்பே சொல்லி வைத்திருந்தான். 'என்ன

நடந்துச்சுன்னு கச்சேரி ஏறிச் சொல்லு போ' என்றான் வேறொருவன்.

அவர்களில் சிலரை டீக்கடையிலும் காட்டு வழிகளிலும் கண்டிருக்கிறான் முத்து. என்றாலும் யாரும் அறிமுகம் இல்லை. எடுத்தவுடன் பொம்பளைப் பழியைப் போடுகிறார்கள், இவர்களிடம் ரொம்பவும் இறங்கிப் போய்விடக்கூடாது என்று நினைத்துக்கொண்டான் முத்து. ஆளாளுக்குப் பேசியபடி ஏறி வந்தார்கள். பாட்டி முன்னே வந்து 'நாந்தான் அவகிட்டச் சண்டக் கட்டுனன். எங்காட்டுல இருக்கற புல்ல மேயறதுக்கு எங்களுக்கு மாடு கன்னு இல்லயா, ஆடுகுட்டி இல்லயா? இது என்ன அனாமத்துச் சொத்தா? சொளையா எரநூறு குடுத்துச் சரள வாங்கி வெச்சிக்கிட்டுப் பாடாப் படறம். இதுல உள்ளதையும் வந்து கொத்திக்கிட்டுப் போனாச் சும்மா இருப்பாங்களா? ஞாயம் கேக்க வந்துட்டாங்க இப்பத்தான். அவள வரச் சொல்லு. நாங் கேக்கறன். எனக்கும் அவளுக்குந் தான் ஞாயம். பொம்பளைங்க ஞாயத்துக்கு நீங்க என்ன தானாவதி?' என்று கத்தினார். பாட்டியின் பேச்சில் பாதியாவது அவர்களுக்குப் புரிந்ததா என்று தெரியவில்லை. அந்தச் சமயத்தில் ஓரிரு வார்த்தைகள் புரிந்தாலே போதும். 'கெழவிய உட்டு அடிக்க வர்றியா?' என்று ஒருவன் வேகமாக வந்து முத்துவின் நெஞ்சில் கை வைத்துத் தள்ளினான்.

அடிதடியை உண்டாக்கிப் பிரச்சினையைப் பெரிதாக்கு வது அவர்கள் நோக்கம் என்பது வெளிப்படையானது. நாளைக் குப் பிரச்சினை பஞ்சாயத்துக்குப் போனால் முத்துவின் பக்கம் பேச ஆள் இருக்காது. என்றாலும் பயந்து இதை விடக்கூடாது என்று நினைத்தவன் சட்டென்று 'அந்த அருவாள எடு குப்பணா. இன்னைக்கு என் உசுரு போனாலுஞ் செரி. நாலு பேரச் சாச்சுப்புட்டுத்தான் போவன்' என்று குப்பனைப் பார்த்துக் கத்தினான். குப்பனும் அரிவாளை எடுக்க ஓடினார். நெஞ்சில் கை வைத்துத் தள்ளியவனுக்கு பலமில்லை. கொட்டக்கோல் போல இருந்தான். கை நெஞ்சில் கொழகொழ வென்று பதிந்தது. ஒவ்வொருத்தனும் அப்படித்தான் என்று பட்டது. குப்பன் அரிவாளை எடுத்துக்கொண்டு வருவது தெரிந்ததும் அவர்கள் பயந்து போனார்கள். என்றாலும் அதைக் காட்டிக்கொள்ளவில்லை.

நடுத்தர வயதிருந்த ஒருவன் முன்னே வந்து 'அசலூருக் காரன் நீ. பாத்து நடந்துக்க. இப்பிடி அருவாள எடுத்தயின்னா எப்பிடி இங்க இருந்து பொழைப்ப' என்றான். 'இல்லீண்ணா. நீங்க பேசறாப்பல பேசுனா எதுக்குண்ணா நான் அருவாள

எடுக்கறன். பொம்பளைய என்னமோ நாங் கையப் புடிச்சு இழுத்தாப்பல பேசுனா மனசனுக்குக் கோவம் வராதா? அப்பறம் பேசப்பேச உங்க நெஞ்சுல கை வெச்சாச் சும்மா இருக்க முடியுமா? எனக்கும் கை காலு எல்லாம் தெடமாத் தான் இருக்குது. எங்கையி ஒன்னும் பூப்பறிக்கப் போயராது. சாவறதுதான் சாவறம் எப்பருந்தாலும் சாவறதுதான். அது சண்டையில செத்தான்னு பேராவது இருக்கட்டுமே' என்று பொரிந்தான் முத்து.

அவன் உடனே மற்றவர்களைப் பார்த்துப் 'போங்கடா. அவருகிட்டப் போயி பிரச்சின வெச்சுக்கிட்டு' என்று சொல்லிவிட்டு முத்துவின் பக்கம் திரும்பி 'அதொன்னுமில்ல மேக்கத்தியாரே... கூடையத் தூக்கி எறிஞ்சதுல பிஞ்சுபோயி ஒன்னுக்கும் ஆவாதாமா. பொம்பள வந்து சொன்னா ஆருக்கும் கோவம் வருமில்ல. அதும் பிரசனுக்குக் கோவம் வந்து எங்க கிட்டச் சொன்னான். கேக்கலாமின்னு வந்தம். கூடைக்கு என்ன பதில் சொல்ற நீ' என்றான். 'அப்பிடிக் கேளுங்க அது ஞாயம். ஒரு கூட வேண்ணா வாங்கிக் குடுத்தர்றன். அவ்வளவுதான. இன்னமே இங்க காட்டுக்குள்ள வந்து அதயும் இதயும் எடுக்கக்கூடாது ஆமா' என்று முத்துவும் இறங்கி வந்தான். அவர்களை இனி அனுப்பிவிடலாம் என்று நம்பிக்கை வந்தது. 'செரி. கூடைக்கு உண்டான காச அவ பிரசங்கிட்டக் குடு. நாங்க போயர்றம்' என்றான் அவன்.

அவர்களுக்குள் கசமுசாவென்று பேச்சு நடந்தது. எவ்வளவு வாங்குவது என்று ஆலோசனை. காசு கிடைத்தால் கள் குடிக்கப் போவது ஏற்பாடு என்று புரிந்தது. 'சந்தையில கூடைய வாங்கியாந்து வெக்கறன். அந்தம்மாள வந்து வாங்கிக்கச் சொல்லுங்க' என்றான் சட்டென முத்து. உடனே ஒருவன் 'அதெல்லாம் முடியாது. காசக் கையில குடு. அவங்களுக்குப் புடிச்ச கூடைய நீ எடுத்தாந்து தருவியா' என்று கத்தினான். ஒருவழியாகப் பேசி முடித்து ஒரு ரூபாய் வாங்கிக்கொண்டு ஆட்கள் கலைந்து போனார்கள். ஒரு ரூபாய் அதிகம்தான் என்று புரிந்தது. பணம் எதுவும் கொடுத்திருக்கவே தேவை யில்லைதான். ஆனால் வந்த ஆட்கள் வெறுங்கையோடு போக மாட்டார்கள். சமாதானத்திற்காவது ஏதாவது கொடுத்துத் தானாக வேண்டும்.

அந்தப் பிரச்சினையைப் பேசத்தான் நாட்டாமையும் மற்ற ஆட்களும் வருகிறார்கள் என்று முத்து நினைத்தான்.

❀

32

கட்டிலில் இருந்து எழுந்தவன் அவர்கள் அருகில் வரும்வரை நிற்கவில்லை. சட்டெனக் கொஞ்சதூரம் முன்னே போய் 'வாங்க' என்று இருகைகளையும் குவித்துக் கும்பிட்டான். அவர்களுக்கு அது பழக்கமில்லை. என்றாலும் சமாளித்துக் கையை லேசாகக் குவித்தார்கள். வேம்படியில் கிடந்த கட்டிலில் சிலரை உட்காரச் சொன்னான். இன்னும் சிலர் அங்கே கிடந்த கற்களின் மேல் உட்கார்ந்துகொண்டார்கள். 'உங்கள உக்கார வெக்கக்கூட இல்லெடம் இல்லாத கெடக்கறன். என்ன செய்யறதுங்க? சொல்லி உட்ருந்தீங்கன்னா நானே வந்திருப்பனே. இந்த மொட்டக்காட்டுக்கு நீங்க வராட்டி என்ன?' என்று கேட்டான். 'அதில்ல மேக்கத்தியாரே, எங்க வேலைக்கு நாங்கதான வரோனும்' என்றார் நாட்டாமை. என்ன வேலை என்று அவனுக்குத் தெரியவில்லை. கூடைக்காரிப் பிரச்சினைதானோ என்று மறுபடியும் சந்தேகம் வந்தது. நாட்டாமையோடு வந்த ஒருவர் 'ஊர்ல கோயிலுக்கு நோம்பி சாட்டறம்' என்றார். முத்துவுக்கு நிம்மதி வந்தது.

'இதா வந்தர்றன்' என்று சொல்லிப் பாறைக் குடிசைக்குப் போனவன் பாட்டியைக் கண்டு 'கோய விசியமா வந்திருக்கறாங்க. வேறொன்னும் இல்ல' என்றதும் பாட்டிக்கு முகம் தெளிந்தது. பட்டையை எடுத்துக் கொண்டு கற்களைக் கூட்டக் காட்டுக்குள் போனார். குப்பன் மாடுகளைக் கட்டிக்கொண்டிருந்தார். முத்து பெரிய சொம்பில் தண்ணீர் எடுத்துக்கொண்டான். ரோசாவிடம் கலயத்தில் தண்ணீர் கொண்டுவரச் சொன்னான். தண்ணீரைக் குடித்ததும் 'எங்க ஊர்க் கெணத்துத் தண்ணிய உட உன் ஊத்துத் தண்ணி இனிக்குது' என்று நாட்டாமை சொன்னார். 'என்ன

புண்ணியமோ இப்பிடி ஒரு ஊத்துக் கெடச்சுது' என்று மேலே கையைக் காட்டிய முத்து தொடர்ந்து 'கோயத் திரநாவுக்கு நான் என்ன செய்யோனுமின்னு சொல்லுங்க' என்றான். அவர்கள் ஒருவர் முகத்தை ஒருவர் பார்த்தனர்.

அதையடுத்து நாட்டாமையே பேசினார். 'அன்னைக்கு நடந்த விசயம் எங்காதுக்கு வந்துது மேக்கத்தியாரே. அத வெச்சுத்தான் உங்கிட்டக் கோயவரி வாங்கலாமா கூடாதான்னு ஒரே சண்ட. என்னருந்தாலும் நீ அருவாளத் தூக்கியிருக்கக் கூடாது. எங்க சனங்க மிகுந்து வாழ்ற ஊரு. அப்பிடி உனக்குப் பிரச்சினைன்னா எங்ககிட்டச் சொல்லியிருக்கலாம். வெடலப் பசங்களத் தட்டி வெச்சிருப்பம். அதனாலதான் நாலு பேரு வாங்கக்கூடாதுன்னு பேசறாங்க. இப்பவே அருவாளத் தூக்கற அசலூருக்காரன் கோயலுக்கு வரிக் குடுத்தா அப்பறம் உரிம கொண்டாட ஆரம்பிச்சிருவான்னு பேச்சு. நாங்க கொஞ்சம் பேரு வாங்கலாமுன்னு சொல்றம். வரிக் குடுத்தா கோயலுக்கு வந்து சாமி கும்பிடலாம். பொங்க வெச்சுக்கலாம். அதுக்கு மேல எந்த உரிமயும் கெடையாது. என்ன சொல்ற?' என்று நிறுத்தினார். ஊரோடு இயைந்து போக இது நல்ல விஷயம் என்று பட்டது. உடனே 'நீங்க எப்பிடிச் சொல்றீங் களோ அப்பிடியே செய்யறன். வரி குடுக்கறன். பொங்க வெச்சுக்கறன். அது போதும். அதுக்கு மேல எனக்கு என்ன வேணும் சொல்லுங்க. உங்க கோயிலு. வரச்சொன்னா வர்றன். வேண்டாமின்னா வர்ல. அன்னைக்குப் பேசிக்கிட்டு இருக்க இருக்கவே ஒருத்தன் என் நெஞ்சுல கைய வெச்சு எம்பித் தள்ளீட்டான். அதனாலதான் கோவம் வந்திருச்சு. மொத அவன் கை நீட்டலீன்னா நான் எதுக்கு அருவாளத் தூக்கறன். அதும் அருவாள எடுக்கலைங்க. எடுன்னு குப்பண்ணங்கிட்டச் சொன்னன். அவ்வளவுதான்' என்றான் முத்து. 'பாத்தீங்களா. அவரு எதுக்கும் ஒத்து வருவாருன்னு சொன்னனில்ல' என்று சந்தோசமாக மற்றவர்களைப் பார்த்துச் சொன்ன நாட்டாமை 'கோயிலு வரி ஊட்டுக்கு ரண்டு ருவா. அடுத்த வாரம் கோய நோம்பி சாட்டறம். அதுக்கப்பறம் குடுத்தீங்கன் னாப் போதும்' என்றார்.

'அதுக்கென்னங்க குடுத்தர்றன். கரகாட்டம் அது இதுன்னு எதுனா வேடிக்க வெச்சீங்கன்னா அந்தச் செலவுக்கும் ஆவறாப்பல அஞ்சு ரூவாயாக் குடுக்கறன். வரி ரண்டு ருவா. ஆட்டத்துக்கு மூனுன்னு வெச்சுக்கங்க. கருப்பட்டி போட்டுப் பானக்கம் ஒருநாளைக்கு கோயிலுக்கு வர்ற சனம் எல்லாத் துக்கும் ஊத்திர்றன்' என்றான். அவர்களுக்குத் திருப்தியாக இருந்தது. முகத் தெளிவோடும் மலர்ச்சியோடும் சிரித்துக்

கொண்டே கிளம்பினார்கள். அவர்களோடு தடம்வரைக்கும் நடந்தான் முத்து. சித்திரையில் கோயில் திருநாள் முடிந்ததும் எப்படியும் இரண்டு மூன்று மழை பெய்துவிடும் என்றும் அந்தச் சமயத்தில் குறை உழவு ஓட்டுவார்கள் என்றும் அவர்கள் சொன்னார்கள். இந்தப் பக்கம் விதைப்பு எல்லாம் ஆடியில் தான். கடலைக்கு ஏற்ற பட்டம் வைகாசி. கடலை போடுவது இன்னும் இந்தப் பக்கம் பழக்கமாகவில்லை. அனேகமாக முதல் கடலைப்பயிர் முத்துவுடையதாகவே இருக்கும். அடுத்த வருசம் வைகாசியில் கொஞ்சம் பேர் கடலை போடவும் கூடும்.

வண்டித்தடம் ஏறியவர்கள் கொஞ்சம் நின்று முத்துவிடம் பேசினார்கள். ஒருவர் சொன்னார்.

“சுப்புக்கொடுக்கன் இப்ப இந்தப் பக்கந்தான் ஒலாத்தறதாச் சொல்றாங்க. எச்சரிக்கையா இரு.”

“ஆடு மாடு கோழின்னு எல்லாத்தையும் காட்டுக்குள்ள வெச்சிக்கிட்டு இருக்கற. அவன் செரியான திரடன். கொல பண்ணக்கூடத் தயங்க மாட்டான். இப்ப அவன் பொண்டாட்டியும் பிள்ளைவளும் ஏரிக்குள்ள சந்தோசமாத் திரியறாங்க. அவங்க அப்பிடி இருந்தா ஆளு இந்தப்பக்கம் வந்துட்டான்னு அர்த்தம். இந்நேரம் அவனுக்கு உன்னப் பத்திச் சேதி போயிருக்கும். ஊருக்குள்ள இருக்கற எங்களுக்கே பயமுன்னா ஒதுங்கிக் காட்டுக்குள்ள இருக்கற உனக்கு என்னாவுமோ. பாத்து இரு. இல்லீனா ஊருக்குள்ள ஒரு ஊடு பாக்கறம். வந்திரு” என்றார் நாட்டாமை.

“நான் பாத்து இங்கயே இருந்துக்கறங்க” என்று சிரித்தான் முத்து.

“என்ன சொன்னாலும் கேக்க மாட்டீங்கற. உன்ன நெனச்சு எங்களுக்குத்தான் பயமா இருக்குது. போன வெருசங்கூட எங்கயோ ஒரு கொல உழுந்திருச்சின்னு போலீசு சுப்புக் கொடுக்கனத் தேடிக்கிட்டு இங்கயே வந்துட்டாங்க. அவன் பொண்டாட்டி பிள்ளைங்களயெல்லாம் கூட்டிக்கிட்டுப் போயி விசாரிச்சாங்க. அப்பவும் அவனப் புடிக்க முடியல. போன வெருசமும் நாலஞ்சு ஆடும் கோழி பத்துப் பாஞ்சும் திருட்டுப் போயிருச்சு” என்றார் இன்னொருவர்.

மேலும் மேலும் அவர்கள் சுப்புக்கொடுக்கனைப் பற்றிச் சொல்லிவிட்டுப் போனார்கள். அவ்வப்போது ஊர் ஆட்கள் இந்தப் பக்கம் வந்து போவார்கள். காட்டுக்குள் ஒண்டியாக இருந்துகொண்டு என்ன செய்கிறார்கள் என்று தெரிந்துகொள்ள நோட்டம் பார்ப்பார்கள். ‘இதெதுக்கு இப்பிடி வெட்டிப்

போட்டிருக்கற' என்பார்கள். 'கல்லக் கூட்டி அள்ளீர முடியுமா? வாசக்கல்லயே கூட்டி அள்ள முடியல. கழனி முழுக்கக் கூட்டி அள்ளறதுன்னா எத்தன காலம் ஆவறது?' என்று கேட்பார்கள். பனையில் பாளை அறுத்ததைத் தெரிந்துகொண்டு கள் ஊற்ற வேண்டும் என்று கேட்டுச் சிலர் வந்தார்கள். ஒவ்வொருவருக்கும் பதில் சொல்லி அனுப்புவது பெருவேலை யாக இருந்தது. வேலையை விட்டுவிட்டு அவர்களோடு உட்கார்ந்து பேசிக்கொண்டிருக்கிற மாதிரி ஆகிவிடும். 'எதுக்கு சாமீ... வேலைய உட்டுட்டுப் பேசுவானே? கையிபாட்டுக்கு வேல செய்யட்டும். வாய்பாட்டுக்குப் பேசட்டும். கொஞ்ச நேரம் பாத்துட்டு அவுங்களே கெளம்பீருவாங்க' என்று குப்பன் சொன்னார். 'அப்பிடி செஞ்சா மனசு நோவுமேன்னு கஷ்டமா இருக்குது குப்பணா' என்றான். ஆனால் அந்தத் தந்திரத்தைத் தான் கையாள வேண்டி வந்தது.

வந்தவர்கள் கேட்கும் கேள்விகளுக்கு ஒரு வார்த்தை இரு வார்த்தைகளில் பதில் சொல்வான். வேலையிலிருந்து விடுபடுவதில்லை. யாருக்கும் தன் வேலையின் நோக்கம் பற்றி முழுமையாக விளக்குவதில்லை. கள் கேட்டு வந்தவர் களைச் சமாளிப்பது பெரிய பிரச்சினையாக இருந்தது. தான் யாருக்கும் விற்பனை செய்வதில்லை என்று எவ்வளவோ சொன்னாலும் கேட்பதில்லை. சுண்ணாம்புத் தெளுவு ஒரு கோட்டை ஊற்றுகிறேன் என்பான். அதை வேண்டாம் என்று சொல்லிப் போய்விடுவார்கள். அவர்களுக்குப் பயந்து கொண்டே விடிவதற்கு முன் மரம் ஏறிவிடுவான். எல்லா மரங்களையும் கட்டவில்லை. நான்கு மரங்கள் மட்டுமே கட்டியிருந்தான். அதில் இரண்டு முட்டிகளில் கள் தெளுவு. அந்த முட்டி எதுவென்று முத்துவுக்கு மட்டுமே தெரியும். இருளிருக்கவே இறக்கிக் கருஞ்சாமி கோயில் புதருக்குள் வைத்துவிடுவான். குப்பனும் முத்துவும் அவ்வப்போது மல்லப் போவது போலப் போய்க் குடித்துக்கொள்வார்கள். சுண்ணாம் புத் தெளுவை ஆலச்சட்டியில் காய்ச்சிப் பாகை மர அச்சில் கருப்பட்டி ஊற்றி வைப்பது மத்தியானத்து வேலை. தினமும் இரண்டு மூன்று சில் கருப்பட்டிகள் சேர்ந்துவிடும். புதுக் கருப்பட்டியில் கொத்தமல்லிக் காப்பி போட்டுக் கொடுப்பாள் ரோசா. பாட்டிக்கு அந்தக் காப்பி என்றால் குருவலம். வெறுங் கருப்பட்டியைத் தின்னவும் ருசி.

கள் கிடைக்காத கோபத்தில் போலீசுக்குச் சொல்லப் போவதாகச் சிலர் மிரட்டிவிட்டுப் போனார்கள். முத்து சொன்னான், 'எந்தப் போலீசு வேண்ணாலும் வரட்டும். எல்லாத்தயும் எறக்கிக் காட்டறன். கள் எதுலயாச்சும் இருந்தா

என்னயப் புடுச்சுக்கிட்டுப் போவட்டும்.' இத்தனை தைரிய மாகச் சொல்வதால் கள் இருக்காது என்று யாரும் சொல்ல வில்லை. என்றாலும் முத்து எச்சரிக்கையாகவே இருந்தான். கள் முட்டியைக் கண்டுபிடிக்க முடியாதவாறு தந்திரங்கள் செய்திருந்தான். பொம்மரத்தில் ஓலைகள் நிறைந்திருக்கும். கள் முட்டியை ஓலைச் சந்தில் மறையச் செய்துவிடலாம். கள்ளுக்கென்று சிறுகலயம் ஒன்றைக் கட்டி அதை மற்ற முட்டிகளுக்கு நடுவில் மறைத்திருந்தான். கீழே இருந்து பார்த்தால் யார் கண்ணுக்கும் அது தென்படாது. அப்படியே கண்டுபிடித்து அதை இறக்கச் சொன்னாலும் பக்கத்து முட்டியிலிருக்கும் சுண்ணாம்புத் தெளுவை இதில் ஊற்றி இறக்கிவிடலாம். பட்டூர்க் கிழவர் சொல்லித் தந்த தந்திரங்கள் இவை.

இந்த ஊரில் இன்னும் கள் இறக்குபவர்களையோ குடிப்பவர்களையோ பிடிக்கப் போலீஸ் இதுவரை வர வில்லை. வந்தால் பார்த்துக்கொள்ளலாம். ஆட்டூருக்கு எப்படியும் மாதம் ஒருமுறையேனும் போலீஸ் வந்துவிடும். கரட்டூர் நகரத்திலிருந்து ஐந்து கல் தொலைவுதான் என்பதால் போலீசின் கண் அங்கிருக்கும். போலீஸ் வந்தால் ஆளாளுக்கு காடு மேடுகளில் ஓடி ஒளிந்துகொள்வார்கள். போலீசும் விடாமல் துரத்தி ஐந்தாறு பேரையாவது பிடித்துக்கொண்டு போகும். கள் இறக்குபவர்கள் என்றால் பனையில் ஏறி முட்டியை அவிழ்த்துக் காட்டச் சொல்வார்கள். குடிப்பவன் என்றால் வாய் ஊதச் சொல்வார்கள். போலீஸ் வரும்போது ஓடி ஒளிந்துகொள்ள வாகான இடத்தை முத்து கண்டுபிடித்து வைத்திருந்தன். அடம்பாக இருந்த அலுஞ்சி மரத்தில் ஏறி உச்சானி வாதில் குறுகி உட்கார்ந்துகொள்வான். ஆட்கள் ஓடுவதும் போலீஸ் துரத்துவதும் எல்லாம் அங்கிருந்து பார்க்கத் தெரியும். சிரிப்பை அடக்கிக்கொண்டு மேலே உட்கார்ந்திருக்கக் கஷ்டப்படுவான். இந்த ஊரில் போலீஸ் வந்த மாதிரியே தெரியவில்லை. வந்தால் சுப்புக் கொடுக்கனைப் பற்றி விசாரிக்க வரலாம். போலீசைவிடச் சுப்புக்கொடுக்கனுக்கே எல்லாரும் பயப்படுகிறார்கள்.

முத்துவுக்கு யோசனையாக இருந்தது. அப்பேர்ப் பட்டவனா அவன்? இனி இரவிலே கணநேரம்கூடத் தூங்கக்கூடாது என்று நினைத்தான். குப்பனின் தூக்கத்தைக் கட்டுப்படுத்த முடியாது. சந்தைக்குப் போனபோது அங்கே திரிந்துகொண்டிருந்தது என்று நாய்க்குட்டி ஒன்றைக் குப்பன் தூக்கி வந்தார். சோறு குடிக்கும் அளவுக்கு வளர்ந்த குட்டிதான். ஆனால் பொட்டை. கடுவன் குட்டியை இப்படிக் கேட்பா

ரற்று விடமாட்டார்கள். காட்டுக்குள் முதலில் பொட்டைநாய் வருவது நல்லது. பொட்டை எப்போதும் நன்றாகக் குரைக்கும். இந்த வருசம் ஒன்றும் பிரச்சினை இருக்காது. அடுத்த புரட்டாசிக்குக் காடு முழுக்கக் கடுவன்களின் கூட்டம் நிறைந்து விடும்.

இப்போதைக்கு நாய் அவசியம். சின்னச் சத்தம் கேட்டாலும் காதை விறைத்துக்கொண்டு இந்த நாய் பார்க்கிறது. குரைக்கும் குரலும் சத்தம் வெகுதூரம் வரைக்கும் கேட்கும்படி இருக்கிறது. இரவில் விழித்திருக்க நாய் ஒன்றும் உடனிருக்கிறது. பார வண்டிக்குப் போன பழக்கத்தில் இரவில் விழித்திருந்து பகலில் தூங்கிப் பழகியிருந்தான். இனி அப்படித்தான் இருக்க வேண்டும். ஈட்டி போலக் குச்சிகளை வெட்டி வைத்துக் கொள்ளலாம். அரிவாளையும் தீட்டிப் பதம் பார்த்து வைக்கலாம். எப்பேர்ப்பட்டவனாக இருந்தாலும் மனுசன்தானே.

யோசித்துக்கொண்டே காட்டுக்குள் நடந்தபோது ரோசா கத்தினாள் 'அய்யோ அப்பா இங்க ஓடியாவே.' உடனே குரல் வந்த திக்கில் ஓடினான். அவள் குரலில் அப்படியொரு பதற்றம் இருந்தது. இந்நேரத்தில் பாம்பு பொட்டுப் பிரச்சினையாகத்தான் இருக்கும். என்னவென்று தெரியவில்லையே என வேகமெடுத்தான். நாலே எட்டில் குரலை நெருங்கிவிட்டான்.

கையைப் பிடித்துக்கொண்டு பாட்டி உட்கார்ந்திருந்தார். பொக்கை வாயில் ஈறைக் கடித்தபடி 'உஸ்' என்று அனத்தினார். அவருக்கு முன்னால் செந்தேள் ஒன்று அடிபட்டுக் கிடந்தது. பாட்டியைத் தேள் கடித்துவிட்டது. கடிபட்ட விரலைப் பார்த்தான். கடிவாயில் கொடுக்கு சிக்கியிருக்கவில்லை. கடிவாய் பிளந்து நன்றாகத் தெரிந்தது. பாட்டியை மெதுவாகப் பிடித்துப் பாறைக்குக் கூட்டி வந்தான். 'தம்பீ வலி தாங்க முடியலியே' என்று சொன்னார் பாட்டி. வலியைக் கஷ்டப்பட்டுப் பொறுத்துக்கொண்டிருந்தாலும் கண்ணீர் தானாக வந்தது.

புதர் வெட்டிக்கொண்டிருந்த குப்பனும் ஓடிவந்து விஷயத்தைத் தெரிந்துகொண்டு 'பெரீ சாமீ பயப்படாதீங்க. இது ஒன்னும் பண்ணாது. செந்தேளுக் கடி ஒருநாளு முழுக்க வலிக்கும். அப்பறம் வலி இருந்த எடம் தெரியாது. சின்னச் சாமீ. . . கொஞ்சம் புளிய எடுத்தாயா. புளிக்கு மிஞ்சின வைத்தியம் தேளுக்கடிக்கு எதுமில்ல' என்றார். ரோசா புளியைக் கொண்டு வந்து கொடுத்தாள். கடிவாயைச் சுற்றிலும் புளியை கோப்பாளியாக வைத்தான் முத்து. இப்போது கொஞ்சம் தெளிச்சி வந்திருந்தது. 'எருமத்தேளுக் கடிக்கே புளி வைத்தியம் அப்பிடிக் கேக்கும். பயப்படாதீங்க. நாளைக்கு இந்நேரம்

வரைக்கும் கடுகடுன்னு வலி இருக்கும். அப்பறம் எங்க வலிச்சுதுன்னு கேப்பீங்க' என்று சொன்னார் குப்பன்.

பக்கத்தில் இருந்த வேம்பில் கொத்துத் தழையை ஒடித்து வந்து பாட்டிக்குப் பாடம் போட்டார். 'பாடம் போடக்கூடத் தெரீமா குப்பணா? அப்பிடீன்னா இந்த ஊர்க்காரங்களப் பயப்பட வெச்சரலாமே. இத்தன நாளும் எங்கிட்டச் சொல்லவே இல்லயே. என்னென்ன பாடம் தெரீம்? சொல்லு நாளைக்கே நாலு பேருக்குச் சொல்லீர்றன்' என்றான் முத்து. 'சொக்குப் பாடம், செலந்திப் பாடம், விஷக்கடிப் பாடம், பாலதோசப் பாடம்னு அஞ்சாறு தெரியும் சாமி. ஊருல பாடம் போடற துக்கு ரண்டு மூனு பேரு இருக்கறாங்க. அதனால் நான் போடமாட்டன். எதுனா அவசரத்திக்குப் போடறதுதான்' என்றார் குப்பன். பாட்டிக்கு இப்போது அனத்தல் குறைந் திருந்தது. இந்தக் கல் கூட்டும் வேலையை நிறுத்திவிடலாமா என்று யோசித்தான் முத்து. 'இந்தச் செந்தேளுக் கருமாந்தரம் செம்மண் நெறத்துலயே இருக்கும். செலசமயம் கண்ணு முன்னால இருந்தாலும் அதுதான்னு தெரியாது. வெங்கச்சங் கல்லாட்டம் மினுக்கம் அடிச்சுக்கிட்டு நகரும்போதுதான் அட தேளுன்னு தெரியும்' என்று குப்பன் பேசிக்கொண்டே இருந்தார்.

ரோசா பயந்துபோய் பாட்டியின் கையைப் பிடித்த பிடியை இன்னும் விடவில்லை. பாட்டியின் உடல் நடுக்கம் இன்னும் இருந்தது. சொம்பில் தண்ணீர் கொண்டு வரச் சொல்லிவிட்டுக் குப்பன் கருஞ்சாமி கோயிலை நோக்கி நடந்தார். கட்டிலில் எழுந்து உட்கார்ந்த பாட்டிக்குப் பக்கத்தில் முத்து இருந்துகொண்டான். ஆறுதலாகக் கையைத் தடவி விட்டான். நடுவிரலின் நுனியில் கடித்திருந்தது. பட்டையால் கல்லைக் கூட்டும்போது நடுவிரல் மண்ணில் பட்டிருக்கும். பட்டையால் தள்ளப்பட்ட தேள் வெறியேறிக் கொட்டும்போது நீண்டிருந்த நடுவிரல் வாகாகச் சிக்கியிருக்கும். வேப்பிலை ஒன்றை இனுங்கிக் கையைத் தடவிவிட்டான். பாட்டியின் முகத்தில் வலி தெரிந்தது. வந்த பத்திருபது நாளில் முகத்தில் இப்படி ஒரு வேதனையை ஒருபோதும் பார்த்ததில்லை. எப்போதும் பூப்போலச் சிரித்துக் கிடக்கும் முகம். சுருக்கம் ஏறிக் கனிந்த முகம் சிரிக்கும்போது அப்படி ஒரு அழகு தெரியும். பாட்டியைச் சிரிக்க வைப்பதை மிகவும் விரும்பு வான் முத்து. 'ஆயா' என்று கூப்பிடுவான். அவரும் தன் மகன் வீட்டுப் பேரனாகவே கருதித் 'தம்பி' என்று வரிசை வைத்துக் கூப்பிடுவார். பாட்டிக்கு ஒன்று என்றால் என்னாவது?

சொம்புத் தண்ணீரைக் கருஞ்சாமியின் முன்னால் வைக்கச் சொன்னார் குப்பன். விளக்கேற்றி வைத்துக் கும்பிட்டார்கள். கும்பிட்ட பின் குத்தாகத் திருநீற்றை அள்ளிச் சொம்புத் தண்ணீரில் போட்டார். அப்படியே எடுத்துவரச் சொல்லி பாட்டியிடம் போனார். ரோசா ரொம்பவும் பவ்விய மாய்ச் சொம்பைத் தூக்கிப் போனாள். சொம்புத் தண்ணீரைத் தன் கையில் ஊற்றச் சொல்லி அதைப் பளாரென்று பாட்டி யின் முகத்தில் அடித்தார். திடுக்கிட்ட பாட்டி முகம் சுழித்து நடுங்கினார். மூன்று முறை அப்படித் தீர்த்தம் போட்டபின் தண்ணீரைக் குடிக்கச் சொன்னார். பாட்டி இரண்டு வாய் குடித்துவிட்டுக் 'கசக்குது' என்றார். 'அவ்வளவுதான். கசப்புத் தெரிஞ்சாப் போதும். இன்னமே ஒன்னும் ஆவாது' என்று தைரியம் சொன்னார் குப்பன். அதற்குப் பின் முற்றாகத் தெளிந்த பாட்டி பேச்செடுத்தார்.

"தேளுக் கடி என்ன பண்ணீரப் போவுதுன்னு நானும் எத்தனையோ பேருக்குச் சொல்லீருக்கறன். இப்ப எனக்கு வந்தாத்தான தெரீது எப்பிடியிருக்குமுன்னு. என்னமோ இன்னங் கொஞ்ச நாளைக்கு இருந்தன்னா இந்தக் காடு முழுக்கக் கூட்டி அள்ளீருவன். இப்பிடிக் கல்ல அள்ளிப் போட்டுட்டுப் போனான்னு ஒருநாளைக்கு நெனச்சுப் பாப்பீங்க. இந்தக் காடு நெல்லு வயலா மாறத்தான் போவுது. அத எங்கண்ணால பாத்துட்டுச் சாவலாம்னு நெனச்சிருக்கறன். இல்லீனா என்ன இன்னைக்குச் செத்தா நாளைக்கு ரண்டாம் நாளு. இன்னொருக்கா ஊருக்குக் கொண்டு போவ வேண்டாம். ரண்டு நாளு வெச்சிருந்து ஊருல இருந்து ஆளெல்லாம் வரட்டுமின்னு இந்தக் காட்டுக்குள்ளயே பொதச்சிருங்க. வெள்ளாமைக்கு எருவாயி வெருசாவெருசம் பயிராவும் செடிகொடியாவும் மொளச்சு வந்து உங்க முகம் பாத்துக்கறன்" என்று பாட்டி நெகிழ்வாகப் பேசினார்.

ரோசாவுக்கு அழுகையாக வந்தது. குரலெடுத்தே அழ ஆரம்பித்துவிட்டாள். எங்கே பிறந்து எங்கே வந்து சாவது? இந்தக் காட்டுக்கு எருவாகிறேன் என்று சொல்லும் பாட்டியைப் பார்க்கப் பார்க்க முத்துவுக்கும் கண் கலங்கியது. அதை மறைத்தபடி ரோசாவிடம் 'அழுவாத கண்ணு. அம்மா யிக்கு ஒன்னும் ஆவாது' என்று முத்து சொன்னான். குரல் ததும்பி நாக்கு உள்ளே ஒட்டிக்கொண்டது. அது தனக்கே சொல்லிக்கொண்ட மாதிரி தோன்றியது.

❀